हे चरित्र केवळ फोगाट बहिणींच्या कुस्तीतल्या स्टारडमवर प्रकाश टाकत नाही, तर महावीर यांच्या आयुष्यातील एक असा काळ प्रकाशात आणते, जेव्हा खेळाला केवळ सरकारी नोकरीचं माध्यम आणि कुस्तीला मर्दानी खेळ मानलं जात होतं.
— फायनान्शिअल एक्सप्रेस

आखाडा एका कुस्तीपटूच्या जडणघडणीची कहाणी आहे; जी देशातल्या मोठ्या सामाजिक बदलाला संबोधित करते.
— द हिंदू

आखाडा एका वडिलांची विलक्षण कथा आहे, ज्यानं असंख्य आव्हानांचा मुकाबला केला. आणि आपल्या पोरींना यशाच्या अशा उंचीवर पोचवलं, ज्यांचा त्यांनी कधी स्वप्नातही विचार केला नसता
— द टाईम्स ऑफ इंडिया

आखाडा

महावीर सिंग फोगाट यांचे जीवनचरित्र

लेखक
सौरभ दुग्गल

अनुवाद
लीना सोहोनी

मेहता पब्लिशिंग हाऊस

AKHADA by SAURABH DUGGAL
आखाडा / अनुवादित चरित्र

Copyright © 2016 Saurabh Duggal
First Published in India in 2016 by Hachette India
(Registered name : Hachette Book Publishing India Pvt, Ltd)

अनुवाद : लीना सोहोनी
तेजोनिधी, प्लॉट नं. ५, स्नेहनगर, बिबवेवाडी कोंढवा रोड, बिबवेवाडी,
पुणे - ४११०३७. © ०२०-२४२७४६७०
Email : leena.n.sohoni@gmail.com

मराठी अनुवादाचे व पुस्तक प्रकाशनाचे हक्क मेहता पब्लिशिंग हाऊस, पुणे.

प्रकाशक : सुनील अनिल मेहता, मेहता पब्लिशिंग हाऊस,
१९४१, सदाशिव पेठ, माडीवाले कॉलनी, पुणे ३०
© + ९१०२०-२४४७६९२४ / २४४६०३१३
Email : info@mehtapublishinghouse.com
Website : www.mehtapublishinghouse.com

अक्षरजुळणी : इफेक्ट्स, २१/६ब, आयडिअल कॉलनी, कोथरूड, पुणे ३८

मुखपृष्ठ : हॅचेट इंडिया यांच्या सौजन्याने
प्रथमावृत्ती : मे, २०१७

P Book ISBN 9789386454911
E Books available on : play.google.com/store/books
m.dailyhunt.in/Ebooks/marathi
www.amazon.in

◆ या पुस्तकातील लेखकाची मते, घटना, वर्णने ही त्या लेखकाची असून, त्याच्याशी प्रकाशक सहमत असतीलच असे नाही.

हे पुस्तक मी माझी आजी, कैलाश नायर
तसेच माझे आजी-आजोबा, कै. राम सरूप दुग्गल,
बिमला दुग्गल
तसेच धरमपाल नायर
यांच्या पवित्र स्मृतींना अर्पण करत आहे.

अनुक्रमणिका

उपोद्घात / १

विभाग १ : सुरुवातीचे दिवस
शालेय जीवन / ९
आखाडा / १८
आयुष्य घडवणारा सामना / २९
करिअरच्या नव्या वळणावर / ३६
राजकीय आखाडा / ४५

विभाग २ : प्रशिक्षणाचा काळ
निर्णय / ६१
सतत दोन वर्षं कोंडी / ७०
कडक 'टास्कमास्टर' / ८२
दंगल / १०४
दुःखद घटना / ११९

विभाग ३ : एक्सलन्स
रेकॉर्ड ब्रेकर्स / १३७
ट्रेनिंग कँप / १४९
राष्ट्रकुल स्पर्धा / १६२
यशोकीर्ती / १७९
भविष्याचा वेध / १८७

उपसंहार / १९८

आंतरराष्ट्रीय कुस्तीपटू गीता, बबिता, विनेश आणि रितू फोगाट यांचं जन्मगाव असलेल्या बलाली गावाची ही वेस गावाला भेट देणाऱ्या पाहुण्यांच्या स्वागतासाठी उभारण्यात आली आहे.

उपोद्घात

१७ ऑगस्ट २०१६चा दिवस. हरियाणा राज्यात असलेल्या भिवानी जिल्ह्यातील बलाली गावात नेहमीची वर्दळ चालू होती. लोक कामावरून घरी निघाले होते. बायका रात्रीच्या जेवणाच्या तयारीत मग्न होत्या... भाज्या निवडत होत्या. पोरंसोरं लपंडाव आणि पकडापकडीच्या खेळाचा शेवटचा डाव घाईनं संपवण्याच्या धडपडीत होती. एकंदरीतच अख्ख्या गावात उत्साहाचं, उल्हासाचं वातावरण होतं; मात्र गावचे पहिलवान महावीर सिंग फोगाट यांच्या घरी तर उत्साहाला उधाणच आलेलं होतं.

या देशातील इतर लक्षावधी लोकांप्रमाणेच महावीर सिंग व त्यांचे कुटुंबीय ब्राझील येथे होत असलेल्या महिला कुस्ती स्पर्धेच्या मालिकेची सुरुवात कधी होते याची डोळ्यांत प्राण आणून वाट पाहत होते. ही स्पर्धा बलाली गावापासून तब्बल १४,००० किलोमीटर दूर असलेल्या ब्राझील देशात होणार होती. हे बलाली गाव म्हणजे साधंसुधं गाव नाही, तर आंतरराष्ट्रीय महिला कुस्तीपटू गीता, बबिता, रितू आणि विनेश फोगाट यांचं मूळ गाव आहे.

खरंतर बलाली गाव म्हणजे भारतातील मागासलेल्या खेडेगावांपैकीच एक. मातीचे रस्ते, जवळच असलेल्या दगडांच्या खाणींमधील दगड आणि वाळूची वाहतूक करत त्या रस्त्यांवरून धुरळा उडवत जाणरे अवजड ट्रक, दगडांचेच बनवलेले खडबडीत रस्ते आणि मोठमोठे खड्डे अंगावर घेऊन मिरवत बसलेले गल्लीबोळ. पण हे असं सामान्य खेडेगाव त्याच्या एका वैशिष्ट्यामुळे जगविख्यात झालेलं आहे. खरंतर

हरियाणा राज्यामध्ये मुलामुलींच्या संख्येत फार मोठी तफावत आहे. तिथल्या स्त्रियांना समाजात वावरत असताना फार मोठ्या बंधनांना तोंड द्यावं लागतं, कारण एकंदरीतच स्त्रियांकडे पाहण्याचा लोकांचा दृष्टिकोन मागासलेला आहे. असं असूनसुद्धा बलाली गावाची स्वतःची वेगळी ओळख निर्माण झाली आहे, ती तिथल्या मातीतून जन्म घेऊन जगात नावारूपास आलेल्या फोगाट भगिनींमुळे, आणि आजसुद्धा त्यांच्यातलीच एक मुलगी या लहानशा गावाला जगाच्या नकाशात मानाचं स्थान मिळवून देण्यासाठी कंबर कसून कुस्तीच्या मैदानात उतरली होती.

भारताच्या इतिहासात प्रथमच एकंदर तीन महिला कुस्तीपटू ऑलिम्पिक खेळात सहभागी होण्यासाठी पात्र ठरल्या होत्या. त्यांतील दोघींचं आडनाव फोगाट होतं. महावीर सिंग फोगाट यांचे दिवंगत बंधू राजपाल सिंग यांची मुलगी विनेश ही ४८ किलोच्या गटात सहभागी होणार होती, तर महावीर सिंग यांच्या चार मुलींपैकी दुसऱ्या क्रमांकाची मुलगी बबिता फोगाट ही दुसऱ्या दिवशी होत असलेल्या ५१ किलो गटात प्रावीण्य मिळवण्यासाठी स्पर्धेत उतरली होती. त्याचप्रमाणे ५८ किलोच्या गटात साक्षी मलिक भारताचं प्रतिनिधित्व करणार होती. यापूर्वी २०१२मध्ये लंडन येथे झालेल्या ऑलिम्पिक क्रीडा स्पर्धेत भारताकडून फक्त एकच महिला कुस्तीगीर उतरली होती, ती म्हणजे महावीर सिंग यांची मोठी मुलगी, गीता फोगाट.

भारतातील महिलांच्या कुस्तीच्या क्षेत्रात ज्या फोगाट भगिनींचं नाव मानानं झळकत आहे, त्या भगिनींच्या भरीव कामगिरीला जबाबदार असणारा माणूस आत्ता मोठ्या आरामात खोलीतल्या पलंगावर हुक्का पीत बसला होता. अर्थातच हा माणूस म्हणजे दुसरंतिसरं कुणी नसून महावीर सिंग फोगाटच होते. ते एकाग्र चित्तानं समोरच्या टीव्हीच्या पडद्यावर नजर रोखून बसले होते. महावीर सिंग फोगाट हे एकेकाळचे राष्ट्रीय पातळीवरचे कुस्तीगीर. त्यांनी एकच स्वप्न पाहिलं– आपल्या मुलींना आणि पुतण्यांना आंतरराष्ट्रीय कुस्तीगीर बनवण्याचं स्वप्न. आणि हे स्वप्न साकार करण्यासाठी त्यांनी आपलं सर्व आयुष्य पणाला

लावलं. आपल्या या शिष्यांपैकी निदान कुणीतरी ऑलिम्पिक खेळात सुवर्णपदक पटकावून भारताचं नाव उज्ज्वल करावं, अशी त्यांची तीव्र इच्छा होती. त्यासाठी गेली १६ वर्षं ते झटले होते. या काळात त्यांनी अविरत मेहनत केली होती, अपार कष्ट सोसले होते, घाम गाळला होता, अश्रूही ढाळले होते आणि त्याचंच फळ म्हणून आज हा दिवस उजाडला होता. आता त्यांची ही सर्व तपश्चर्या फळाला येणार की नाही, त्यांच्या परिश्रमांचं सार्थक खरंच होणार की नाही, हे समजण्यासाठी केवळ काही तासांचीच वाट पाहावी लागणार होती. काही तासांतच कदाचित नवा इतिहास लिहिला गेला असता.

संध्याकाळी ६.३० वाजता गावामधील प्रत्येक घरात टीव्ही चालू झाला. विनेश फोगाट मैदानात उतरण्यास अजून थोडा अवकाश होता. पण महावीर सिंग यांच्या घराच्या पडवीत टीव्हीसमोर गर्दी करून बसलेले गावकरी टीव्हीच्या पडद्यावर चालू असलेले इतर सामने समरसून बघत होते. मधूनच "ये पेच ठीक लग गया!" किंवा "ये सही पकडा!" अशा आरोळ्याही ते मारत होते. मुलं, माणसं बाहेरच्या बाजूला आरडाओरड करत सामने बघत होती तर मुली आणि बाया घराच्या आतल्या भागातून पडद्यावरील दृश्य निरखून पाहत होत्या.

अचानकपणे महावीर सिंगांच्या घराबाहेरच्या रस्त्यावर टीव्ही वाहिनीची बाह्यप्रक्षेपण करणारी एक भली मोठी गाडी येऊन उभी राहिली. या क्रीडा स्पर्धेतील पदकाची मानकरी विनेश होणार असा अंदाज असल्यामुळे, तसं झालंच तर तिच्या कुटुंबीयांची प्रतिक्रिया लवकरात लवकर मिळवण्यासाठी टीव्हीवाल्यांची ही सगळी धडपड होती. महावीर सिंग आणि त्यांचे कुटुंबीय एकत्र बसून टीव्ही बघत आहेत, असा 'परफेक्ट शॉट' त्या टीव्हीच्या लोकांना हवा होता. त्यामुळे त्यांनी महावीर सिंग, त्यांची पत्नी, तसंच फोगाट परिवारातील रितू आणि संगीता या मुली (याही आंतरराष्ट्रीय कुस्तीपटू होत्याच) अशा सर्वांना जवळजवळ बसण्यास सांगितलं. महावीर सिंग यांनीसुद्धा ती विनंती लगेच मान्य केली.

अखेर सायंकाळचे ७ वाजून १८ मिनिटं झाली. रिओ येथे विनेशनं रुमानियाच्या अलीना एमिलिया व्हिक हिला पहिल्या फेरीत तांत्रिक गुणाधिक्यावर पराभूत केलं. इकडे बलाली गावात हा सामना बघत असलेल्या महावीर सिंगांच्या गंभीर चेहऱ्यावर कधी नव्हे ते हसू फुटलं. ते हसू अभिमानाचं आणि आत्मविश्वासाचं होतं. ते कुस्तीपटू विनेश फोगाट हिचे नुसते काकाच नव्हते, तर ते तिला आपली मुलगीच मानत असत, त्याचप्रमाणे ते तिचे प्रशिक्षकही होते. आता वातावरणातला ताण एकदम हलका झाला. इतक्यात विनेशप्रमाणेच भारताकडून ऑलिम्पिक स्पर्धेत उतरलेली साक्षी मलिक हिच्या सामन्याची घोषणा झाली. या सामन्यात साक्षी जिंकताच फोगाट यांच्या घरी एकच जल्लोष झाला.

यानंतर साडेआठ वाजता पुन्हा एकदा विनेश चीनची कुस्तीपटू सुन यानानच्या विरोधात मैदानात उतरली. या दोघींमध्ये उपान्त्य फेरीत पोचण्यासाठी चुरशीची लढत झाली. विनेशने सुरुवात आक्रमक पवित्र्याने केली आणि तिची प्रतिस्पर्धी सुन यानानला बचावात्मक खेळ खेळावा लागला. पंचांनी सुन यानानला समज दिली आणि विनेशची या सामन्यात १-० गुणांनी सरशी झाली. फोगाट कुटुंबीयांनी इकडे जल्लोष केला.

परंतु त्यानंतर मात्र बाजी पलटली. दुसऱ्या फेरीमध्ये विनेशने पकड घेण्यासाठी धडपड सुरू ठेवली, परंतु तिची प्रतिस्पर्धी सुन यानाननं शिताफीनं स्वतःची सुटका करून घेऊन विनेशच्या पायाचा घोटा घट्ट पकडून ठेवला. विनेशला चीतपट करण्यासाठी सुन यानाननं आपल्या शरीराचा संपूर्ण भार विनेशच्या गुडघ्यावर टाकला आणि विनेशचा पाय जोरात मुरगळला. विनेश इतकी जबरदस्त जखमी झाली, की तिला उठून उभं राहता येत नव्हतं. ती जखमी अवस्थेत विव्हळत मैदानातच पडून राहिली. तातडीनं वैद्यकीय पथकाला बोलावण्यात आलं. पंचांनी थोडा वेळ वाट पाहिली; परंतु विनेश सामना खेळण्याच्या परिस्थितीत नसल्यामुळे अखेर सुन यानान हिला विजयी घोषित करण्यात आलं. विनेशचे जगभरातील पाठीराखे तिला वेदनांनी तळमळत

मैदानावर पडलेलं पाहून हताशपणे हळहळत होते. क्षणार्धात तिचं ऑलिम्पिक स्पर्धेत विजय मिळवण्याचं स्वप्न चक्काचूर झालं होतं. विनेशला स्ट्रेचरवरून बाहेर नेण्यात येत असताना तिच्याबरोबर सुन यानानसुद्धा चालत होती. तिच्या चेहऱ्यावर काळजी आणि विषाद स्पष्ट दिसत होता. कोणत्याही खेळाडूला या अशाप्रकारे विजय प्राप्त झालेला कसा रुचेल?

इकडे हजारो किलोमीटर अंतरावर विनेशचे प्रशिक्षक, तिला पित्यासमान असलेले महावीर सिंग फोगाट अत्यंत विदीर्ण मनानं टीव्हीच्या पडद्याकडे बघत बसले होते. आपल्या मुलींनी ऑलिम्पिक स्पर्धेतून सुवर्णपदक जिंकून आणावं हे त्यांचं स्वप्न त्यांच्या डोळ्यांदेखत भंग पावलं होतं. आता आणखी चार वर्षं, पुढच्या ऑलिम्पिक स्पर्धेपर्यंत वाट बघत थांबावं लागणार होतं. "गेली दोन वर्षं विनेशनं अत्यंत भरीव कामगिरी करून दाखवली होती. २०१४च्या राष्ट्रकुल क्रीडा स्पर्धेत आणि आशियाई क्रीडा स्पर्धेत तिनं पदकं जिंकून आणली होती. तशीच ती रिओच्या स्पर्धेतूनही जिंकूनच परत येईल अशी माझी खात्री होती; परंतु नशिबानं तिला साथ दिली नाही. तिकडे गेल्यावर हे असं काहीतरी घडेल, याची तर आम्ही कुणी स्वप्नातसुद्धा अपेक्षा केली नव्हती," महावीर सिंग फोगाट म्हणाले.

अजून बबिताच्या सामन्याची वेळ आली नव्हती. परंतु बबिताला विजय मिळणार नाही, याची जवळपास सर्वांनाच कल्पना होती, कारण नेमकी त्याच दिवशी ती तापानं फणफणली होती. परंतु तरीही फोगाट कुटुंबीयांनी त्या रात्री २.३० पर्यंत जागून साक्षी मलिकचा सामना पाहिला.

फोगाट कुटुंबीयांची निराश मनःस्थिती काही फार काळ टिकली नाही. साक्षी मलिक हिनं या स्पर्धेत ब्रॉन्झपदक पटकावलं. रिओ येथील क्रीडा स्पर्धेत भारताला मिळालेलं हे पहिलंच पदक होतं आणि ऑलिम्पिक क्रीडा स्पर्धांच्या महिला कुस्ती विभागातील हे पहिलंच पदक होतं. फोगाट कुटुंबीयांच्या चेहऱ्यावर स्मितहास्य पसरलं. "साक्षीचा सामना सुरू झाला आणि अजूनही आशेला जागा असल्याचं आमच्या

लक्षात आलं. साक्षीनं ब्रॉन्झपदक मिळवून विनेशच्या पराभवाचं दुःख काही प्रमाणात भरून काढलं. साक्षीनं सुंदर लढत दिली,'' महावीर सिंग म्हणाले, ''आता २०२०मध्ये टोकिओ येथे होणाऱ्या स्पर्धेची वाट पाहायची.''

दुसऱ्या दिवशी सकाळी झिमझिम पाऊस पडत होता. फोगाट भगिनींचा सराव परत चालू झाला होता. डोळ्यांत नवी स्वप्नं घेऊन त्यांचा प्रशिक्षक त्यांना धडे देत होता.

भाग १
सुरुवातीचे दिवस

शालेय जीवन

आपण एक नाणावलेला खेळाडू व्हावं ही महावीर सिंग फोगाट यांची अगदी बालपणापासूनची इच्छा होती.

मंडोला हे बलालीपासून अवघ्या पाच किलोमीटरवर असलेलं गाव आहे. बलालीपासून भिवानी जिल्ह्यातील चरखी दादरी नावाच्या शहराकडे निघाल्यावर वाटेत हे गाव लागतं. हे मंडोला गाव लीला राम या नामवंत कुस्तीगीराचं जन्मगाव. (भिवानी जिल्हा सुरुवातीच्या काळात पंजाब राज्याचा हिस्सा होता. १ नोव्हेंबर १९७६ रोजी तो हरियाणा राज्यात समाविष्ट करण्यात आला.) इ.स. १९५६मध्ये लीला राम हे ऑलिम्पिक्स क्रीडा स्पर्धेत सहभागी झाले. या भागातून ऑलिम्पिक्सपर्यंत जाऊन पोहोचणारे ते पहिलेच पहिलवान होते. ते भारतीय लष्करी सेवेत होते. १९५५ सालातील राष्ट्रीय कुस्ती स्पर्धेत लीला राम यांनी विजय मिळवला आणि पुढची दहा वर्षं तेच अग्रक्रमांकावर राहिले.

मंडोलाच्या दुसऱ्या बाजूला काही किलोमीटर अंतरावर समसपूर नावाचं गाव लागतं. आणखी एका विख्यात कुस्तीपटूचं हे जन्मगाव. ते कुस्तीवीर म्हणजे रुस्तम-ए-हिंद सज्जन सिंग. हे ८३ वर्षांचे असून, अजूनही त्याच गावात राहतात. त्यांनी तीन आशियाई सुवर्णपदकं तर जिंकली आहेतच, पण त्याचबरोबर १९७० सालच्या राष्ट्रकुल क्रीडा स्पर्धेतील रौप्यपदकाचे ते मानकरी आहेत. तसंच १९६० सालच्या ऑलिम्पिक्स स्पर्धेत ते सातव्या स्थानावर होते.

१९६० आणि ७०च्या दशकात राष्ट्रीय आणि आंतरराष्ट्रीय

दर्जाचे अनेक कुस्तीगीर भिवानी जिल्ह्यातून पुढे आले. त्यांच्यापैकी ही फक्त दोनच नावं इथं दिली आहेत. परंतु १९९०च्या दशकात मात्र कुस्तीपेक्षा कबड्डी या खेळाची लोकप्रियता वाढीस लागली. कबड्डीपटूंना लष्करात आणि लष्कराशी संबंधित इतर क्षेत्रांत नोकरी मिळणं सोपं झालं. बलालीलगत असलेलं एक जोडगाव आदमपूर-दादी हे कबड्डीचं केंद्र बनलं. त्यानंतरची कित्येक वर्षं दर वर्षीच्या राष्ट्रीय कबड्डी संघात एक तरी खेळाडू या गावातील असे.

त्या भागातील अनेक लहान मुलांप्रमाणेच छोट्या महावीरचासुद्धा कुस्ती आणि कबड्डी या दोन्ही खेळांकडे ओढा होता. परंतु अगदी लहान वयापासूनच महावीर सिंगला कबड्डीविषयी जास्त प्रेम होतं. शालेय स्तरावरील कबड्डी सामन्यांमध्ये त्यानं जिल्हा पातळीवर भरपूर प्रावीण्य मिळवलं. एक उत्तम खेळाडू असल्यामुळे साहजिकच तो शाळेत सर्व शिक्षकांचा लाडका होता. वर्गातील इतर विद्यार्थ्यांपेक्षा त्याला शाळेत चांगली वागणूक मिळे.

इयत्ता पाचवीपर्यंत महावीर सिंग अभ्यासात अत्यंत हुशार विद्यार्थी होता. त्याला त्याबद्दल शिष्यवृत्तीसुद्धा मिळाली होती. "शिष्यवृत्तीची रक्कम किती होती, ते मला आता नेमकं आठवत नाही. पण तरी ५१ रुपयांपेक्षा ती जास्त नव्हती, हे मात्र नक्की. मला वाटतं ३१ रुपये असतील. पण त्या काळात पुढच्या सहा महिन्यांसाठी हातखर्चाला तेवढे पैसे पुरेसे होते," महावीर सिंग सांगतात.

काही दिवसांनंतर लहान महावीरच्या आयुष्यात कबड्डीच्या खेळाला जास्त प्राधान्य मिळालं आणि अभ्यासात तो थोडा मागे पडू लागला. त्यात त्याला शाळासुद्धा बदलावी लागली; कारण त्याच्या गावची शाळा फक्त पाचव्या इयत्तेपर्यंतच होती. जवळच्या आदमपूर-दादी गावातील सरकारी शाळा आठवीपर्यंत असल्यानं महावीर आता त्या शाळेत जाऊ लागला. त्यापुढील शिक्षणासाठी मात्र त्याला तीन किलोमीटर अंतरावर असलेल्या झो झू कलान नावाच्या गावी जावं लागलं.

या शाळेत त्याला त्याच्या कबड्डी खेळातील प्रावीण्याची फार मदत झाली. कारण त्यांच्या शाळेच्या संघाला राष्ट्रीय विजेतेपद प्राप्त

झालं. महावीर या संघाचा चढाई करणारा खेळाडू (रेडर) होता. त्याचा या विजयात मोठा सहभाग होता. त्याच्या अंगच्या 'किलर इन्स्टिंक्ट' या गुणामुळे तो त्यांच्या शाळेचा, त्यातल्या विद्यार्थ्यांचा हीरो बनला. त्या पायलट हायस्कूल शाळेतील त्याचा एक सहाध्यायी त्याच्याविषयी बोलताना म्हणतो, "कधीकधी तर महावीर सिंग एखाद्या सामन्यात किती गुण प्राप्त करेल याविषयी आम्ही आपापसात बेटिंगसुद्धा करत असू." त्याच्या या सहाध्यायीचं नाव के. सी. शर्मा. सध्या ते हरियाणा राज्याच्या क्रीडा विभागात काम करतात.

"खरंतर महावीर सिंग आमच्या शाळेत नव्यानंच भरती झाला होता. पण थोड्याच दिवसांत आमच्याहून मोठ्या यत्तेत शिकणाऱ्या मुलांपेक्षाही तो अधिक लोकप्रिय बनला. तो आमचा मित्र असल्याचा एक फायदा म्हणजे आमच्याशी कुणीही भांडण उकरून काढायला धजत नसे. मी अभ्यासात खूप हुशार होतो. त्यामुळे मी माझं पूर्ण लक्ष अभ्यासावरच केंद्रित केलं पाहिजे, असं तो मला नेहमी सांगायचा," शर्मा म्हणाले.

महावीर सिंग जुन्या दिवसांविषयी बोलताना म्हणतात, "आमच्या भागाची देशी खेळांमधील उत्कृष्ट प्रावीण्याची फार समृद्ध अशी परंपरा आहे. त्यामुळेच या नवीन शाळेत मला लगेच लोकप्रियता मिळाली. सगळे शिक्षक मला ओळखू लागले."

"मी वर्ग चालू असताना कधीतरी झोपून जायचो. पण शिक्षक या गोष्टीकडे दुर्लक्ष करत. इतर विद्यार्थीसुद्धा मला कधी उठवत नसत. पहाटे उठून सराव आणि मेहनत केल्यामुळे मला वर्गात झोप लागते, याची त्यांना कल्पना होती," महावीर सिंग मोठ्यांदा हसत म्हणाले. त्यांनी पुढे असंही सांगितलं, की त्यांनी सुरुवातीच्या काळात गृहपाठ करण्याची कधीच टाळाटाळ केली नव्हती. शाळेतले शिक्षकही शिस्तीचे भोक्ते होते. "पण लवकरच मी त्यांचा लाडका झालो. माझ्या बाबतीत त्यांनी मवाळ धोरण स्वीकारलं. त्या वेळी मी वयानं तर लहानच होतो; त्यामुळे मीसुद्धा त्यांच्या या मवाळ धोरणाचा गैरफायदा घेऊ लागलो. हळूहळू माझं अभ्यासावरचं लक्ष पूर्ण उडालं आणि सर्व वेळ

मी फक्त कबड्डीसाठीच देऊ लागलो.''

परंतु शाळेच्या अभ्यासात एवढी घसरण होऊनसुद्धा महावीर सिंगला घरी कधी आई-वडील आणि वडील बंधू राजिंदर यांची बोलणी खावी लागली नाहीत.

"मला फक्त एकच व्यक्ती कधीतरी ओरडत असे, ती म्हणजे माझी आई. आणि त्याला कारण मी घरकामाच्या बाबतीत दाखवलेला आळशीपणा. कधीकधी ती मला गाई चरायला कुरणात नेण्यासारखी किरकोळ कामं सांगायची, आणि ती करण्यात जर मी टाळाटाळ केली, तर मात्र मला तिचा ओरडा खावा लागायचा. मी खरंतर सदासर्वदा माझ्या मित्रांशी कबड्डी खेळण्यात रंगून गेलेलो असायचो. त्यामुळेच आईनं सांगितलेली कामं करणं सपशेल विसरून जायचो," महावीर सिंग सांगतात. "माझी आई गावातल्या इतर अनेक स्त्रियांप्रमाणेच सरळ, साधी होती. आयुष्याकडून तिच्या काही फार अपेक्षा नव्हत्या. तिच्या आयुष्यात तिचं कुटुंब, हीच तिच्या दृष्टीनं सर्वांत महत्त्वाची बाब होती. ती स्वतः शाळा शिकलेलीच नव्हती. शिवाय त्या काळी खेड्यात राहणाऱ्या लोकांमध्ये एकंदरीतच शिक्षणाविषयी अनास्था होती. त्यामुळे आम्ही शाळेच्या अभ्यासात प्रगती केली काय किंवा अधोगती, तिला त्याचं काहीही सोयरसुतक नव्हतं. निदान आपली मुलं रोजच्या रोज शाळेला जातात, हेच तिच्या दृष्टीनं खूप होतं. पण घरातली कामं करण्याच्या बाबतीत मात्र ती कडक शिस्तीची होती. कुटुंबातील प्रत्येक घटकानं घरकामाला हातभार लावलाच पाहिजे, असं तिचं स्पष्ट मत होतं. त्याचमुळे मी आज पंचावन्न वर्षांचा असलो, द्रोणाचार्य पुरस्काराचा मानकरी असलो, तरीसुद्धा मी माझ्या शेतात स्वतः राबतो.''

परंतु कुटुंबाचं तुमच्यावर असलेलं प्रेम किंवा तरुण वयात तुम्हाला मिळालेली लोकप्रियता, यानं काही पोट भरू शकत नाही.

महावीर सिंग एका शेतकरी कुटुंबातले होते. उत्पन्नाचं साधन तुटपुंजं. जेमतेम आठ एकराच्या शेतातून सहा मुलं असलेल्या शेतकऱ्याच्या कुटुंबाचं पोट कसं काय भरणार? शेवटी महावीर सिंगपुढे एकच

पर्याय शिल्लक होता- सरकारी नोकरी मिळवून कुटुंबाला जमेल तसा हातभार लावायचा. आणि ती नोकरी मिळवण्यासाठी गरजेपुरतं शिक्षण घेणं भाग होतं.

त्या काळात गावात राहणाऱ्या माणसाला उच्चशिक्षण घेऊन त्या शिक्षणाच्या जोरावर भवितव्य घडवणं अजिबात सोपं नव्हतं. शिक्षण क्षेत्रात यश संपादन करण्याची इच्छा असलेल्या व्यक्तीला आपलं गाव सोडून शहरात जाऊन राहण्याशिवाय दुसरा पर्यायच नव्हता. कारण खेडेगावातल्या सरकारी शाळांमध्ये शिक्षणाच्या काही सुविधाच उपलब्ध नव्हत्या. उदाहरणच द्यायचं झालं, तर महावीर सिंग यांच्या शाळेत दहावीपर्यंतच्या वर्गात बसण्यासाठी साधे बाकसुद्धा नव्हते. (त्यांचं शिक्षण दहावीपर्यंतच झालं आहे!) त्यामुळे विद्यार्थ्यांना जमिनीवर बसावं लागे. हिवाळ्यात जमिनीवर सतरंज्या अंथरण्यात येत. "त्यामुळे स्वतःचं काही भवितव्य घडवायचं असेल, तर ते शिक्षणापेक्षा खेळावर लक्ष केंद्रित करूनच साध्य होणार होतं," महावीर सिंग म्हणतात.

काही दिवसांतच महावीर सिंग यांच्या सर्वांत मोठ्या भावाला- राजेंद्र सिंग याला- शेजारच्या राज्यातील (राजस्थान) सरकारी शाळेत शिक्षकाची नोकरी मिळाली. दुसरा भाऊ क्रिशन सिंग याला राज्य विद्युत मंडळात नोकरी मिळाली. साहजिकच महावीर सिंग यानंही अशी नोकरी मिळवावी यासाठी सगळीकडून त्याच्यावर दबाव येऊ लागला. म्हणजेच काहीही करून दहावीची शालान्त परीक्षा उत्तीर्ण होणं त्याच्या दृष्टीनं अत्यंत महत्त्वाचं बनलं. त्यानंतर सरकारी चतुर्थ श्रेणी कर्मचाऱ्याची नोकरी त्याला मिळू शकली असती.

परंतु हे सगळं होण्याआधीच परिस्थिती बदलून गेली. महावीर सिंगनं सातवीच्या वर्षात फारसा अभ्यास केलाच नव्हता. त्याचा बराचसा वेळ शेतात आणि राहिलेला वेळ मित्रांबरोबर खेळाच्या मैदानावरच जायचा. त्यामुळे सातवीची परीक्षा तो कशीबशी उत्तीर्ण झाला. त्यानंतर त्याचा मोठा भाऊ राजिंदर यानं त्याला राजस्थानातील चुरू जिल्ह्यात हनुसर या गावी असलेल्या सरकारी शाळेत घातलं. याच शाळेत तो स्वतः शिक्षक होता. त्यानं आता महावीर सिंगच्या

अभ्यासाकडे जातीनं लक्ष देण्यास सुरुवात केली.

"मी आठवी यत्तेत गेल्यावर माझ्या भावानं तो स्वतः ज्या शाळेत शिकवायचा, तिथंच मला घातलं. चुरू जिल्ह्यातील हनुसर या गावच्या शाळेत मी दाखल झालो. इथं मात्र मला वर्ग चालू असताना अभ्यासाकडे लक्ष द्यावं लागायचं. पण तिथंसुद्धा माझ्या खेळातील प्रावीण्यामुळे मी थोड्याच दिवसांत शिक्षकांचा लाडका बनलो," महावीर सिंग सांगतात.

या शाळेत असतानाच त्यांच्या जीवनात कुस्तीचं पर्व सुरू झालं. इथं कबड्डीव्यतिरिक्त महावीरनं आखाड्यात उतरून कुस्ती खेळण्यास आणि गावच्या कुस्त्यांच्या स्पर्धांमध्ये (यालाच दंगल असं म्हणतात) भाग घेण्यास सुरुवात केली. गावात कुस्ती बघण्यासाठी गोळा झालेले प्रेक्षक विजयी झालेल्या पहिलवानावर पैशांची खैरात करत. ही त्या काळची प्रथाच होती. महावीरच्या दृष्टीनं ही वरकड कमाई महत्त्वाची होती. त्यातून त्याचा वरखर्च भागत असे. केवळ त्यासाठी तो महिन्यातून अशा चार ते पाच 'दंगल'मध्ये भाग घ्यायचा. महावीर सिंग यांच्या जुन्या आठवणींनुसार १९७०मध्ये कुस्ती बघायला आलेल्या प्रेक्षकांकडून त्यांना चक्क १०१ रुपयांची बक्षिसी मिळाली होती. हा सामना चुरू जिल्ह्यातील मुमासर गावी झाला होता. "त्या रकमेतून माझ्या तब्बल दोन महिन्यांच्या वरखर्चाची सोय झाली. त्यानंतर पुढची पाच वर्षं सलग मी या मुमासरच्या सामन्यांत भाग घ्यायचो," ते सांगतात.

अशा रीतीनं महावीर सिंगनं अगदी अल्पकाळातच कुस्ती आणि कबड्डी या दोन्ही क्षेत्रांत बरंच नाव कमावलं. पण मुळात ज्या कारणासाठी त्याला त्याच्या भावानं इथं राजस्थानात आणलं होतं, ते मात्र बाजूलाच राहिलं. पुढे त्याच्या घरच्यांनी त्याला गावी परत बोलावून घेतलं.

भिवानीमध्ये त्याला त्याच्या जुन्याच शाळेत पुन्हा प्रवेश मिळाला. आता त्याच्याकडे इतरांना सांगण्यासारखं खूप काही होतं. तो मित्रांना कबड्डीमधील विजयाबरोबरच कुस्तीच्या फडात मिळवलेल्या विजयाच्या गोष्टी सांगायचा.

"मुळात मी जातीचा खेळाडू. त्यात माझी भली भक्कम शरीरयष्टी. त्यामुळेच कुणी माझ्या फंदात पडत नसे. त्याचप्रमाणे कुणी बाहेरच्या

शाळेतला विद्यार्थी आमच्या शाळेच्या विद्यार्थ्यांकडे वाकडा डोळा करून बघत नसे. कधी काही किरकोळ भांडणं झालीच, तर शाळेतली मुलं ती सोडवायला माझ्याकडे घेऊन येत. माझा शब्द नेहमी अखेरचा असे,'' महावीर सांगतात.

महावीर सिंग स्वतः कधीही गुंडगिरी किंवा अरेरावी करत हिंडत नसत. परंतु ते अत्यंत स्वाभिमानी होते. ते अशीच एक जुनी आठवण सांगतात, ''आम्ही शाळेत असताना कधीतरी आमचे शिक्षक आम्हाला त्यांच्या शेतात काम करायला लावत किंवा स्वतःच्या घरची चार कामं सांगत. आजही खेड्यापाड्यातल्या सरकारी शाळांमधील शिक्षक राजरोसपणे असं करताना दिसतात. आमच्या शाळेत एक कपूर मास्तर होते (ते आम्हाला गणित नाहीतर विज्ञान यांपैकी काहीतरी शिकवत. आता मला ते नीटसं आठवत नाही.) एक दिवस त्यांनी मला आणि माझ्या मित्रांना त्यांच्या घरी काहीतरी काम करण्यासाठी पाठवलं. मी मात्र काही न करता एका कोपऱ्यात बसून राहिलो. मास्तरांच्या बायकोच्या ते लक्षात आलं. तिनं ते बहुधा नंतर त्यांच्या कानावर घातलं असावं.

''त्या दिवसानंतर मास्तरांचं वागणंच बदललं. वर्गात अगदी लहानसहान कारणावरून ते माझी खरडपट्टी काढू लागले. त्या कारणांवरून याआधी कधीच ते मला ओरडले नव्हते. एक दिवस आम्ही सर्व विद्यार्थी शाळेच्या पटांगणावर सकाळच्या प्रार्थनासभेसाठी रांगेत उभे होतो. त्या वेळी आमचे मुख्याध्यापक आमच्या रांगेपाशी आले. हे कोण आहेत, असं कपूर मास्तरांनी मला विचारलं, 'ते आपल्या शाळेचे मुख्याध्यापक आहेत' मी अदबीनं म्हणालो. त्यावर कपूर मास्तरांनी माझ्या सरळ एक श्रीमुखात ठेवून दिली.''

महावीरला ती गोष्ट मुळीच सहन झाली नाही. ''त्या क्षणी माझ्या अंगात काय संचारलं, देव जाणे. पण मी सरळ त्यांची गचांडीच धरली. त्यांचं बखोट पकडून मी त्यांना गदागदा हलवलं. अखेर आमचे मुख्याध्यापक मध्ये पडल्यावर मी त्यांना सोडलं.''

पण एवढं सगळं घडूनसुद्धा महावीरला शाळेतून काढून टाकण्यात आलं नाही. ''खरं सांगायचं तर त्या प्रसंगानंतर मी दहावीची परीक्षा

देऊन शाळेतून बाहेर पडेपर्यंत कपूर मास्तर मला कधीही रागावले नाहीत. इतकंच नव्हे, तर त्यांनी इतर मुलांनाही आपली शेताची किंवा घरची कामं सांगणं थांबवलं.'' अर्थात महावीरला स्वतःच्या कृत्याचा पश्चात्ताप झालाच. ''मी स्वतः आता एक प्रशिक्षक आहे. विद्यार्थ्याने प्रशिक्षकाला मारण्याची कल्पनाच किती भयंकर आहे. पण त्याचबरोबर शिक्षकांनी जबाबदारीनं वागलं पाहिजे. आपल्या विद्यार्थ्यांच्या आदराला पात्र ठरण्यासाठी नीतिनियमांचं पालन केलं पाहिजे.''

या घटनेमुळं त्याच्या कबड्डीच्या खेळावर मुळीच परिणाम झाला नाही. त्यानं कुस्तीऐवजी सर्व लक्ष कबड्डीवरच केंद्रित केलं. १९७९ मध्ये सोनीपत येथे भरवण्यात आलेल्या राज्यस्तरीय स्पर्धेत त्यानं भिवानी जिल्ह्याच्या शाळांचं प्रतिनिधित्व केलं. परंतु प्रथम फेरीतच त्याच्या संघाचा पराभव झाला. याच वर्षी तो शालान्त परीक्षेलाही बसला, ''पण मला अभ्यासात काडीइतकाही रस नाही, याची माझ्या भावाला पूर्ण कल्पना होती. त्याचमुळे माझ्या शालान्त परीक्षेच्या निकालाची त्याला काळजी होती. तो या बाबतीत माझ्या वडिलांशी बोलला. माझे वडील मान सिंग हे कुस्तीपटू होते. मग भावानं व वडिलांनी पूर्ण विचाराअंती मला मास्तर चंदगी राम यांच्या आखाड्यात कुस्ती शिकायला पाठवण्याचा निर्णय घेतला. मीही कुस्तीगीर होण्यासाठी तालीम घ्यावी, असं त्यांनी ठरवलं,'' महावीर सिंग सांगतात.

''अर्थात हा निर्णय त्यांच्या कुस्तीवरील प्रेमामुळे घेण्यात आलेला नव्हता. महावीर सिंगला सरकारी नोकरी मिळवायची असेल, तर कुस्ती हा हुकमाचा एक्का आहे, असं त्या दोघांचं म्हणणं होतं.''

''माझ्या शालान्त परीक्षेचा निकाल लागण्यापूर्वीच मला दिल्लीला पाठवण्यात आलं. माझ्या भावाचा अंदाज खराच ठरला. मी दहावीच्या परीक्षेत अनुत्तीर्ण झालो,'' महावीर सिंग सांगतात.

त्यांचे जिवलग मित्र आणि सहाध्यायी के. सी. शर्मा, महावीर सिंग यांच्याबद्दल बोलताना म्हणतात, ''शाळेत असल्यापासून त्यानं स्वतःचा एक गुण जोपासलेला आहे. त्या गुणाबद्दल मला नेहमीच त्याचं कौतुक वाटत आलेलं आहे. तो गुण म्हणजे त्याचा कष्टाळूपणा.

तो नेहमी खडतर मेहनत करतो. कोणत्याही प्रकारचे शॉर्टकट्स तो घेत नाही. खरं म्हणजे शाळेत असताना तो सर्वच शिक्षकांचा आवडता होता. शिक्षक त्याच्या बाबतीत नेहमी भेदभाव करायचे. मुलांवरही त्याचा खूप प्रभाव होता. पण असं असूनसुद्धा त्यानं परीक्षेच्या वेळी कधीच खोटेपणा केला नाही. आपण उत्तीर्ण होणार नाही, हे माहीत असूनही त्यानं कधीच कॉपी केली नाही. खरं म्हणजे त्या काळात, विशेषतः सरकारी शाळेत परीक्षेच्या वेळी गडबड घोटाळा करणं अगदी सहज शक्य होतं. तो मार्ग त्यानं निवडला असता, तर तो दहावीची शालान्त परीक्षा अगदी आरामात उत्तीर्ण झाला असता. परंतु अशा प्रकारचा खोटेपणा करण्यापेक्षा अनुत्तीर्ण झालेलं बरं, असं त्याचं मत होतं.''

दिल्लीला गेल्यावर अगदी थोड्याच दिवसांत महावीर सिंग कामात पूर्णपणे व्यस्त झाला. ''मला परत शालान्त परीक्षेला बसण्याची संधीच मिळाली नाही. अर्थात मला तरी कुठे मनापासून पुन्हा परीक्षा द्यायची होती!'' महावीर सिंग हसून सांगतात.

दिल्लीमधली पुढची तीन वर्षं महावीर सिंगजींचं आयुष्य कुस्तीमय होऊन गेलं. आखाडा हेच त्यांचं जीवन बनलं.

आखाडा

दहावीच्या शालान्त परीक्षेतील अपयशानंतर महावीर सिंग कुस्तीकडे वळला खरा; पण त्याच्यापाशी एक मजबूत देहयष्टी सोडली तर या खेळासाठी लागणारी इतर कोणतीच पात्रता नव्हती. "कुस्ती तर आमच्या रक्तातच आहे. आमचे वडील मान सिंग हे त्यांच्या काळातले एक उत्तम कुस्तीगीर होते. लोक त्यांना 'बोगरा पहिलवान' म्हणून ओळखत. हरियाणवी भाषेत शक्ती किंवा ताकद दर्शवण्यासाठी हा वाक्प्रचार आहे. स्थानिक कुस्तीच्या सामन्यांमध्ये आमचे वडील लीला राम पहिलवानांसारख्या नामवंत कुस्तीगीरांशीसुद्धा अत्यंत जोमानं मुकाबला करत," असं राजिंदर सिंग म्हणतात.

कुस्तीपटूंना लष्करात तसंच लष्कराशी संबंधित इतर विभागांत नेहमी नोकरी मिळत असे. कुस्तीगीर लीला रामसुद्धा लष्करात भरती झाले. त्यानंतर त्यांचा खेळ फार वरच्या स्तरावर जाऊन पोचला. पुढे तर त्यांनी ऑलिम्पिक्स क्रीडा स्पर्धांमध्ये आपल्या देशाचं प्रतिनिधित्व केलं.

"परंतु माझे वडील मात्र खेड्यातच राहिले, त्यामुळे ते या क्षेत्रात मोठी मजल गाठू शकले नाहीत. त्यामुळे महावीरच्या बाबतीत हे असं होऊ द्यायचं नाही, असं आम्ही सर्वांनी ठरवलं. आम्ही त्याला एका गाजलेल्या आखाड्यात तालमीसाठी पाठवायचा निर्णय घेतला. शिवाय तो अभ्यासात फारच कच्चा असल्याचं आम्हाला माहीतच होतं. त्यामुळे त्याला आखाड्यात तालमीसाठी पाठवून दोन उद्दिष्टं साध्य झाली असती. एक तर आमच्या वडिलांना जे करता आलं नाही, ते

त्यानं करून दाखवलं असतं. दुसरं म्हणजे त्याला हमखास सरकारी नोकरी मिळाली असती,'' महावीर सिंग यांचे वडीलबंधू राजिंदर सिंग सांगतात. ते आता निवृत्त होऊन राजस्थानातील चुरू जिल्ह्यातील रतनगढ येथे स्थायिक झाले आहेत. त्या काळी त्या कुटुंबासमोर दोन पर्याय होते- एक म्हणजे मास्तर चंदगी राम यांचा आखाडा आणि दुसरा हनुमान आखाडा. हे दोन्ही आखाडे दिल्लीला होते. ''मग आम्ही मास्तर चंदगी राम यांच्याकडे जायचं ठरवलं. मी स्वतःच त्यांना भेटायला गेलो. त्यांनी होकार दिला. काही दिवसांनी मी महावीरला त्यांच्याकडे घेऊन गेलो आणि त्यांच्या आखाड्यात त्याला भरती केलं.''

महावीर वयानं तसा लहानच होता. अगदी बिनधास्त स्वभावाचा होता, त्यामुळे घर सोडून दिल्लीला जाऊन राहणं त्याला मुळीच जड गेलं नाही. नाहीतरी याआधी तो एक वर्षभर घर सोडून शिक्षणासाठी दूर राहिलाच होता.

महावीर म्हणतात, ''माझं एक तत्त्व आहे. ते मी आयुष्यभर पाळत आलो. फक्त वर्तमानात जगायचं. उद्या काय घडेल याची चिंता करायची नाही. त्यामुळे मी अगदी लहान असतानाच जेव्हा मला कुस्तीच्या प्रशिक्षणासाठी दिल्लीला पाठवणार असल्याचं माझ्या भावानं सांगितलं, तेव्हा मी अजिबात घाबरलो नाही. दुसऱ्याच दिवशी आम्ही बसनं दिल्लीला जायला निघालो.''

ते वर्ष होतं १९७९. महावीर आयुष्यात पहिल्यांदाच राजधानी पाहणार होता. ''आमच्या गावापासून दिल्लीपर्यंतचं १०० किलोमीटरचं अंतर काटायला बसला तीन तास लागले; पण ज्या खेड्यात मी वाढलो ते बलाली गाव आणि राजधानी दिल्ली या दोन्ही ठिकाणांमध्ये सांस्कृतिकदृष्ट्या जमीन-अस्मानाची तफावत होती. आता माझं भविष्य या राजधानीतच घडणार होतं. तशी मला मनातून थोडी धाकधूक वाटत होती. पण त्याचबरोबर मास्टरजींकडून कुस्ती शिकण्याची संधीपण मिळणार होती. केवढी मोठी सुवर्णसंधी होती ही.''

आजकाल प्रसारमाध्यमांच्या सुलभतेमुळे सगळं काही सोपं झालंय.

पण त्या काळी खेडेगावांमध्ये वर्तमानपत्रं उशिरा पोचत; केबल टीव्ही तर नव्हतेच. खरंतर सगळ्या बातम्या तोंडीच एकीकडून दुसरीकडे पोहोचायच्या. बलाली गाव भिवानीपासून ४५ किलोमीटर अंतरावर आहे. बलालीपासून सर्वांत जवळचं मोठं शहर म्हणजे चरखी दादरी. हेसुद्धा २० किलोमीटरवर आहे. त्यामुळे वर्तमानपत्र बलालीपर्यंत पोहोचायला वेळ लागत असे. गावात गरिबी इतकी होती की फारच थोड्या लोकांकडे टेलिव्हिजन संच होते. पण अर्थात कुस्तीसारख्या खेळाच्या बातम्या मात्र एकाकडून दुसऱ्याकडे अगदी झपाट्यानं पसरायच्या. खेड्यातील प्रत्येक मूल गामा पहिलावानांसारख्या उस्तादांच्या कामगिरीच्या गोष्टी ऐकतच लहानाचं मोठं होत असे. केसर, उदय चंद, लीला राम हेही त्या काळचे गाजलेले पहिलवान होते. मास्टर चंदगी राम यांच्या नावाचासुद्धा फार बोलबाला होता. महावीरच्या दृष्टीनं त्यांना भेटणं, त्यांच्या हाताखाली कुस्तीचे धडे गिरवणं, ही फार मोठी पर्वणी होती.

चंदगी राम हे खरंतर चित्रकला शिक्षक होते. त्यामुळेच त्यांना मास्टर ही उपाधी मिळाली. त्यांनी १९७० सालच्या आशियाई स्पर्धेत सुवर्णपदक प्राप्त केलं. पुढे त्यांनी दिल्लीच्या सिव्हिल लाइन्समध्ये असलेल्या आपल्या आखाड्यात कुस्तीचं प्रशिक्षण देण्यास सुरुवात केली. हा आखाडा म्हणजे या क्षेत्रात नाव कमावू पाहणाऱ्या तरुण कुस्तीवीरांचं आशास्थान होतं. हरियाणा, पंजाब आणि उत्तर प्रदेशातील इच्छुक तरुणांची इथं रीघ लागलेली असे. त्या साऱ्यांचं उद्दिष्टसुद्धा महावीरप्रमाणेच कुस्तीमध्ये नाव कमावून सरकारी नोकरी मिळवणं, हेच असे.

आखाड्यात सर्व प्रशिक्षणार्थी पहिलवानांना एकत्रच राहावं लागायचं आणि प्रशिक्षणही एकत्रितपणे चालायचं. या नवीन वातावरणाशी जुळवून घेणं सुरुवातीच्या काळात महावीर सिंगला जरा जड गेलं.

या आखाड्याची संस्कृती महावीरच्या गावच्या आखाड्यापेक्षा काही फार भिन्न नव्हती. तरीपण त्याला सुरुवातीला तिथं जरा अवघडल्यासारखं वाटायचं. गावच्या शाळेत सर्व शिक्षकांकडून महावीरचं नेहमी कोडकौतुक व्हायचं. शिवाय तो आजवर कधी वसतिगृहात

राहिलाच नव्हता. या वेळी पहिल्यांदाच घरदार सोडून, कुटुंबीयांपासून दूर या परक्या शहरात तो येऊन राहिला होता. इथं त्याच्या गावचं किंवा त्याच्या शेजारच्या दुसऱ्या गावच्या आखाड्यातून आलेलं असं कुणीच नव्हतं.

"पण एका पंधरवड्याच्या आत मी तिथं रुळलो," त्या काळाविषयी बोलत असताना महावीर सांगतात.

आखाड्यात दिवसाची सुरुवात पहाटे चारला होत असे. आधी दोन तास आखाड्यात मातीत कुस्ती, त्यानंतर शेकडो जोर, बैठका, गदा घेऊन कसरत. गदा अशासाठी की आजन्म ब्रह्मचारी देव हनुमान हे सर्वच भारतीय कुस्तीगीरांचं आराध्य दैवत असतं. पूर्वीच्या काळी आतासारखं जिममध्ये जाऊन वेट ट्रेनिंग करण्याची पद्धत नव्हती. त्यामुळे पहिलवानांना आखाड्यात गदा घेऊन कसरती करण्याची तालीम दिली जाई. अशा कसरतीमुळे बाहू आणि पाठीचे स्नायू मजबूत होतात, त्याचप्रमाणे शरीराची ताकद वाढते. पूर्वापार चालत आलेल्या या कसरत प्रकाराचं महत्त्व आजसुद्धा टिकून आहे आणि आधुनिक कुस्तीपटूच्या दैनंदिन सरावात आजही हे तंत्र वापरलं जातं.

अशा प्रकारची कसरत आणि कुस्तीतील डावपेचांचा सराव संपेपर्यंत दुपार होई. दुपार म्हणजे जेवणाची वेळ आणि त्यानंतर विश्रांती. परत संध्याकाळी आणखी तालीम, आणखी कसरत. खरंतर हा सगळा दिनक्रम खूप कष्टांचा होता. पण तरीही महावीर सिंगला तो आवडायचा, कारण इथं शाळा, अभ्यास, परीक्षा यांतलं काहीच नव्हतं.

"माझं अभ्यासावरचं मन कधी उडलं, पुस्तकं वाचण्यातली गोडी कधी निघून गेली, हे माझं मलाही कळलं नाही. मास्टर चंदगी राम यांच्या आखाड्यात मला खूप मजा यायची, याची दोन कारणं होती- एक तर इतक्या महान कुस्तीगीराच्या हाताखाली शिकण्याची संधी आणि दुसरं म्हणजे शाळा नाही," महावीर सिंग सांगतात, "लवकरच आमचा दोस्तांचा कंपू बनला. मग तर मी तिथं इतका जास्त रमून गेलो, की कधी दिल्लीहून घरी आलो, तरी तिथं मला

करमायचंच नाही. मी घरी मुक्कामाला थांबायचं सोडून त्याच दिवशीची बस पकडून दिल्लीला निघून यायचो- इतके आम्ही त्या आखाड्याशी एकरूप झालो होतो.''

आखाड्याच्या त्या विश्वात ब्रह्मचर्याचं महत्त्व खूप होतं. अर्थात महावीरला या गोष्टीचं काहीच वाटायचं नाही. ''आमच्या गावाकडे मुलीबाळींविषयी सर्वांच्याच मनात खूप आदरभाव असतो. शिवाय एक गोत्र असणाऱ्या कुटुंबांमध्ये विवाहसंबंध जोडण्यात येत नाही. इतकंच काय, पण त्याच गावची किंवा नात्यातली मुलगीसुद्धा कोणी करत नाही. आमच्या गावच्या शाळेत काय किंवा आखाड्यात काय, आमचा मुलींशी कधी दुरूनसुद्धा संबंध येत नसे, मुलींशी बोलण्याचा प्रसंगसुद्धा येत नसे. आमच्या घराविषयी बोलायचं, तर मला तीन वडीलभाऊ आणि दोन धाकटे भाऊच आहेत. बहीण एकही नाही. तशा चुलत बहिणी आहेत; पण आपल्याकडच्या मागासलेल्या खेड्यांमध्ये मुलं मुलींशी बोलतच नाहीत. लोक म्हणतात, शाळेत असताना मी गुंड होतो, वगैरे. पण मी काही कुठल्या मुलीची छेड काढली नाही, की पोरींच्या मागे लागलो नाही. मी कधीही कोणत्याही स्त्रीचा अनादर केला नाही.''

महावीरच्या जिवलग दोस्तांमधले सगळे साधारण त्याच्याच वयाचे होते. तेही हरियाणातूनच आलेले होते. त्यांपैकी एक म्हणजे सत्यव्रत काडियान. १९८८मध्ये सेऊल येथे झालेल्या ऑलिम्पिक्स क्रीडा स्पर्धेत यानं भारताचं प्रतिनिधित्व केलं. पुढे यानं स्वतःचा आखाडासुद्धा चालू केला. मेहर सिंग यानं रोहतक येथे आखाडा उघडला. या मेहर सिंगचा शिष्य संदीप तोमर याचा २०१६मध्ये रिओ येथे झालेल्या ऑलिम्पिक्समध्ये भारतीय संघात समावेश होता. याशिवाय आंतरराष्ट्रीय कुस्तीवीर वेद प्रकाश हाही महावीरच्या मित्रांपैकी एक. या सर्वांची मैत्री आजही तेवढीच दृढ आहे.

महावीर स्वतः मात्र त्याच्या या मित्रांच्या बरोबरीनं यशाचं शिखर गाठू शकला नाही. त्या संदर्भात बोलताना महावीर सिंगजी म्हणतात, ''माझ्या सर्व कुस्तीगीर मित्रांनी खूप नाव कमावलं. पण माझं लक्ष

तेव्हा फक्त सरकारी नोकरी मिळवण्याकडेच केंद्रित झालेलं होतं. त्यामुळेच मी कुस्तीच्या खेळात ती विशिष्ट उंची गाठू शकलो नाही. खरंतर प्रशिक्षण घेत असताना आमची सर्वांची पातळी समानच होती. मी त्याच वेळी डोळ्यापुढे मोठं ध्येय ठेवलं असतं, तर मीसुद्धा आंतरराष्ट्रीय पातळीवरचा कुस्तीगीर नक्कीच होऊ शकलो असतो.''

सुरुवातीच्या काळात आपला धाकटा भाऊ महावीर याची प्रगती कशी काय चालू आहे हे पाहण्यासाठी राजिंदर नियमितपणे आखाड्यात भेटीला येत असे. ''आम्ही कुटुंबीयांनी त्याच्या डोळ्यांपुढे सरकारी नोकरी मिळवण्याचं मर्यादित उद्दिष्ट ठेवल्यामुळेच कदाचित तो देशाचा प्रतिनिधी म्हणून आंतरराष्ट्रीय स्पर्धेत उतरू शकला नाही. परंतु तो एक उत्तम प्रशिक्षक बनला आणि त्यानं स्वतः मेहनत घेऊन आंतरराष्ट्रीय कुस्तीपटू तयार केले, याचा मला आनंद वाटतो,'' राजिंदर सिंग म्हणतात.

कधीकधी राजिंदरच्या कानावर जायचं, की आपल्या भावाचं- महावीरचं- कुस्तीकडे म्हणावं तसं लक्ष नाही, ''कधीतरी कबड्डीचा सामना बघायला जात असल्याचं सांगून तो आखाड्यातून निघून जायचा. त्यामुळेच त्याच्या बरोबरच्या इतर मित्रांवर मास्टरजींनी आपलं लक्ष जास्त केंद्रित केलं. 'तुम्ही अशा वागणुकीबद्दल महावीरला कधी शिक्षा का करत नाही?' असं मी मास्टरजींना विचारतही असे. पण मास्टरजी त्यावर नुसते हसत. त्यांचं असं म्हणणं होतं, की तो जरा मोठा झाला, की त्याला एका खेळावर सगळं लक्ष केंद्रित करून त्यासाठी मेहनत घेण्याचं महत्त्व आपोआप कळेल.''

नोकरीबद्दल बोलायचं, तर अनेक मुलं केवळ नोकरी मिळवणं एवढाच मुख्य हेतू मनात बाळगून कुस्ती शिकण्यासाठी येतात, याची मास्टरजींना कल्पना नव्हती असं नाही. आपल्याकडे शिकणाऱ्या मुलांना निदान खासगी नोकरी तरी मिळावी, यासाठी ते स्वतः प्रयत्न करत. अर्थात शेवटी प्रत्येकाचं अंतिम उद्दिष्ट सरकारी नोकरी मिळवणं हेच होतं. ''प्रत्येक कुस्तीपटूला आवश्यक ती आर्थिक मदत मिळवून देण्यासाठी मास्टरजी खूप धडपड करत. ते मोठमोठ्या उद्योजकांशी

बोलून आपल्या विद्यार्थ्यांना विद्यावेतन मिळवून देत. त्यांच्यातील काहींना सरकारी नोकरी मिळावी यासाठी ते कसोशीनं प्रयत्न करीत.''

महावीरच्या भावाला महावीरची फारच जास्त काळजी वाटत होती. पण त्यानं इतकी काळजी करण्याची गरज नव्हती. लवकरच महावीर आपल्या कुस्तीच्या तालमीकडे गंभीरपणे लक्ष देऊ लागला. आखाड्यात कुस्तीचं प्रशिक्षण घेणं हे तसं खर्चिक काम आहे; कारण कुस्तीगीराचा आहार फार महत्त्वाचा असतो.

कुस्तीच्या खेळामध्ये मजबूत शरीर, जोम, ताकद या गोष्टी अत्यावश्यक असल्यानं कुस्तीवीरांना समतोल आहार घेणं अत्यावश्यक असतं. प्रथिनं, कर्बोदकं आणि स्निग्ध पदार्थ यांचा आहारात रोजच योग्य प्रमाणात समावेश असला पाहिजे. पहिलवानाच्या आहारात रोज पाव किलो बदाम, दूध आणि तूप मुबलक प्रमाणात असावं लागतं. मास्टरजींच्या आखाड्यात प्रशिक्षणार्थींकडून कोणतंही शुल्क आकारण्यात येत नव्हतं. परंतु प्रशिक्षणार्थींना स्वतःच्या आहाराचा खर्च आणि दैनंदिन खर्चाची सोय स्वतःच करावी लागे.

सुरुवातीला महावीरचा हा खर्च राजिंदर करत असे. हळूहळू त्यातला थोडा भार महावीरनं उचलण्यास सुरुवात केली. त्यासाठी तो दिल्ली, हरियाणा, आणि उत्तर प्रदेशातील बाधपत या ठिकाणच्या कुस्तीच्या फडांमध्ये भाग घेऊन प्रत्येक सामन्यातून १०० ते २०० रुपये मिळवत असे.

''या सामन्यांमुळे मला वेगवेगळ्या राज्यांमध्ये जाण्याची संधी मिळाली. मी पंजाब, हरियाणा आणि हिमाचल प्रदेश येथील कुस्तीच्या सामन्यांबरोबर महाराष्ट्रातही कुस्ती स्पर्धेत भाग घेतला. मी महिन्यातून अशा सात ते आठ स्पर्धा खेळत होतो. अशा प्रकारे काही दिवसांनी मी माझ्यावर होणाऱ्या खर्चातला अर्धा भार उचलू लागलो. राहिलेला खर्च माझा मोठा भाऊ राजिंदर करत असे. राजिंदरनं माझ्यासाठी खूप काही केलं आहे. माझ्या आयुष्यावर त्याचा फार मोठा प्रभाव आहे.''

आता महावीर हळूहळू आखाड्यामध्ये, नव्या आयुष्यामध्ये रुळत

चालला होता. पण तरीही आयुष्य काही सोपं नव्हतं. मास्टरजी चंदगी राम जुन्या मतप्रणालीचे होते. ते गुरू-शिष्य परंपरेवर विश्वास ठेवणारे होते. त्यांच्या आखाड्यात प्रवेश मिळवण्यासाठी तिथल्या कडक शिस्तीचं पालन शिष्यानं केलं पाहिजे, हा निकष होता.

"मास्टरजींचा चित्रपट बघण्यास कडाडून विरोध असे," महावीर सिंगजींचे आखाड्यातील मित्र सत्यव्रत काडियान सांगतात, "अगदी सुटीच्या दिवशी किंवा विश्रांतीच्या काळातसुद्धा त्यांच्या विद्यार्थ्यांपैकी कुणी चित्रपट बघायला गेल्याचं मास्टरजींच्या कानावर गेलंच, तर मग त्याची काही खैर नसे. शिक्षा झालीच म्हणून समजा."

"महावीरनं आणि मी १९७९मध्ये एकदमच आखाड्यात प्रवेश घेतला. आम्ही एकाच खोलीत राहायचो. आम्ही कुस्त्यांच्या फडात सहभागी होण्यासाठीसुद्धा एकत्रच जायचो. महावीर कुस्तीचा खूप तळमळीनं, प्रामाणिकपणे सराव करायचा; पण कधीकधी घरी काहीतरी काम असल्याचं सांगून बुट्टी मारायचा," सत्यव्रत हसून सांगतात.

"त्या काळी मोबाइल फोन तर नव्हतेच, पण साधे लँडलाइन फोन तरी फार कुठं होते? त्यामुळे तो खरं सांगतोय का बहाणा करतोय हे मास्टरजींना कळण्याचा काहीच मार्ग नव्हता. सगळंच परस्पर विश्वासावर आधारित होतं. पण महावीर चित्रपट बघायला गेल्याचं एकदा मास्टरजींच्या कानावर आलं. झालं, त्याची शिक्षा म्हणून त्याला सर्वांच्या खोल्या साफ कराव्या लागल्या आणि आखाड्याच्या परिसरामधला एक कोपरा नांगरावा लागला."

त्या वेळी खरंच कुणाला तरी असं वाटलं असेल का, की एखाद्या चित्रपट निर्मात्याला महावीरच्या आयुष्यावर एखादा चित्रपट बनवावासा वाटेल? "एक वेळ वृत्तपत्रांना, अगदी परदेशी वार्ताहरांना मुलाखती देणंसुद्धा मी समजू शकतो; पण चक्क माझ्या आयुष्यावर चित्रपट? ही गोष्ट तर मी कधी स्वप्नातसुद्धा कल्पिली नसती. आणि नुसता माझ्या आयुष्यावर चित्रपट, एवढंच नाही; तर आमीर खानसारख्या सुपरस्टारनं या चित्रपटात भूमिका करावी?" दंगल चित्रपटाविषयी बोलताना महावीर सिंगजी म्हणतात. अत्यंत प्रतिकूल परिस्थितीत

आपल्या मुलींना कुस्ती शिकवून आंतरराष्ट्रीय पातळीच्या कुस्तीपटू बनवण्यासाठी महावीर सिंग यांनी दिलेल्या लढ्याची कहाणी या चित्रपटात चित्रित करण्यात आली आहे. अखेर त्या मुलींनी कसा विजय प्राप्त केला, हेही त्यात दाखवण्यात आलं आहे.

खरंतर महावीर सिंगनं १९७९मध्ये आयुष्यात पहिल्यांदा चित्रपट पाहिला. शालान्त परीक्षेचा निकाल लागण्याच्या थोडे दिवस आधी. "त्या चित्रपटाचं नाव होतं 'पराया धन'. त्यात तेव्हाची सर्वांत लोकप्रिय जोडी, धर्मेंद्र व हेमामालिनी यांच्या प्रमुख भूमिका होत्या. मी धर्मेंद्रजींचा चाहता असल्यामुळे मी आणि माझे मित्र मुद्दामच हा चित्रपट पाहण्यासाठी चरखी दादरीला गेलो होतो. मला तर अजून त्या चित्रपटगृहाचं नावसुद्धा आठवतं – पूरन," ते जुन्या आठवणी काढताना सांगतात.

आखाड्यात त्या दिवशी शिक्षा भोगल्यावर मात्र महावीर सिंगनं तिथं असेपर्यंत परत कधी चित्रपटाला जाण्याचं धाडस केलं नाही.

महावीर सिंगजी सांगतात, "मला शाळेत असल्यापासूनच खेळांची आवड होती. पण मला शिस्तीचं वावडं होतं. मास्टर चंदगी राम यांच्या आखाड्यात जवळपास तीन वर्षं कुस्तीचं प्रशिक्षण घेतल्यावर मात्र माझा त्या खेळाकडे पाहण्याचा दृष्टिकोनच बदलून गेला; इतकंच नव्हे तर संपूर्ण आयुष्याकडे पाहण्याचा दृष्टिकोन बदलला. माझ्या स्वतःच्या मुलींना जेव्हा मी या खेळाची ओळख करून दिली, तेव्हासुद्धा शिस्तीच्या बाबतीत मी कधीही तडजोड केली नाही. आता आमच्या घरच्या सहाच्या सहा मुली (माझ्या स्वतःच्या चार मुली आणि दोन माझ्या पुतण्या) आंतरराष्ट्रीय खेळाडू आहेत. त्यांतल्या तीन ऑलिम्पिक्स क्रीडा स्पर्धेत सहभागी झाल्या. त्या सर्व जणी शिस्तीच्या भोक्त्या आहेत. प्रशिक्षण आणि सराव या बाबतीत माझ्या त्यांच्याकडून काय अपेक्षा आहेत, याची त्यांना पूर्ण कल्पना आहे."

मास्टर चंदगी राम यांचं २०१०मध्ये निधन झालं. पण त्यांच्यात आणि महावीर सिंगजींमध्ये एका बाबतीत साधर्म्य आहे. भारतात महिला कुस्ती स्पर्धांचा पायंडा सर्वप्रथम चंदगी राम यांनी पाडला. १९९०च्या दशकात त्यांनी आपल्या दोन्ही मुली, सोनिका आणि

दीपिका कालिरामन यांना, आजवर केवळ पुरुषांचं वर्चस्व असणाऱ्या या कुस्तीच्या खेळात आणलं. सोनिका ही अत्युच्च मानाचा भारतकेसरी हा पुरस्कार मिळवणारी पहिली महिला ठरली. २००६मध्ये दोहा येथे झालेल्या आशियाई क्रीडा स्पर्धांमध्ये भारतीय संघामध्ये तिचा समावेश होता. मास्टरजींचे शिष्य महावीर सिंग यांनी आपल्या गुरूंची ही परंपरा पुढे नेली आणि आपल्या मुली आणि पुतण्यांच्या मदतीने भारतातील महिला कुस्ती या खेळाला एका वेगळ्याच उंचीवर नेलं. त्यांच्याच हाताखाली तयार झालेल्या त्यांच्या मुली आणि पुतण्या या खेळाच्या स्टार बनल्या.

नवी दिल्ली येथे २०१०मध्ये संपन्न झालेल्या राष्ट्रकुल क्रीडा स्पर्धांमध्ये भारतीय महिलांचं बरंच वर्चस्व दिसून आलं. या स्पर्धा सुरू होण्यास केवळ चार महिने राहिले असताना मास्टर चंदगी राम यांचं निधन झालं. या स्पर्धेत भारतानं सहा पदकं जिंकली, त्यात तीन सुवर्णपदकं होती. त्यानंतर दोन वर्षांनी लंडन येथे झालेल्या ऑलिम्पिक स्पर्धेत सहभागी होऊन महावीर सिंग यांची मुलगी गीता कुमारी ही ऑलिम्पिक्समध्ये सहभागी होणारी पहिली भारतीय महिला ठरली.

महावीर सिंग आपल्या गुरूंविषयी बोलताना म्हणतात, "२००० सालानंतर मी आमच्या कुटुंबातील मुलींना कुस्तीच्या खेळामध्ये आणलं. त्यानंतर जेव्हा कधी मास्टरजींना भेटायची वेळ येई, त्या प्रत्येक वेळी ते माझ्याकडे मुलींच्या प्रशिक्षणाची, त्यांच्या प्रगतीची चौकशी करत. खेडोपाडी खास महिलांच्या कुस्ती स्पर्धा आयोजित करून हा खेळ सर्वत्र लोकप्रिय करण्यासाठी त्यांनीच मला प्रोत्साहन दिलं."

तरुण महावीरनं आखाड्यातील तीन वर्षांचं प्रशिक्षण पूर्ण केल्यावर ६० किलोच्या गटात आसपासच्या कुस्ती सामन्यांच्या वर्तुळात चांगलं नाव कमावलं. १९८२मध्ये त्याचा भाऊ क्रिशन याच्याकडून त्याला हरियाणा राज्य विद्युत मंडळाच्या स्पोर्ट्स कोट्यातून दिल्या जाणाऱ्या नोकरीविषयी कळलं. (क्रिशन तेथेच कामाला होता.)

"सोनीपत येथे झालेल्या चाचणीतून माझी निवड झाली. माझ्या नोकरीचं समजताच माझ्या वडिलांना फार आनंद झाला. मला त्यांनी

आखाड्यात ज्या उद्दिष्टानं पाठवलं होतं, ते उद्दिष्ट पूर्ण झालं होतं. आता नोकरी सांभाळून मला माझ्या कुस्तीच्या खेळातही प्रगती करता येईल, अशी त्यांना आशा वाटत होती,'' महावीर सिंग म्हणतात.

महावीरची नोकरी यमुनानगरला सुरू झाली. त्याला महिना ६२५ रुपये पगार मिळू लागला. "पगार तसा बरा होता. त्यात माझा महिन्याचा खर्च आरामात भागत होता,'' ते म्हणतात.

"अर्थात त्या वेळी मी एकटाच होतो. लग्न झालेलं नव्हतं. माझा खर्च असा काय असणार?'' ते हसून सांगतात.

अशा रीतीनं महावीरचं नवं आयुष्य सुरू झालं. कुस्तीच्या क्षेत्रात एक नवीन उंची गाठण्याची सुरुवात येथूनच झाली.

आयुष्य घडवणारा सामना

१९८२मध्ये महावीर सिंगची हरियाणा राज्य विद्युत मंडळातली नोकरी सुरू झाली. त्याचं पहिलं पोस्टिंग यमुनानगर येथील खिजराबाद औष्णिक विद्युत केंद्रामध्ये होतं. त्याचा भाऊ क्रिशनसुद्धा याच ठिकाणी होता.

त्या काळी राज्य सरकारच्या विभागांपैकी केवळ विद्युत मंडळानंच कुस्तीगीरांना नोकरीत घेतलं होतं. महावीरच्या बरोबरीनं इतरही काही कुस्तीगीरांची निवड झाली होती व सर्वांचं पोस्टिंग एकत्रितपणे याच ठिकाणी करण्यात आलं होतं. या सर्व माणसांना स्पोर्ट्स कोटामधून नोकरी देण्यात आलेली असल्यानं त्यांना फारसं काम पडत नसे. त्यांनी नियमित सराव करावा व आपल्या खेळावर लक्ष केंद्रित करावं, असंच त्यांना सांगण्यात आलं होतं.

"माझा मोठा भाऊ क्रिशन तिथंच नोकरीला होता. त्याला मंडळाच्या वसाहतीत राहायला जागासुद्धा मिळाली होती, त्यामुळे मीही त्याच्याच सोबत राहू लागलो. माझ्यासारखेच आणखी चार-पाच पहिलवान तिथं असल्यामुळे आम्ही आमचा आखाडा कॉलनीतच बनवला," महावीर सिंग सांगतात.

"आमच्यापैकी चौघं- माझा भाऊसुद्धा त्यातच- आमच्याच बलाली गावचे होते. आणखी एक जण बलालीच्या शेजारच्या आदमपूर गावातला होता. आम्ही सगळे एकाच क्वार्टरमध्ये राहायचो. क्वार्टर नंबर ८६. आमचा 'क्वार्टर नंबर छियासी' अख्ख्या कॉलनीत फेमस होता," महावीर सिंगजींना त्या आठवणीनं हसू फुटतं.

आत्तासुद्धा त्याचं मुख्य ध्येय कुस्ती हेच असल्यामुळे त्याचा

दिनक्रम इथंही पूर्वीसारखाच, म्हणजे मास्टरजींच्या आखाड्यासारखाच होता. इथंही त्याचा दिवस भल्या पहाटेच सुरू होई आणि सलग तीन ते चार तास सराव चाले. संध्याकाळीसुद्धा अशाच प्रकारे सराव होत असे. फक्त एका बाबतीत मोठाच फरक होता- त्या भागात कुस्त्यांचे फड नव्हते, सामने भरत नव्हते. एकंदरीतच कुस्तीची संस्कृती येथे नव्हती. पण ही पहिलवान मंडळी मात्र नित्यनेमानं आखाड्यात सराव करायची. ते पाहून आजूबाजूच्या लोकांना गंमत वाटायची. खरंतर हे सगळे चतुर्थ श्रेणीचे कर्मचारी. पण अगदी वरिष्ठ अधिकाऱ्यांपासून सर्वांनाच त्यांच्याविषयी आदर वाटायचा.

याही ठिकाणी महावीर आसपासच्या सात-आठ 'दंगल' म्हणजेच कुस्त्यांच्या स्पर्धेत भाग घेऊन पैसे कमवायचा. "एका सामन्यात विजयी झाल्याबद्दल मला तब्बल ५०० रुपये मिळाले होते. आजवर मिळालेली ती सर्वांत मोठी रक्कम होती. बक्षिसाच्या रकमेशिवाय जमलेले प्रेक्षकसुद्धा राजीखुशीनं रोख रकमेची बक्षिसी देत. त्यातूनसुद्धा ११००-१२०० रुपये जमा व्हायचे. आजही खेड्यापाड्यांमध्ये अशा प्रकारे बक्षिसी देण्याची प्रथा आहे. एकदा मला एका दिवसात १६०० रुपयांची कमाई झाली होती. ती रक्कम माझ्या तीन महिन्यांच्या पगारापेक्षाही थोडी जास्तच होती."

अशा प्रकारे नोकरीच्या माध्यमातून महावीर या कुस्तीच्या खेळाशी संबंधित असल्याचा आणखी एक परिणाम झाला. दिल्लीमध्ये मास्टरजींच्या आखाड्यात तालीम घेत असताना महावीर केवळ आजूबाजूच्या स्थानिक स्पर्धांमध्येच भाग घेत असे. कुस्तीच्या मोठ्या चुरशीच्या स्पर्धांपासून तो लांबच राहत असे. परंतु आता हरियाणा राज्य विद्युत मंडळात नोकरी करू लागल्यामुळे त्याला मंडळानं आयोजित केलेल्या सामन्यांमध्ये, त्याचप्रमाणे इतर खुल्या स्पर्धांमध्ये भाग घेण्याची संधी मिळू लागली.

उदाहरणार्थ, हरियाणा राज्य विद्युत मंडळाची नोकरी त्यानं ज्या वर्षी धरली, त्याच वर्षी त्याला पहिल्यांदाच हरियाणा राज्यस्तरीय विजेतेपदाच्या स्पर्धांमध्ये भाग घेता आला. तो चंदगी राम यांच्या हाताखाली त्यांच्या आखाड्यात तयार झालेला असल्यामुळे हे विजेतेपद त्यानं अगदी

सहज पटकावलं. त्यानंतर महाराष्ट्रात झालेल्या राष्ट्रीय पातळीवरील स्पर्धेत त्यानं हरियाणा राज्याचं प्रतिनिधित्व केलं. अर्थात त्याला जरी तिथं पदक मिळालं नसलं तरीसुद्धा पुढील आयुष्यात त्याला या अनुभवाचा खूप फायदा झाला. २०००मध्ये जेव्हा त्यानं आपल्या मुलींना प्रशिक्षण देण्यास सुरुवात केली, तेव्हा या स्पर्धेचा अनुभव कामी आला.

"पूर्वी मला फक्त स्थानिक दंगलमध्ये भाग घेण्याचा अनुभव होता. त्या सामन्यांत वेळेचं बंधन नसायचं. फक्त आपल्या प्रतिस्पर्ध्याला चीतपट करून त्याचे दोन्ही खांदे व पाठ जमिनीला टेकवली की झालं. मग ते करण्यासाठी किती वेळ लागला, हे काही महत्त्वाचं नसायचं," महावीर सिंगजी स्पष्ट करून सांगतात, "कधीकधी तर पहिलीच फेरी चांगली अर्धा तास नाहीतर एक तास चालायची! परंतु खऱ्या कुस्ती स्पर्धेत मात्र वेळाचं बंधन असतं आणि प्रत्येक फेरीसाठी स्पर्धकाला गुण दिले जातात. या नव्या पद्धतीमध्ये रुळायला मला थोडा वेळ लागला."

गावाकडे खेळल्या जाणाऱ्या कुस्तीच्या लढतीत तुम्ही प्रतिस्पर्ध्याचे दोन्ही खांदे दाबून त्याची पाठ जमिनीला किमान दोन सेकंद जरी खिळवून ठेवली- यालाच 'पिनकॉल' असं म्हणतात- तरी तुम्हाला विजयी घोषित करण्यात येतं. शिवाय स्थानिक दंगलमध्ये वेळेचं काहीच बंधन नसल्यामुळे एका स्पर्धकानं आपल्या प्रतिस्पर्ध्याला अशा प्रकारे चीतपट करेपर्यंत हा सामना चालूच राहतो. कधीकधी तर हा सामना कित्येक तास सुरू राहतो.

परंतु असा सामना चालू ठेवण्यात अनेक अडचणी येऊ शकतात. त्यामुळे अलीकडे स्थानिक दंगलमध्येसुद्धा दोन्ही स्पर्धकांवर वेळेचं बंधन घालण्याची आणि प्रत्येक फेरीसाठी त्यांना गुण देण्याची ही पद्धत अवलंबण्यात येऊ लागली आहे. आजकाल स्पर्धकाला आपल्या प्रतिस्पर्ध्याला चीतपट करण्यासाठी ठरावीक वेळ दिला जातो. पण दिलेल्या वेळात कुणीच कुणाला चीतपट केलं नाही, तर मग आधुनिक पद्धतीनुसार दोघांना गुण देण्यात येतात. त्यासाठी आखाड्यात एक पंच किंवा अनेक जज्ज उपस्थित असतात. मग कुस्तीच्या तंत्रानुसार स्पर्धकाचा खेळ किती बिनचूक आहे, त्यानुसार गुण दिले जातात. जर

स्पर्धकानं प्रतिस्पर्ध्याला उचलून जमिनीवर फेकलं, तर दोन गुण. स्पर्धकाला मॅटच्या (सामन्याच्या आखाड्यात आलेल्या मर्यादेच्या) बाहेर ढकलल्यास एक गुण. जर अशा प्रकारे स्पर्धकाला एका फेरीत दहा गुणांचं गुणाधिक्य मिळालं तर त्याला 'टेक्निकल सुपिरिऑरिटी'च्या आधारावर विजयी घोषित केलं जातं. मोठ्या गाजलेल्या स्पर्धांमध्ये स्पर्धकांना तीन फेऱ्यांमध्ये खेळावं लागतं. प्रत्येक फेरीला वेळ नेमून दिलेला असतो- प्रत्येक फेरी दोन मिनिटांची असते.

मास्टर चंदगी राम यांच्या हाताखाली त्यांच्याच आखाड्यात तयार झालेल्या महावीरला या आधुनिक गुणाधारित पद्धतीशी जुळवून घेणं फारसं जड गेलं नाही. केवळ एकाच वर्षात विद्युत मंडळाच्या संघातील तो सर्वोत्कृष्ट खेळाडू बनला. हा संघ राज्यात सर्वोत्कृष्ट मानला जाई.

१९८३ सालच्या शेवटच्या तिमाहीमध्ये चंदीगडमध्ये संपन्न होणाऱ्या स्पर्धेत भाग घेणाऱ्या औष्णिक विद्युत केंद्राच्या संघामध्ये महावीरची निवड झाली.

६० किलो गटातील शेवटची चुरशीची लढत महावीर आणि कैथल जिल्ह्यांतून आलेल्या भोम पहिलवानामध्ये झाली. या लढतीमध्ये महावीरची सरशी होणार अशी चिन्हं दिसत होती. भारतीय कुस्तीच्या खेळात एक 'जनेयू डाव' नावाचं तंत्र असतं. यात स्पर्धक आपल्या प्रतिस्पर्ध्याचे खांदे व पाठ पकडून त्याला आपल्या मिठीत पकडतो आणि त्याला सुटण्याची संधीच देत नाही. तर अशाच पद्धतीनं महावीरनं भोम याला घट्ट पकडून ठेवलं होतं.

"पण अचानक, शेवटच्या काही सेकंदात माझा हात सटकला. पुढे काय झालं ते मला कळलंच नाही. खरंतर भोम पहिलवान आता पूर्णपणे माझ्या ताब्यात होता आणि मी त्याला उचलून फेकण्याच्या तयारीत होतो. पण त्याला उचलल्यानंतर कशी कोण जाणे, माझी पकड सैल पडली आणि मी खाली पडलो. त्याच क्षणी त्यानं माझा ताबा घेतला," त्या सामन्याबद्दल बोलत असताना महावीर सिंग सांगतात. अशा रीतीनं महावीरच्या अगदी हातातोंडाशी आलेला तो बहुमान त्याच्या हातून निसटून गेला.

हा पराभव त्याच्या मनाला फार लागला. खरंतर त्याला त्याचं अतीव दुःख झालं, अगदी प्रमाणाबाहेर दुःख झालं.

"तुम्हाला जर एकापाठोपाठ एक सलग स्पर्धांमधून खेळायची सवय असली, तर मग अशा एखाद्या पराभवाचं काही वाटत नाही. खेळ म्हटलं की, कधी जय कधी पराजय ठरलेलाच. सर्व खेळाडूंना लहानपणापासून त्याची सवय असते. परंतु हा पराभव मात्र मी पचवू शकलो नाही. नंतरचे काही दिवस मी अगदीच अबोल झालो, एकटा एकटा राहू लागलो. एक दिवस अचानक डोक्यात सणक येऊन मी ती नोकरी आणि कुस्तीचा खेळ, या दोन्ही गोष्टींना रामराम ठोकायचं ठरवलं," महावीर सिंगजी सांगतात.

त्यानंतर मी विद्युत मंडळाच्या कोणत्याही स्पर्धेत भाग घेतला नाही. परंतु कुस्ती तर आम्हा कुटुंबीयांच्या रक्तातच होती. त्यामुळे मी नियमित कसरत आणि सराव मात्र सोडला नाही. किंवा तुम्ही असं म्हणा हवं तर, की मी शरीरयष्टी तंदुरुस्त राखण्यासाठी योग्य तो व्यायाम करत होतो. कसरत तर आता माझ्या जीवनाचा एक अविभाज्य हिस्साच बनली होती. परंतु येत्या सहा महिन्यांत नोकरी सोडायची, असं मी मनाशी ठरवून टाकलं.

१९८४ सालच्या ऑगस्ट महिन्यात महावीरची यमुनानगरहून दादूपूरला बदली झाली. त्याला नोकरीचा राजीनामा देण्यासाठी आयतं कारणच मिळालं.

त्या वेळचे आमचे सबडिव्हिजनल ऑफिसर मिस्टर गुलिआ यांनी मला असं सांगितलं, की आमचे डायरेक्टर मिस्टर भगत यांनी माझ्या बदलीची ऑर्डर दिली होती. मिस्टर गुलिया यांनी मला माझं नेमलेलं काम आता नीट शिकून घेण्यास सांगितलं. नोकरीच्या नव्या ठिकाणी, दादूपूर येथे मला ऑफिसात बसून इतर कर्मचाऱ्यांसारखं काम करावं लागणार होतं. त्यामुळे यमुनानगरमधले जे काही दिवस शिल्लक राहिले होते, त्या काळात मी काम शिकून घ्यावं, असं त्यांचं म्हणणं होतं. मी गेली दोन वर्षं यमुनानगरमध्ये सरकारी नोकरीत होतो; पण माझी निवड स्पोर्ट्स कोट्यातून झालेली असल्यानं, मला

कुणीही कधीच काम करायला लावलं नव्हतं. त्यामुळेच मी कामाचं पद्धतशीर शिक्षण घेण्यात कधीच रस दाखवला नव्हता. 'वर्कचार्ज'वर असलेल्या कर्मचाऱ्याला नक्की काय काम करावं लागतं, याची तर मला काहीच कल्पना नव्हती. त्यामुळे मी एस.डी.ओ. साहेबांना म्हणालो, "इथं मला काम करावं लागणार असेल, तर त्यापेक्षा स्वतःच्या गावी जाऊन मी शेतात राबणं पसंत करीन." मी दुसऱ्या दिवशी तडकाफडकी नोकरीचा राजीनामा दिला. सर्व औपचारिकता पूर्ण करून तडक माझ्या गावचा रस्ता पकडला," महावीर सांगतात. आम्ही बलाली गावातल्या त्यांच्या घरी बसलेलो असतो. महावीर सिंग हातातला हुक्का शेजारी बसलेल्या गावकऱ्याच्या हातात ठेवतात.

ही हुक्का बैठक महावीर सिंग यांची खास आवडती. महावीर सिंग यांनी कुस्तीच्या जगतात बरंच नाव कमावलं. गावच्या राजकारणातही ते उतरले होते. शिवाय त्यांनी आपल्या मुलींना कुस्तीच्या खेळात स्वतः तयार करून पुढे आणलं. या सगळ्याच कारणांमुळे महावीर सिंगजींचा सहवास गावकऱ्यांना हवाहवासा वाटतो. दररोज निदान पाच-सहा तरी गावकरी त्यांच्या या हुक्का बैठकीला हजेरी लावतातच. खेडेगावामध्ये साधारण घराच्या पडवीत अशा प्रकारची बैठक भरलेली दिसते. घरच्या स्त्रिया मात्र आतील भागात काम करत असतात.

पण तरुण महावीरनं अशा क्षुल्लक कारणासाठी तडकाफडकी नोकरी सोडून घरी यावं, हे त्याच्या वडिलांना मुळीच रुचलं नाही. त्यांनी महावीरची कडक शब्दांत कानउघडणी करून त्याला लगेच दुसरी सरकारी नोकरी शोधण्याचा सल्ला दिला.

"दंगलमध्ये भाग घेऊन मिळवलेल्या बक्षिशीच्या रकमेवर जास्त काळ उदरनिर्वाह करणं मला शक्य होणार नाही, याची माझ्या वडिलांना पूर्ण कल्पना होती. त्या काळात स्पर्धेसाठी ठेवण्यात आलेल्या बक्षिसाची रक्कमही काही फार मोठी नसे. शिवाय कुस्ती म्हणजे तरुण लोकांचा खेळ. इथं लोक सरकारी नोकरी मिळवण्यासाठी काय काय दिव्यं करतात, राजकारणी नेत्यांचा वशिला लावतात, पैसे चारतात आणि मी हातात असलेली सोन्यासारखी नोकरी खुशाल सोडून दिली,

हे वडिलांना अजिबात आवडलं नाही,'' महावीर सिंग सांगतात.

''एका अर्थी माझ्या वडिलांचंही बरोबर होतं. वाटणीनंतर त्यांच्या वाट्याला केवळ आठ एकर वडिलोपार्जित शेती आली होती. एका छोट्याशा कुटुंबाला उदरनिर्वाहासाठी ती पुरेशी असली तरी माझ्या वडिलांना सहा मुलं. पुढे त्यांच्या सहा संसारांत ती शेती विभागली गेली, तर सगळ्यांचं पोट कसं भरणार, ही चिंता त्यांना भेडसावत होती. शिवाय सरकारी नोकरीमध्ये मला माझ्या कुस्तीच्या खेळातही पुष्कळ प्रगती करण्याची संधी मिळेल, असं त्यांना वाटत होतं. त्यांच्या या अशा आग्रही वृत्तीमुळेच आम्ही सर्व भावंडांनी सरकारी नोकऱ्या मिळवल्या.''

हरियाणा राज्य विद्युत मंडळाची नोकरी सोडल्यानंतर अवघ्या एकाच आठवड्यात घरच्या ओळखीतून महावीरला सीमा सुरक्षा दलात नोकरी लागली. ''तिथले कमांडंट धरम प्रकाश हे शेजारच्याच गावचे होते. शिवाय त्यांना माझ्या कुस्ती क्षेत्रातील कामगिरीविषयी माहीत होतं. माझ्या घरचे त्यांच्याशी नोकरीविषयी बोलल्यावर त्यांनी मला सीमा सुरक्षा दलात भरती करून घेतलं. लगेच मला दोन आठवड्यांच्या ट्रेनिंगसाठी दिल्लीला पाठवण्यात आलं. तिथून मी हजारीबाग़ला गेलो. त्या वेळी हजारीबाग बिहार राज्यात होतं. आता ते झारखंडमध्ये आहे,'' महावीर सिंग सांगतात.

इथंसुद्धा महावीरचा स्वभाव आड आला. सीमा सुरक्षा दलात नव्यानंच भरती झालेल्यांना नेहमी कष्टांची कामं दिली जातात. उदाहरणार्थ, पटांगणाची सफाई, झाडू मारणं इत्यादी. ''मी पुन्हा हाच विचार केला, की ही असली कष्टांचीच कामं जर करायची असतील, तर ती इथं राहून कशाला? त्यापेक्षा सरळ घरच्या शेतात राबलेलं काय वाईट?'' महावीर सिंग त्या दिवसांबद्दल बोलताना म्हणतात.

महावीर पुन्हा एकदा सीमा सुरक्षा दलाची नोकरी सोडून घरी परत आला. पहिली नोकरी मिळवायला तीन वर्षं लागली होती आणि आता पंधरा दिवसांच्या आत ही दुसरी नोकरी सोडून तो घरी आला होता.

घरी येऊन घरच्या शेतात राबण्यासाठी त्यानं कंबर कसली होती खरी, पण नियतीच्या मनात काहीतरी वेगळंच होतं. त्याच्या आयुष्यात पुढे खूप काही घडायचं होतं.

करिअरच्या नव्या वळणावर

आधी राज्य विद्युत मंडळ आणि नंतर सीमा सुरक्षा दल- महावीरनं या दोन्ही नोकऱ्या तर सोडल्याच, पण त्याचबरोबर कुस्तीसुद्धा मागेच पडली. तब्बल पाच वर्षांनंतर त्यानं शेतात राबण्यास सुरुवात केली. पण असे काही महिने गावात घालवल्यावर त्यानं परत आपला विचार बदलला आणि पुन्हा दिल्लीला जाण्याचा निर्णय घेतला. आता मात्र कुस्तीमध्ये नाव कमावणं हा हेतू नव्हता, तर प्रॉपर्टी एजंट म्हणून व्यवसाय सुरू करावा, असं त्याच्या मनानं घेतलं होतं.

घरच्या कुणालाच त्याचा हा निर्णय फारसा पसंत नव्हता. त्यांना काळजी वाटत होती. त्यांच्या घराण्यात गेल्या कित्येक पिढ्यांमध्ये कुणीच व्यवसाय केलेला नव्हता. बलाली गावात जाट लोकांची वस्ती जास्त आहे. त्यात संगवान जातीच्या लोकांची संख्या बरीच जास्त आहे. बलाली गावात फोगाट घराण्याचा माणूस जवळच्या दादरी नावाच्या गावातून येऊन पहिल्यांदा स्थायिक झाला. हे दादरी गाव बलालीपासून २० किलोमीटरवर आहे. आता बलालीमध्ये जे कुणी फोगाट आहेत, ते सगळे त्यांचेच वंशज आहेत. या माणसाचं नाव होतं दानी फोगाट.

या दानी फोगाटला तीन मुलं. सरजित फोगाट हे महावीरचे आजोबा. त्यांचे दोन भाऊ म्हणजे केसो राम आणि धन सिंग. हे तिघंही शेतकरी होते. त्यामुळे त्यांची मुलंसुद्धा पुढे शेतीच करू लागली. परंतु काहींनी सरकारी नोकरीसुद्धा पत्करली. महावीरचे वडील मान सिंग यांना तीन भाऊ होते. त्यांच्यापैकी होशियार सिंग आणि जगत सिंग हे

लष्करात होते, तर चतर सिंग पोलीस खात्यात नोकरीला होते.

पुढच्या पिढीत महावीर हा एकंदर सहा भावांपैकी चौथ्या क्रमांकाचा. त्याचे तीनही वडील भाऊ सरकारी नोकरीत होते- राजिंदर हा शिक्षक होता, क्रिशन हरियाणा राज्य विद्युत मंडळात नोकरीला होता, रतन हरियाणा परिवहन मंडळात ड्रायव्हर होता. महावीरच्या धाकट्या भावांपैकी राजपाल हासुद्धा परिवहन मंडळातच ड्रायव्हर होता. सज्जन हा पूर्वी केंद्रीय औद्योगिक सुरक्षा दलात कॉन्स्टेबल म्हणून नोकरीस होता. आता तो स्थानिक राजकारणात सक्रिय आहे.

महावीर मात्र दिल्लीला जाऊन प्रॉपर्टीचा व्यवसाय सुरू करण्याच्या आपल्या निर्णयावर ठाम होता. ''मी दिल्लीत तीन वर्षं राहिलो होतो, त्यामुळे त्या शहराची मला व्यवस्थित माहिती होती. भिवानीच्या तुलनेत राजधानीच्या शहरात नोकरी-धंद्याच्या संधी अगणित होत्या. मग चंदगी रामजींच्या आखाड्यात असताना तिथं माझ्याबरोबर जे राहत होते, त्या माझ्या पहिलवान दोस्तांनासुद्धा मी या व्यवसायात सहभागी करून घ्यायचं ठरवलं. ते तयार झाले. मी माझ्या आयुष्यात जे काही निर्णय घेतले, त्या निर्णयांशी मी जन्मभर ठाम राहिलो. मग कुणी मला कितीही विरोध केला तरी मी मागे हटलो नाही,'' महावीरजी सांगतात, ''माझ्या या व्यवसाय सुरू करण्याच्या कल्पनेविषयी माझे वडील जरासे साशंक होते. पण अखेर त्यांनी मला व्यवसाय सुरू करण्यासाठी १६,००० रुपये भांडवल म्हणून दिले.''

वेद प्रकाश, मेहर सिंग, राम कुमार आणि सुखबीर या आपल्या पहिलवान दोस्तांबरोबर महावीरनं प्रॉपर्टीचा व्यवसाय सुरू केला. पश्चिम दिल्लीच्या जनकपुरीमधील सी-१ ब्लॉकमध्ये त्यांनी त्यासाठी जागा भाड्यानं घेतली.

~

महावीरच्या आयुष्यात दिल्ली शहराला फार मोठं स्थान होतं. तो जेव्हा पहिल्यांदा कुस्तीचं शास्त्रशुद्ध शिक्षण घेण्यासाठी या शहरात येऊन राहिला होता, तेव्हा त्यानं या क्षेत्रात नाव कमावलं होतं आणि आता आयुष्याच्या या दुसऱ्या टप्प्यातही त्यानं दिल्लीला येऊन

व्यवसाय सुरू केला आणि त्यात चांगले पैसे कमावण्यास सुरुवात केली.

"महावीर खरंतर उत्कृष्ट कुस्तीपटू होता; परंतु या प्रॉपर्टी बिझनेसमध्ये शिरून त्यानं कुस्तीच्या क्षेत्रातील उत्तम संधी गमावल्या. नोकरी सोडून हा व्यवसाय करण्यासाठी तो जेव्हा दिल्लीत परत आला, तेव्हा तो फक्त तेवीस वर्षांचा होता. पुढची तीन ते चार वर्षं कुस्तीच्या स्पर्धांमध्ये सहभाग घेणं त्याला सहज शक्य होतं. परंतु त्याला आणि त्याच्या दोस्तांना रिअल इस्टेटच्या व्यवसायात बराच पैसा मिळू लागला. तोही फार श्रम न करता. त्यामुळे ते त्यातच गुंतले. त्याचा कुस्तीच्या खेळातला रस जवळजवळ नाहीसा झाला. तो दिवसाकाठी फक्त नियमितपणे कसरत करत असे. पण त्यानं दंगलमध्ये भाग घेणं पूर्णपणे थांबवलं होतं." महावीर सिंगजींचा छोटा भाऊ सज्जन त्यांच्याविषयी बोलताना सांगतो.

महावीर आणि त्याच्या मित्रांनी प्रॉपर्टीच्या व्यवसायात अगदी सुरुवातीच्या काळातच उत्तम नफा कमावल्यामुळे लवकरच जयलाल नावाचा एक माणूसही त्यांचा भागीदार बनला. हा त्याच भागातला असून, त्याला या व्यवसायातील खाचाखोचांची पूर्ण माहिती होती. केवळ मालमत्ता विकत घेऊन ती नंतर जास्त दरानं विकून त्यातून नफा कमावण्याऐवजी ते आता वादग्रस्त असलेल्या प्रॉपर्टींची कामंही बघू लागले. त्यामुळे एखाद्याच व्यवहारात ते चांगला घसघशीत नफा कमावू लागले. वादग्रस्त मालमत्ता या कधीकधी बाजारात घाईघाईनं अगदी कमी किमतीला विकल्या जातात. बऱ्याचदा अशा मालमत्तेवर मालकाशिवाय दुसऱ्याच कुणीतरी बेकायदा कब्जा केलेला असतो. एकदा का ही जमीन किंवा प्रॉपर्टी रिकामी झाली, की ती बाजारात भरपूर नफा घेऊन विकता येते. परंतु या व्यवसायात पुरेसा काळ घालवल्यावर महावीर व त्याच्या सहकाऱ्यांना एक गोष्ट कळून चुकली. हा सगळा प्रकार हाताळणं, ही काही सोपी गोष्ट नव्हती. उदाहरणार्थ, एकच जमीन अनेकांना विकण्याच्या घटनासुद्धा कमी नव्हत्या. केवळ 'पॉवर ऑफ ॲटर्नी'च्या कागदपत्रांच्या आधारे लोकांनी असल्या

भानगडी केल्या होत्या. "नशिबानं आम्ही असल्या कोणत्याही भानगडीत अडकलो नाही," महावीर सिंग सांगतात, "आम्ही कधीही कुणाची जमीन बळकावली नाही, दुसऱ्याच्या मालमत्तेवर अतिक्रमण केलं नाही, इतरांच्या जमिनीवर डोळा ठेवला नाही. फक्त जर कुणी वादग्रस्त जमिनीच्या मालकी हक्काची व्यवस्थित कागदपत्रं आमच्याकडे घेऊन आलंच, तर मात्र आम्ही ती केस घेत असू."

या अशा वाद्रगस्त मालमत्तेच्या व्यवहारांमध्ये अनेकदा तंटेबखेडे उद्‌भवत असत. कधीतरी प्रकरण हाणामारीवरसुद्धा येत असे. पण महावीर सिंगजी आणि त्यांच्या दोस्तांच्या बाबतीत असे प्रसंग फार वेळा घडले नाहीत. "आम्ही अशा कुठल्याही भानगडीत अडकलो नाही, हे नशीबच म्हणायचं." महावीर सिंग सांगतात, "वादग्रस्त जमिनींच्या संदर्भातले अनेक व्यवहार आम्ही केले. पण आम्ही कुणालाही कधी दमदाटी केली नाही. त्यात आम्ही सगळे मूळचे पहिलवान. चांगले बलदंड शरीरयष्टीचे. त्यामुळे आमच्याशी वाकड्यात शिरण्यापूर्वी लोक नीट विचार करत. आमचा फायदा घेण्याचं कुणाच्याही कधी मनातसुद्धा आलं नाही."

काही दिवसांनंतर या लोकांनी रोहतक, तसंच जवळपासच्या परिसरातील इतरही प्रॉपर्टीचे व्यवहार करायला सुरुवात केली. पण हा सर्व व्यवसाय चालू असतानासुद्धा सर्व पहिलवान आपली सकाळची कसरत नित्यनेमानं करत असत. त्यांनी व्यायामात कधी खंड पडू दिला नाही. इतकंच काय, पण १९८७ सालापर्यंत ते सर्व जण अधूनमधून स्थानिक दंगलमध्येसुद्धा भाग घेत असत.

या रिअल इस्टेटच्या व्यवसायात शिरल्यामुळे महावीरच्या आयुष्यात काही बदल घडून आले. उदाहरणच द्यायचं झालं, तर तरुण वयापासूनच त्याला रॉयल्ड एनफील्ड बुलेट मोटारसायकलचं खूप आकर्षण होतं. पण आता या व्यवसायामुळे त्याला ती विकत घेणंही सहज शक्य झालं.

"ती मोटारसायकल माझ्या व्यक्तिमत्त्वाला चांगली शोभून दिसते," महावीर सिंग हसून म्हणतात, "मला ती बाईक इतकी आवडते, की

चार वर्षांपूर्वी मी परत एक नवीन बाईक घेतली. पण आता या वयात मी ती एवढी जास्त चालवू शकत नाही. त्यामुळे ती तशीच पडून राहिली. मग मी ती विकून टाकली.''

~

१९८५मध्ये महावीरचा दया कौर हिच्याशी विवाह झाला. ती मूळची राजस्थानातील झुंझुना जिल्ह्यातील जैतपूर या गावची आहे. हरियाणा आणि राजस्थान ही राज्यं एकमेकांची शेजारी राज्यं असल्यानं अशा प्रकारचे आंतरप्रांतीय विवाह येथे नेहमीच होत असतात. दोन्ही राज्यांमधील संस्कृतींमध्ये खूपच साधर्म्य आहे. शिवाय तिथं राहणाऱ्या लोकांचे आचारविचार, आयुष्याची ध्येयं, सगळं काही मिळतंजुळतं आहे. भिवानीच्या बाबतीत तर ही गोष्ट फारच खरी आहे. भिवानीमध्येही राजस्थानप्रमाणेच पाण्याचं सतत दुर्भिक्ष असतं. तिथं आजही कालवे नाहीत आणि शेती केवळ पावसावरच अवंलबून असते.

त्या काळी खेड्यापाड्यात जशी प्रथा होती, त्यानुसार महावीर आणि दयाचं लग्न वडीलधाऱ्यांनीच ठरवलं. त्या दोघांचंही मत विचारात घेतलं गेलं नाही. त्या काळच्या प्रथेनुसार वधू आणि वर यांची प्रथम भेट लग्नाच्या मांडवातच झाली.

नशिबानं दया ही महावीरसाठी अत्यंत अनुरूप होती. ती कायमच महावीरच्या पाठीशी उभी राहिली. त्यानं घेतलेल्या प्रत्येक निर्णयात तिनं त्याला नेहमीच खंबीरपणे साथ दिली. हरियाणामध्ये पुरुषप्रधान संस्कृती असल्यामुळे समाजात स्त्रियांना नेहमी पुरुषांनी घालून दिलेल्या नियमांनुसारच चालावं लागतं. बऱ्याच घरांमध्ये स्त्रियांचं मत कधीच विचारात घेतलं जात नाही. पण महावीर आणि त्याच्या घरचे लोक मात्र या बाबतीत वेगळे होते. त्यांच्या घरात दयाच्या मताला किंमत होती. महावीरच्या अनुपस्थितीत संपूर्ण घराची, घरच्या लोकांची काळजी तीच घेत असे.

"आम्ही लहान असताना आमच्या घरच्यांची दृष्टीच तोकडी होती. आमच्यासमोर फार संधीही उपलब्ध नव्हत्या. त्याचमुळे मला पाचव्या इयत्तेपर्यंतच शिकता आलं. शिवाय त्या काळी, विशेषतः मी

जिथं वाढले त्या भागात, मुलींना साधं शाळेतसुद्धा पाठवत नसत. वरच्या इयत्तेत शिकण्याची तर गोष्टच सोडा. मुलीनं एखाद्या क्षेत्रामध्ये करिअर करणं तर त्या काळी अशक्यच होतं. तसं ते आजही कठीणच आहे,'' दया कौर सांगतात. ''माझ्या लहान बहिणींपैकी एकीला तर माझ्या आई-वडिलांनी शाळेतच घातलं नव्हतं. तिला शिकवण्याची त्यांना गरजच वाटली नाही.'' दया कौर पुढे सांगतात, ''मला जेव्हा मुली झाल्या, तेव्हा मला सगळ्यात जास्त काळजी त्यांच्या शिक्षणाची होती. त्यांनी शाळेत जावं, खूप शिकावं, उच्च शिक्षण घ्यावं, अशी माझी फार इच्छा होती. केवळ नशीब म्हणून माझं लग्न महावीर सिंगजींशी झालं. ते तर माझ्याहूनही जास्त उदारमतवादी आहेत.''

लग्नानंतरही महावीर काही काळ दिल्लीला राहून आपला प्रॉपर्टीचा व्यवसाय सांभाळत होता. परंतु १९८८मध्ये तो भिवानीला परत आला. त्यानंतर केवळ कामासाठी जावं लागलं, तरच तो दिल्लीस जात असे.

''दिल्लीमध्ये तीन-चार वर्षांत आम्ही चांगली कमाई केली होती. त्यामुळे पैशांची अडचण कधीच नव्हती. पण १९८८मध्ये मला माझ्या कुटुंबीयांच्या बरोबर राहावंसं वाटू लागलं. त्यामुळे मी गावी परत आलो. पण आता आमच्या व्यवसायाचं मुख्य केंद्र रोहतक बनलं होतं, त्यामुळे आम्हाला (म्हणजे महावीर व त्याच्या भागीदार दोस्तांना) कधीतरी तिकडे राहावं लागे. इरिगेशन कॉलनीमध्ये त्यांचं एक घर होतं. ते खरंतर माझ्या मित्राच्या भावाला राहायला मिळालेलं होतं. पण तो काही काळासाठी अमेरिकेला गेलेला होता,'' महावीर सिंग सांगतात. १९८८मध्ये त्यांची पहिली मुलगी गीता हिचा जन्म झाला. तिच्या पाठोपाठ एक वर्षात बबिताचा जन्म झाला.

भिवानीमध्ये आयुष्य सुरळीत चालू होतं. महावीरला अचानक शेतीसाठी पशुधनपालनाची इच्छा निर्माण झाली. मग त्यानं गावातला पहिला उंट खरेदी केला. त्यानंतर त्यानं एक घोडीसुद्धा विकत घेतली. सगळं व्यवस्थित चालू असतानाच १९९२ सालच्या जुलै महिन्यात एक घटना घडली.

महावीर सिंग सांगतात, ''माझ्या सासुरवाडीची जवळच्याच बदाला या गावात चाळीस एकर शेती होती. हे गाव आमच्या गावापासून दहा-बारा किलोमीटर अंतरावर होतं. त्यांच्या गावातील एक कुटुंब ही शेतजमीन बेकायदा बळकावू पाहत होतं. ही गोष्ट माझ्या लक्षात येताच मी हस्तक्षेप केला. माझा आणि त्यांचा त्यावरून लागोपाठ दोनदा झगडा झाला. माझ्या सासुरवाडीची जमीन घशात घालण्याचा प्रयत्न करणाऱ्यांमध्ये प्रमुख एक जोडपं होतं. एक बाई आणि एक पुरुष. योगायोगानं आमच्या भांडणानंतर अगदी थोड्याच दिवसांत या जोडप्याचा खून झाला. मग त्या कुटुंबीयांनी माझ्यावर आणि ओळखीच्या आणखी एकावर त्या खुनाचा ठपका ठेवला. आम्हा दोघांना पोलिसांनी तडकाफडकी अटक करून आमची न्यायालयीन कोठडीत रवानगी केली.'' खटला सुरू होण्याआधी महावीरला चरखी दादरी येथील तुरुंगात ठेवण्यात आलं. अखेर भिवानी येथील डिस्ट्रिक्ट आणि सेशन्स कोर्टात त्याची निर्दोष सुटका झाली. ''मला या खटल्यात विनाकारण गोवण्यात आलं होतं. पण निकाल आमच्या बाजूनं लागेपर्यंत अकरा महिने गेले. अखेर माझी निर्दोष मुक्तता झाली. पण हा काळ आमच्या कुटुंबासाठी फार खडतर होता.''

त्या दुःखप्रद दिवसांची आठवण काढताना दया कौर सांगतात, ''तो खून ज्या वेळी घडला, त्या वेळी महावीर सिंगजी तिथं उपस्थितसुद्धा नव्हते. त्यामुळे खटल्याचा निकाल आमच्याच बाजूनं लागणार, त्यांची निर्दोष सुटका होणार, असं घरचे सगळेच मला सांगत होते. केवळ त्या जमिनीच्या तंट्यामुळे त्या मृतांच्या कुटुंबीयांनी नाहक महावीर सिंगजींवर आळ घेतला होता. त्यामुळे त्यांची नक्की सुटका होणार, याची मला खात्री होती. प्रश्न एवढाच होता, की ती सुटका कधी होणार.''

दयाच्या दोन बहिणींचा- प्रेमलता व निर्मला- यांचा विवाहसुद्धा फोगाट कुटुंबातील मुलांशीच झाला होता. प्रेमलतेचा विवाह महावीरचा लहान भाऊ राजपाल याच्याशी आणि निर्मलाचा विवाह याहून धाकट्या भावाशी- सज्जन याच्याशी झाला होता. ''अगदी पहिल्या दिवसापासून

आम्ही एकत्र कुटुंबात राहत होतो. त्यामुळे माझी काळजी घ्यायला घरचे सगळेच होते. त्या वेळी गीता दोन वर्षांची तर बबिता एक वर्षाची होती. त्यामुळे त्यांच्या संगोपनात माझा दिवस कसा संपून जायचा, ते कळायचंही नाही. असे ११ महिने बघता बघता संपले आणि ते निर्दोष सुटून परत आले,'' दया कौर सांगतात.

त्यानंतर प्रॉपर्टीचा व्यवसाय बंद करून गावाकडे कायमचं परत या, असा सल्ला महावीरच्या भावानं- सज्जननं- दिला.

आयुष्यात एकामागोमाग एक येणाऱ्या संकटांना तोंड देणं किंवा प्रतिकूल परिस्थितीचा सामना करणं, हे तसं महावीरला नवीन नव्हतं. १९९३मध्ये तर एक वेळ अशी आली होती, की साक्षात मृत्यूच त्यांच्या पुढ्यात उभा ठाकला होता. त्याच्या मारुती ८०० गाडीची आणि एका ट्रकची जोरदार टक्कर झाली होती. त्यांनी डोळे उघडले ते थेट हॉस्पिटलमध्येच. ''मी त्या अपघातातून वाचलो, ते केवळ माझं दैव बलवत्तर होतं, म्हणूनच. नाहीतर त्या दिवशी माझं काही खरं नव्हतं. मी त्या हॉस्पिटलमध्ये आठ दिवस होतो. माझ्या जबड्याचं हाड मोडलं होतं. पण नशिबानं डोक्याला इजा झाली नव्हती,'' महावीर सिंग त्या प्रसंगाची आठवण सांगताना म्हणतात.

''आणि हे सगळं एवढ्यावरच थांबलं नाही बरं का. त्यानंतर पुढची तीन वर्षं मला असे अपघात होत गेले. या अपघाताच्या पुढच्याच वर्षी मी, माझे दोन मित्र वेद प्रकाश आणि मेहर सिंग, रोहतकहून एका टॅक्सीने निघालो. टॅक्सी वाटेत एका बसवर धडकली आणि लांब फेकली गेली. चांगल्या दोन-तीन कोलांट्या खाऊन अखेर ती टॅक्सी थांबली. पण आम्हा तिघांच्या अंगावर साधा ओरखडासुद्धा उठला नाही. हा मात्र खरोखर चमत्कारच म्हणावा लागेल. त्यानंतर १९९५मध्ये मी एका ओळखीच्या पहिलवानाबरोबर चाललो होतो. हा सतबीर आणि मी, मास्टर चंदगी राम यांच्या आखाड्यात बरोबरच होतो. तिथं आमची चांगली मैत्री झाली होती. मी आणि सतबीर रोहतकच्या दिशेनं निघालो असताना वाटेत संपला गावाजवळ आमची कार एका ट्रकवर आदळली. ट्रकमध्ये जड लोखंडाचे रॉड्स भरलेले

होते. कसं काय ते माहीत नाही, पण याही खेपेस आम्ही सुखरूप बचावलो.''

या अशा प्रकारच्या सततच्या संकटांना तोंड दिल्यामुळेच महावीर कणखर बनला. काहीही समोर आलं तरी त्याचा सामना करायचा, मागे न वळता दृढपणे त्याच्याशी चार हात करायचे, असा त्याचा स्वभाव बनला. पुढे जेव्हा त्यानं आपल्या मुलींना कुस्तीच्या खेळाचं प्रशिक्षण द्यायचं ठरवलं, तेव्हा त्याला त्याच्या याच वृत्तीचा फायदा झाला.

राजकीय आखाडा

बलाली गावावर संगवान जातीचा पगडा असूनसुद्धा महावीर सिंग यांच्या घराण्याला गावात खूप मान होता. त्यांचे वडील मान सिंग हे गावचे 'लंबारदार' होते– म्हणजेच सरकार दरबारी राजस्व अधिकारी होते. सरकार आणि गावच्या लोकांमधला दुवा म्हणून ते काम करत असत. तब्बल चाळीस वर्षं ते हे काम पाहत होते. त्यांच्या निधनानंतर त्यांचे लहान भाऊ जगत सिंग यांना 'लंबारदार' बनवण्यात आलं. त्यामुळेच १९६० सालापासून हे घराणं गावात आपली पत सांभाळून आहे. शिवाय महावीर सिंगजींनी कुस्तीच्या क्षेत्रात पटकावलेले विविध मानसन्मान, त्यांचं करारी व्यक्तिमत्त्व आणि दानशूर स्वभाव यामुळे आजही त्यांच्या कुटुंबाचा गावात दरारा आहे.

त्यांनी काही वर्षं प्रॉपर्टीच्या व्यवसायात भरपूर पैसा कमावला. तसाच तो खर्च करतानाही कधी हात आखडता घेतला नाही. ते हरियाणाच्या लोकसंगीताच्या– 'रागिनी' – म्हणजेच संगीतिका स्पर्धा आयोजित करत असत. त्यांनी गावात उंटांच्या आणि घोड्यांच्या शर्यतींचाही पायंडा पाडला.

"आमच्या गावात लोकांकडे जमीन बेताचीच असते, त्यामुळे उदरनिर्वाहाची साधनं मर्यादित असतात. आमच्या गावात किंवा इथल्या आजूबाजूच्या खेड्यांमध्ये प्राण्यांच्या शर्यती लावण्याची अजिबात पद्धत नव्हती. पण आम्हाला अजूनही आठवतं, १९९५मध्ये महावीर सिंगजींनी गावात मेळा भरवला होता. त्यात उंटांच्या आणि घोड्यांच्या शर्यती लावण्यात आल्या होत्या," गावातले आमरिक सिंग संगवान

सांगतात, "दूरदूरच्या खेड्यापाड्यांमधून लोक इकडे खास स्पर्धेत भाग घ्यायला आले होते. संपूर्ण दादरी आणि बाधरा परिसरात या मेळ्याचा बोलबाला झाला होता. (दादरी आणि बाधरा भिवानीच्या उत्तर भागातील गावं आहेत) अगदी आजसुद्धा गावातल्या कुणालाही या मेळ्याविषयी विचाराल, तर लोक सांगतील. त्या वेळी पहिलं बक्षीस २१०० रुपयांचं तर दुसरं बक्षीस ११०० रुपयांचं होतं. तेव्हाच्या काळी ही खूप मोठी रक्कम होती.''

महावीर सिंगजींच्या घरून कुणीच कधी रिक्त हस्तानं परत जात नाही, असं लोक त्यांच्याविषयी म्हणतात. मग कुणी त्यांच्याकडे खेळाच्या स्पर्धेसाठी देणगी मागायला आलेलं असो, किंवा सामाजिक अथवा धार्मिक कार्यक्रमासाठी. त्यांच्या या सर्व गुणांमुळेच त्यांना खूप लोकप्रियता मिळाली. विशेषतः तरुण पिढीला त्यांच्याविषयी फार आदर वाटतो.

राजकीय आखाड्यात उतरण्याची मनीषा महावीरनं अगदी लहान वयापासून मनाशी बाळगली होती. त्याच्या वडिलांचे मोठे बंधू म्हणजे होशियार सिंग. ते आधी लष्करामध्ये होते. नंतर ते पोलीस खात्यात भरती झाले आणि अखेर स्टेशन हाऊस ऑफिसर म्हणून निवृत्त झाले. १९९०मध्ये त्यांनी गावचा सरपंच म्हणून निवडणूक लढवावी अशी महावीरची इच्छा होती. त्यासाठी त्यांनी आपल्या काकांचं मन वळवलं.

उत्तर भारतातील खेड्यांमध्ये अशा प्रकारच्या निवडणुकीला उभं राहणं हा घराण्याच्या इभ्रतीचा प्रश्न असतो. गावात कुठलं घराणं जास्त पत राखून आहे, हे या निवडणुकीच्या निकालावरच ठरतं. घराण्याच्या इभ्रतीचा प्रश्न असल्यामुळे या निवडणुकांवर खूप काही अवलंबून असतं. कधीकधी तर ही निवडणूक जिंकण्यासाठी तो उमेदवार आणि त्याच्या घरचे लोक अगदी कुठल्याही थराला जातात. खेड्यांमधल्या अशा निवडणुकांच्या दरम्यान हाणामारी झाल्याच्या किंवा कुणाचा जीव गेल्याच्या घटनासुद्धा ऐकू येतात. यातून निवडणूक लढवत असणाऱ्या उमेदवारांच्या घराण्यांमध्ये जे वैमनस्य उत्पन्न

होतं, ते पुढे तसंच कायम राहतं.

परंतु बलाली गावात मात्र निवडणुका शांततेनं पार पडल्या. यात महावीरच्या काकांचा अगदी थोड्याच मतांनी पराभव झाला. पण एका अर्थी ही महावीरचीच हार होती; कारण मुळात आपल्या काकांनी गावच्या राजकारणात उतरावं, ही कल्पना त्याचीच होती. परंतु महावीरनं ती हार काही फारशी मनाला लावून घेतली नाही.

"माझे काका निवृत्त झालेले होते. तसे निवांत होते. मला वाटलं, त्यांच्याकडे भरपूर वेळ असतो, तर त्यांनाच सरपंच बनवावं. त्या निवडणुकीत आमची हार झाली. पण निवडणुका शांततेत पार पडल्या. आम्ही ज्या घराण्याविरुद्ध निवडणूक लढवली होती, त्यांच्याशी आमचे आधीपासूनच चांगले संबंध होते. त्यामुळे आम्ही त्यांच्या विरोधात उभं ठाकल्याचं त्यांनी अजिबात मनावर घेतलं नाही. आम्ही सर्वांनीच खिलाडू वृत्तीनं घडल्या घटनांचा स्वीकार केला."

१९९१मध्ये हरियाणा राज्याच्या विधानसभेच्या निवडणुका जाहीर झाल्या तेव्हा महावीरनं बाधरा मतदारसंघातून अपक्ष उमेदवार म्हणून उभं राहण्याचं ठरवलं.

"मी एमएलएच्या जागेसाठी उभा राहणार असल्याचं समजताच मला लोकांनी भरघोस पाठिंबा दिला. सुरुवातीला आमच्या भागातल्या राजकारणात मुरलेल्या नेत्यांनी ती गोष्ट हसण्यावारी नेली. त्यांच्या दृष्टीनं राजकारण हा त्यांचा पोटापाण्याचा धंदा होता. त्यांनी अनेक वर्षं राजकारणात घालवली होती. मी या क्षेत्रात पूर्णपणे नवखा होतो. मी आजपर्यंत कधी गावच्या निवडणुकीलासुद्धा उभा राहिलो नव्हतो. शिवाय मी त्या वेळी फक्त तीस वर्षांचा होतो. घरी राजकारणाची काहीच पार्श्वभूमी नसताना, कसलाही वारसा नसताना थेट विधानसभेची निवडणूक लढवण्यासाठी मी फारच लहान होतो," महावीर सिंग सांगतात, "पण मी जेव्हा भल्यामोठ्या लवाजम्यासहित वाजतगाजत उमेदवारीचा अर्ज भरायला गेलो, तेव्हा सर्व जण आश्चर्यानं थक्क झाले. अर्ज भरणाऱ्या कोणत्याही उमेदवारापेक्षा जास्त गाड्या आणि जास्त समर्थकांचा घोळका माझ्याबरोबर आला होता. मला स्थानिक

तरुणाईचा प्रचंड पाठिंबा होता.''

निवडणुकीसाठी महावीरने उडत्या पतंगाच्या चिन्हाची निवड केली.

''अखेर उमेदवारी मागे घेण्याचा, म्हणजे निवडणुकीतून माघार घेण्याचा दिवस उजाडला, तरीही मी माझं नाव मागे घेतलं नव्हतं. मग हरियाणा विकास पक्षाचा उमेदवार माझं मन वळवण्यासाठी आला. मी स्वतःचं नाव मागे घेऊन त्याला पाठिंबा द्यावा अशी त्याची इच्छा होती,'' महावीर सांगतात, ''पण त्याला आता फार उशीर झाला होता. मी माझं निवडणूक चिन्हसुद्धा निश्चित केलं होतं. पण हा उमेदवार, म्हणजे अत्तार सिंग गेली दोन वर्षं सातत्यानं या निवडणुकीत हरला होता. या खेपेला कसंही करून निवडून येण्याची त्याची इच्छा होती. पण मी जर माघार घेतली नसती, तर त्याची मतं फुटली असती आणि कदाचित त्याला पुन्हा हार पत्करावी लागली असती. मी त्याच्या प्रस्तावावर थोडा विचार केला आणि अखेर स्वतःचं नाव मागे घेऊन त्याला पाठिंबा देण्याचं ठरवलं. तो निवडणुकीत भरपूर मतांनी निवडून आला,'' महावीर सिंगजी सांगतात.

त्यानंतर महावीर स्वतः कधीही निवडणुकीला उभा राहिला नाही. पण प्रत्येक वेळी त्याने ज्या उमेदवाराला पाठिंबा दिला, त्याचाच विजय झाला. १९९२मध्ये त्याने चरखी दादरीमधील सरकारी कॉलेजातील प्रीतम नावाच्या एका मुलाला कॉलेजच्या निवडणुकीत पाठिंबा दिला. त्या प्रीतमला विजय मिळाला. ''त्या आधीच्या वर्षी हाच प्रीतम निवडणुकीत हरला होता. त्यामुळे मी आता त्याला कॉलेज प्रेसिडेंट बनवायचंच, असं मनाशी ठरवलं. त्या वेळी माझी तिशी उलटून गेलेली असली तरी त्या भागातल्या तरुणाईशी माझे अगदी जवळचे संबंध होते. सर्व तरुणांना माझ्याविषयी खूप आदर वाटत असे. त्यामुळे मी स्वतः कॉलेजात जाऊन त्या सर्व तरुण मंडळींना भेटलो आणि त्यांना प्रीतमला विजयी करण्याचं आवाहन केलं. त्या निवडणुकीत प्रीतमचा दणदणीत विजय झाला,'' महावीर सिंग सांगतात.

तरीसुद्धा १९९० सालच्या स्थानिक निवडणुकीत आपल्या काकांना

अवघ्या सात मतांनी पराभव पत्करावा लागला, ही बोच महावीरच्या मनात अजूनही होतीच. त्यामुळे आता आपण आपल्या गावातल्या राजकारणात उतरायचं, निवडणूक लढवायची, असा त्यानं चंग बांधला आणि १९९५मध्ये होणाऱ्या निवडणुकीसाठी जोरात तयारी सुरू केली. परंतु प्रत्यक्ष निवडणुकीची वेळ जवळ आली तोपर्यंत गावच्या पंचायतीसाठी महिला आरक्षणाची घोषणा झाली होती. मग त्यानं आपली पत्नी दया कौर हिला निवडणुकीला उभं केलं आणि ती त्यात पुष्कळ मतांनी विजयी झाली. महावीर आता गावच्या सरपंचाचा पती झाला; आणि तिच्या वतीनं तोच कारभार सांभाळू लागला. हरियाणा राज्यातच नव्हे, तर देशाच्या इतर गावांमध्येही सर्वसाधारणपणे अशीच परिस्थिती आढळून येते. महिला आरक्षणामुळे महिलांना निवडणुकीला उभं करण्यात येतं आणि त्या विजयी झाल्या की त्यांच्या वतीनं त्यांचे पती किंवा घरचे इतर पुरुषच सगळं कामकाज सांभाळतात. इथंही सरपंच दया कौर असली, तरी सगळे निर्णय महावीरच घेत असे.

महावीर सिंग आपला महिलांच्या बाबतीतला दृष्टिकोन स्पष्ट करून सांगताना म्हणतात, "आजसुद्धा आपला समाज पुरोगामी विचारसरणीचा नाही. परंतु मी स्वतः मात्र स्त्री-पुरुष भेदभावाच्या विरुद्ध आहे. याच कारणानं मी माझ्या मुलींना आणि पुतण्यांना कुस्तीच्या क्षेत्राची ओळख करून दिली. खरंतर यासाठी मला खुद्द माझ्या घरच्यांचा, तसंच गावकऱ्यांचा खूप विरोध सहन करावा लागला. परंतु गीताची आई जेव्हा सरपंच म्हणून निवडून आली; तेव्हा तिला गावच्या राजकारणाची विशेष माहिती नव्हती. मुळात तिला निवडणुकीला उभं राहण्यात काहीच रस नव्हता. परंतु त्या वर्षी सरपंचांची जागा महिला उमेदवारासाठी राखून ठेवण्यात आलेली असल्यामुळे मीच तिला निवडणूक लढवण्यासाठी प्रवृत्त केलं."

आपल्या पत्नीच्या सरपंच म्हणून काम करण्याच्या पाच वर्षांच्या कालावधीत सगळे निर्णय महावीर सिंगजीच घेत असत. याविषयी बोलताना ते हसून म्हणतात, "ती फक्त कागदपत्रांवर सह्या करण्यापुरती

हजर असायची, कारण ती सरपंच असल्यामुळे सहीचा अधिकार फक्त तिलाच होता. पण तिला गावच्या राजकारणात, काही धोरणात्मक निर्णय घेण्यात काहीच रस नसल्यामुळे सर्व निर्णय मीच घेत असे.''

दया कौर सरपंच असल्याच्या कालावधीत या पती-पत्नीनी गावासाठी बरंच काम केलं. त्यातील एक महत्त्वाची सुधारणा म्हणजे, इतके दिवस गावात फक्त प्राथमिक शाळा होता; पण त्यांच्या प्रयत्नांनी शाळेत आणखी चार इयत्ता वाढवण्यात आल्या व आता गावात आठव्या इयत्तेपर्यंत शिक्षणाची सोय झाली. याआधी गावातल्या मुलांना चौथ्या इयत्तेनंतर पुढच्या शिक्षणासाठी बलालीपासून तीन किलोमीटरवर असलेल्या झो झू गावात जावं लागे. खुद्द महावीर सिंग यांनाही तेच करावं लागलं होतं.

अर्थात सरपंच म्हणून काम करण्याच्या कालावधीत त्या दोघांना बऱ्याच संघर्षाला तोंड द्यावं लागलं. त्या सुमारास संपूर्ण राज्यभरातील शेतकऱ्यांनी सरकारपुढे धरणं धरलं होतं. शेतकऱ्यांनी वीजबिलांची थकित बाकी एकरकमी भरावी अशी सरकारची मागणी होती, व शेतकऱ्यांनी त्याविरुद्ध धरणं धरलं होतं. भरीत भर म्हणून काही तांत्रिक कारणानं वीजपुरवठा खंडित झाला, तर वीजमंडळाकडून तो बिघाड दुरुस्त करून वीजपुरवठा पूर्ववत करण्यास मुद्दामच दिरंगाई करण्यात येत असे. त्यामुळे संपूर्ण गावाला कित्येक दिवस विजेशिवाय राहावं लागत होतं. महावीरच्या गावालासुद्धा वीजमंडळाच्या या आडमुठ्या धोरणामुळे फारच त्रास सहन करावा लागत होता. गावाला विद्युतपुरवठा करणारा ट्रान्सफॉर्मर बिघडला होता आणि वीजमंडळाकडून तो दुरुस्त करण्याची काहीच हालचाल दिसत नव्हती. अखेर महावीर सिंगजींनी खासगीरीत्या तो दुरुस्त करून घेतला. वीजमंडळाच्या अधिकाऱ्यांच्या ही गोष्ट लक्षात येताच त्यांनी गावाला वीजपुरवठा करणारी मुख्य वाहिनीच तोडून टाकली आणि संपूर्ण गाव अंधारात बुडून गेलं. गावचे लोक त्यामुळे अत्यंत संतापले. त्यांनी याविरुद्ध आवाज उठवला. गावच्या सरपंचांचा पती या नात्याने महावीर सिंग यांनी त्यांचं नेतृत्व केलं. सरकारच्या वतीनं स्थानिक एमएलए नरपिंदर सिंग (बाधरा

येथून) आणि सतपाल (दादरी येथून) गावकऱ्यांशी बोलणी करण्यासाठी आले. पण त्यांना कुणी गावात पाऊलसुद्धा टाकू दिलं नाही.

"अखेर सरकारला आमच्यापुढे नमतं घ्यावं लागलं आणि गावचा विद्युतपुरवठा पूर्ववत सुरू करण्यात आला. अखेर सगळ्या गावात वीज आल्यानंतरच त्या दोघा एमएलएजना गावात प्रवेश मिळाला,'' महावीर ती आठवण सांगतात.

दया कौर यांचा सरपंचपदाचा कालावधी संपुष्टात आला. आता येणाऱ्या निवडणुकीसाठी सरपंचांची जागा महिलांसाठी राखीव नव्हती. त्यामुळे महावीर सिंगजींचा मार्ग खुला होता. त्यांना आता स्वतः सरपंच बनणं शक्य होणार होतं. पण याही खेपेस त्यांचं हे स्वप्न पुरं व्हायचं नव्हतं. सरकारनं असा नियम काढला की १९९५ सालच्या जानेवारी महिन्यात ज्या व्यक्तीला तीनपेक्षा जास्त अपत्यं असतील, त्या व्यक्तीला २००० सालच्या निवडणुकीला उभं राहता येणार नाही.

त्या वेळी महावीर सिंगजींना तीन मुली होत्या. गीता, बबिता, आणि रितू (हिचा जन्म १९९४मध्ये झाला होता.) त्यामुळे ते या निवडणुकीस उभे राहू शकत नव्हते. पण त्यांनी आपला धाकटा भाऊ सज्जन याला सरपंचपदासाठी निवडणुकीत उतरवलं. सज्जन आपली सरकारी नोकरी सोडून गावात स्थायिक झाला होता. याही खेपेला महावीर सिंगजींनी ज्याला पाठिंबा दिला, तोच उमेदवार, म्हणजे सज्जन विजयी झाला.

"खरंतर सरपंच होणं माझ्या नशिबातच नव्हतं. सज्जनचा सरपंचपदाचा कालावधी संपला आणि त्यानंतर ते पद अनुसूचित जाती-जमातीच्या व्यक्तींसाठी आरक्षित असल्याचं घोषित करण्यात आलं. त्यापुढच्या निवडणुकीच्या वेळी म्हणजे २०१०मध्ये पुन्हा एकदा ते पद महिलांसाठी राखीव असल्याचं जाहीर करण्यात आलं. पुन्हा एकदा गीताची आई सरपंच झाली. त्यानंतर निवडणूक लढवण्याची कल्पना मी मनातून काढूनच टाकली. आता यावेळी माझा भाचा अमित कुमार हा सरपंच बनला आहे. मला वाटतं सरपंच म्हणून

सरकारी कागदपत्रांवर सही करणं हे माझ्या नशिबातच नसावं,'' महावीर सिंग जोरात हसून म्हणतात.

त्यांची पत्नी दया कौर यांचं मात्र या विषयावर वेगळं मत आहे, ''मी जेव्हा पहिल्यांदा सरपंचपदासाठी उभी राहिले, तेव्हा लोकांनी मला महावीर सिंग यांची पत्नी असल्यामुळे निवडून दिलं. पण मी जेव्हा परत एकदा सरपंच म्हणून उभी राहिले, तेव्हा माझ्या मुलींनी प्राप्त केलेल्या यशामुळेही माझी निराळी ओळख बनली होती.''

निवडणुकीच्या अगदी थोडेच दिवस आधी, २०१०च्या राष्ट्रकुल स्पर्धेमध्ये गीता व बबिता यांनी पदकं जिंकली होती. लोक त्याबद्दल दया कौर यांचं अभिनंदन करायचे. ''लोकांना वाटायचं, या मुलींनी आपल्या गावाची मान जगापुढे उंचावली आहे, त्यामुळे या मुलींची आई आपल्या गावाची प्रगती नक्कीच घडवून आणेल. त्यामुळे दुसऱ्या खेपेला तर मी आधीच्या निवडणुकीपेक्षाही प्रचंड बहुमतानं विजयी झाले,'' दया कौर सांगतात.

यानंतर थोड्याच दिवसांत महावीर सिंगजींनी राजकारणातून आपलं लक्ष काढून घेतलं आणि पुन्हा एकदा आपल्या आवडत्या कुस्तीच्या खेळावर लक्ष केंद्रित केलं. त्यानंतर ते पूर्ण वेळ कुस्तीचे प्रशिक्षक म्हणून काम करू लागले.

महावीर सिंग फोगाट

वडील जेव्हा आपल्या मुलींना प्रशिक्षण देत होते, तेव्हा त्यांच्या आई दया कौर त्यांच्या पोषणाची व आहाराची काळजी घेता घेता एकीकडे घरही सांभाळत होत्या.

महावीर सिंग यांच्या आयुष्यातील काही निवांत क्षण. ते बैठकीवर बसून हुक्क्याचा आनंद घेत आहेत आणि पत्त्याचा डाव रंगला आहे.

फोगाट भगिनी (डावीकडून) विनेश, बबिता, गीता, प्रियांका, रितू आणि संगीता

बाहेरील आखाडा. सप्टेंबर २००९मध्ये महावीर सिंग फोगाट यांनी सेकंडहॅन्ड मॅट्सवर मुलींना प्रशिक्षण दिलं. आता या जागी इनडोअर रेसलिंग हॉल बांधण्यात आला आहे.

प्रशिक्षणाच्या वेळी महावीर सिंग व रितू यांची चाललेली लढत.
शेजारी प्रियांका बघत उभी आहे.

कोचच्या कडक नजरेखाली संगीता व रितू यांची कसरत चालू आहे.

गीताचं वेट ट्रेनिंग

गीता कुस्तीचे डावपेच शिकत आहे.

रितू रोप क्लाइंबिंगची कसरत करत आहे. संगीता उभी राहून निरीक्षण करत आहे. रोप क्लाइंबिंग या व्यायामप्रकारामुळे कुस्तीपटूंच्या शरीराचा वरचा भाग मजबूत होण्यास मदत होते.

भाग २
प्रशिक्षणाचा काळ

निर्णय

'Who wants to be a Millionaire' या ब्रिटिश टेलिव्हिजनवरील मालिकेच्या धर्तीवर भारतात 'कौन बनेगा करोडपती' हा शो सुरू झाला आणि त्यानं टेलिव्हिजनच्या जगतात क्रांती घडवून आणली. त्या शोमुळे भारतातील सामान्य माणूस चंगळवादाकडे आपोआप वळला. अधिकाधिक पैसा, तोही अल्पावधीत कमावण्याची त्याची महत्त्वाकांक्षा वाढीस लागली. इ.स. २०००-२००१ या वर्षात सामान्य माणसाचं सरासरी दरडोई उत्पन्न केवळ १६,६८८ रुपये होतं. (तेच इ.स. २०१५-१६ मध्ये ९३,२९२ रु. झालं.) 'कौन बनेगा करोडपती' हा शो ३ जुलै २००० रोजी सुरू झाला. त्यानंतर त्या शोच्या वेळी घरोघरी माणसं टीव्हीच्या पडद्यासमोर भारल्यासारखी बसून राहू लागली. बक्षिसाची रक्कम इतकी जास्त आणि अमिताभ बच्चन यांच्यासारखा सूत्रसंचालक त्या शोला लाभल्यामुळे, हा शो अगदी अल्पावधीतच लोकप्रिय झाला. तत्पूर्वी या देशात एक कोटी रुपये जमा करणं कित्येकांना उभ्या आयुष्यातसुद्धा शक्य होत नव्हतं; इतकंच काय, तर एक कोटी रुपये जमवण्याचं स्वप्न बघणंसुद्धा अनेकांना शक्य नव्हतं. पण या शोमुळे सामान्यातील सामान्य माणूस आपल्या सामान्यज्ञानाच्या जोरावर किंवा कधीकधी केवळ नशिबाच्या जोरावर एका तासात एवढी मोठी रक्कम मिळवण्याची स्वप्नं बघू लागला.

या टीव्ही शोच्या यशाबरोबरच इ.स. २००० सालच्या सिडनी ऑलिम्पिक्स स्पर्धेचे वारे वाहू लागले. आधीच हा शो इतका लोकप्रिय

होता. तेव्हा त्याच्या त्या लाटेचा फायदा घेऊन देशातील तरुणाईला क्रीडा क्षेत्रात कामगिरी करून दाखवण्यासाठी उद्युक्त करावं या इच्छेने हरियाणा राज्याचे त्या वेळचे मुख्यमंत्री ओमप्रकाश चौताला यांनी एक घोषणा केली. त्या वेळी हरियाणा राज्याची लोकसंख्या होती २.११ कोटी. या सर्व लोकांना एक कोटी रुपये जिंकण्याची एक संधी देण्यात आली होती. ऑलिम्पिक्स क्रीडा स्पर्धेत हरियाणाचा जो खेळाडू सुवर्णपदक जिंकेल त्याला राज्य सरकारतर्फे एक कोटी रुपयांचं बक्षीस जाहीर करण्यात आलं. रौप्यपदकासाठी या बक्षिसाची रक्कम ५० लाख तर कांस्यपदकासाठी २५ लाख रुपये होती.

थोड्याच दिवसांत 'कौन बनेगा करोडपती'च्या शोचा लोगो वापरून हरियाणा सरकारतर्फे मोठमोठे बॅनर्स सर्वत्र झळकू लागले. हरियाणाच्या रहिवाशांना ऑलिम्पिक्स क्रीडांमध्ये विजय मिळवून ही बक्षिसं जिंकण्याचं आवाहन करण्यात आलं. मोठ्या शहरांबरोबर खेड्यापाड्यांतसुद्धा या जाहिराती पोचल्या. भारताच्या आजवरच्या इतिहासात असं कधीच घडलं नव्हतं. इंडियन टेलिव्हिजनवरील सर्वाधिक लोकप्रिय शोच्या पार्श्वभूमीचा वापर करून राज्य सरकारनं क्रीडा क्षेत्रात नैपुण्य दाखवणाऱ्या खेळाडूंना एक कोटी रुपयांचा पुरस्कार जिंकण्याची संधी दिली होती. ही गोष्ट इतकी सनसनाटी ठरली, की केवळ हरियाणा राज्याचंच नव्हे, तर संपूर्ण देशाचं लक्ष या बातमीनं खेचून घेतलं.

अचानक सामान्य माणसाच्या नजरेत ऑलिम्पिक्स क्रीडा स्पर्धेतील सुवर्णपदकाचं महत्त्व कित्येक पटींनी वाटलं. याआधी कधीच सामान्य माणसानं ऑलिम्पिक्स स्पर्धेच्या विविध क्रीडाप्रकारांमध्ये रस घेतला नव्हता. सिडनी ऑलिम्पिक्स स्पर्धा संपल्या. या स्पर्धेमध्ये भारताला केवळ एक कांस्यपदक प्राप्त झालं होतं. आंध्र प्रदेशच्या कर्णम् मल्लेश्वरीने वेटलिफ्टिंगमध्ये हे पदक पटकावून ऑलिम्पिक्स स्पर्धेत स्थान मिळवलं आणि भारताच्या इतिहासात तिचं नाव समाविष्ट झालं. ऑलिम्पिक्स क्रीडा स्पर्धेत पदक मिळवणारी ती पहिली भारतीय महिला ठरली.

मल्लेश्वरीचा विवाह राजेश त्यागी याच्याशी झाला होता. तो

स्वत:सुद्धा वेटलिफ्टरच होता. तो हरियाणाचा असून, या स्पर्धेच्या वेळी ते दोघं फरिदाबादला राहत होते. नंतर ते यमुनानगर येथे स्थायिक झाले. मल्लेश्वरी ही हरियाणा राज्याची सून असल्यामुळे हरियाणा सरकारतर्फे तिला पुढे २५ लाख रुपयांचा पुरस्कार देण्यात आला.

मल्लेश्वरी सिडनीहून मायदेशी कधी परत येते, याकडे संपूर्ण देश डोळे लावून बसला होता. ऑलिम्पिक्समध्ये तिनं प्राप्त केलेलं दणदणीत यश आणि त्यामुळे सरकारतर्फे तिला जाहीर झालेला हा एवढा मोठा पुरस्कार या दोन्ही कारणांमुळे संपूर्ण भारत देशात मल्लेश्वरीनं महिला खेळाडूंचं स्थान उंचावलं. आणखी महत्त्वाची गोष्ट म्हणजे, ती एक वेटलिफ्टर होती. वेटलिफ्टिंगच्या क्षेत्रात पुरुषांचं फार मोठं वर्चस्व असतं. परंतु तिच्या या यशामुळे हरियाणातील प्रतिगामी विचारांच्या कुटुंबांतील स्त्रिया व मुलीसुद्धा आता मोठी मोठी स्वप्नं बघू लागल्या.

ऑलिम्पिक्स स्पर्धा संपवून मल्लेश्वरीचं जेव्हा दिल्लीच्या इंदिरा गांधी आंतरराष्ट्रीय विमानतळावर आगमन झालं, तेव्हा त्याच ठिकाणी हरियाणाच्या मुख्यमंत्र्यांनी हरियाणा सरकारच्या वतीने २५ लाख रुपयांचा चेक मल्लेश्वरीच्या स्वाधीन केला. हा क्षण टीव्हीच्या पडद्यावर देशभरातील प्रेक्षकांनी पाहिला. या प्रसंगाची आठवण सांगताना महावीर सिंग फोगाट म्हणतात, ''ऑलिम्पिक्स क्रीडा स्पर्धेत सुवर्णपदक मिळवणाऱ्या हरियाणा राज्याच्या खेळाडूला जेव्हा राज्य सरकारतर्फे एक कोटीचा पुरस्कार घोषित झाला, तेव्हा ती बातमी फारच सनसनाटी ठरली. मल्लेश्वरीनं कांस्यपदक जिंकल्यावर तिला २५ लाख रुपयांचा पुरस्कार देण्यात आला. परंतु आपल्या संपूर्ण राज्यातून एक कोटीचा पुरस्कार जिंकणारा एकसुद्धा खेळाडू निघू नये, या गोष्टीचं मला अतीव दु:ख झालं. त्याच दिवशी मी अशी शपथ घेतली, की एक ना एक दिवस हा पुरस्कार जिंकू शकेल अशा खेडाळूला मी स्वतः प्रशिक्षण देऊन तयार करेन. बलाली गावातून ऑलिम्पिक्स स्पर्धेपर्यंत जाऊन पोहोचणारा खेळाडू निर्माण करायचा या इर्ष्येनेच मी माझ्याच कुटुंबातील मुलींना, गीता, बबिता आणि त्यांच्या बहिणींना कुस्ती

क्षेत्रामध्ये तयार करायचं ठरवलं.''

त्यानंतर काही वर्षांतच फोगाट घराण्यातील तीन मुलींनी- गीता, बबिता आणि विनेश यांनी राष्ट्रकुल स्पर्धेत सुवर्णपदकं पटकावली. इ.स. २०१२मध्ये लंडन येथे भरलेल्या ऑलिम्पिक्स स्पर्धेत कुस्तीच्या क्षेत्रात सहभागी होऊन गीता फोगाट हिनं नवा इतिहास रचला. २०१६मध्ये रिओ येथे भरवण्यात आलेल्या ऑलिम्पिक्समध्ये गीताची सख्खी बहीण बबिता आणि चुलत बहीण विनेश या दोघींचाही भारतीय संघात समावेश होता. खरं म्हणजे २२ वर्षांच्या विनेश फोगाट हिच्याकडून भारताच्या खूप अपेक्षा होत्या. आंतरराष्ट्रीय पातळीवर याआधी तिनं फार मोठी कामगिरी करून दाखवली होती. परंतु दुर्दैवाने खेळाच्या शेवटच्या टप्प्यात असताना तिच्या गुडघ्याला गंभीर दुखापत झाल्यामुळे ती स्पर्धा पूर्ण करू शकली नाही. फोगाट घराण्यातील इतर मुली- रितू, प्रियांका आणि संगीता- यांनीसुद्धा आंतरराष्ट्रीय पातळीवर पदकं पटकावलेली आहेत.

महावीर सिंग १९८७मध्येच कुस्तीच्या क्षेत्रापासून दूर झाले होते. त्यामुळे क्वचित जवळपास कुठं दंगल भरवण्यात आली, तर ती जाऊन पाहण्यापलीकडे त्यांचा आता या क्षेत्राशी काहीच संबंध उरला नव्हता. क्वचित कधीतरी एखाद्या कुस्तीच्या सामन्याच्या उद्घाटनाला सन्माननीय अतिथी म्हणून त्यांना निमंत्रण येत असे. ते स्वतः एक पहिलवान म्हणून कुस्तीच्या क्षेत्रात सक्रिय असताना, किंवा पुढे या क्षेत्रातून निवृत्त झाल्यावर, आपण कुस्तीच्या खेळाचं प्रशिक्षक व्हावं, ही कल्पनाही कधी त्यांच्या मनात आली नव्हती. ९० नंतरच्या दशकात महावीर सिंगजींचे प्रशिक्षक मास्टर चंदगी राम यांनी त्यांच्या स्वतःच्या मुलींना या कुस्तीच्या क्षेत्रात उतरवलं होतं. तरीसुद्धा स्वतःच्या मुलींच्या बाबतीत हा विचार महावीर सिंगजींच्या मनात आला नाही. खरंतर तेव्हा त्यांना तीन मुली होत्या- गीता, बबिता आणि रितू.

''माझ्या दृष्टीनं कुस्ती हा पूर्णपणे मुलांचा खेळ होता. मी मुलींना कुस्तीच्या आखाड्यात उतरून मातीत लोळण घेऊन कुस्ती खेळताना

कधीच पाहिलेलं नव्हतं. त्यामुळेच माझ्या कुटुंबातील एकही मुलगी या खेळात नव्हती. आमच्या गावात खेळाडूंसाठी कोणत्याही सुविधा नव्हत्या. लहान मुलं लपंडाव खेळत, नाहीतर गोट्या खेळत. नाहीतर शाळा सुटली की संध्याकाळच्या वेळी गावातल्या गल्लीबोळांमधून नुसतीच हुंदडत असत. परंतु २००० सालच्या सिडनी ऑलिम्पिक्सनंतर मात्र सगळं चित्र पालटलं,'' महावीर सिंगजी आपल्या दृष्टिकोनातील बदलाविषयी बोलताना सांगतात. आपल्या कुटुंबातील मुलींना कुस्तीचं प्रशिक्षण देऊन एक ना एक दिवस त्यांना ऑलिम्पिक्स स्पर्धेत उतरवण्याचं आणि सुवर्णपदक मिळवण्याचं स्वप्न त्यांच्या मनात मूळ धरू लागलं ते याच सुमारास.

ते स्वतः अगदी लहान वयापासून या कुस्तीच्या क्षेत्रात होते. तरुण वयात ते नामवंत कुस्तीपटू होते. त्यामुळे घरच्या मुलींना कोणत्या खेळासाठी तयार करायचं हा प्रश्न उपस्थित झाल्यावर कुस्तीचा विचार मनात येणं स्वाभाविक होतं. परंतु एकदा हा निर्णय घेतल्यावर त्यांना एक गोष्ट कळून चुकली. नुसती मनात इच्छा बाळगून काहीच होणार नव्हतं. अख्ख्या गावात किंवा जवळपासच्या खेड्यांमध्येसुद्धा सरावासाठी कुस्तीचा आखाडाच नव्हता. मग त्यांनी पहिलं काम होती घेतलं ते मातीचा आखाडा स्वतःच तयार करण्याचं.

''बाकी कुणालाही माझ्या बेताची जरासुद्धा कल्पना न देता मी माझ्याच घराच्या अंगणात कुस्तीचा आखाडा बनवायला घेतला आणि काही दिवसांतच ते काम पूर्णसुद्धा झालं. माझं कुस्तीचं वेड गावात सर्वांनाच ठाऊक होतं. त्यामुळे मी स्वतःच कुस्तीचा सराव परत सुरू करणार असून, त्यासाठीच आखाडा बनवत आहे, अशीच सर्वांची समजूत झाली,'' महावीर सिंग सांगतात.

''आम्ही एकूण सहा भाऊ. त्यांपैकी फक्त एकच राजस्थानात शिक्षकाची नोकरी करत होता. बाकी सर्व भावांची बिऱ्हाडं बलालीमध्येच होती. आम्हा पाच भावंडांना बारा मुलं होती. त्यांत पाच मुली होत्या. एका संध्याकाळी मी सर्व मुलांना बोलावून, दुसऱ्या दिवशीपासून कुस्तीचा सराव करण्यासाठी पहाटे उठून आखाड्यात जमायला सांगितलं.

दुसऱ्या दिवशी पहाटे मुलं आखाड्यात हजर झाली.

मातीत खेळायला, मस्ती करायला मिळणार या कल्पनेनं सगळ्या मुलांच्या उत्साहाला नुसतं उधाण आलं होतं. त्या दिवसापासून त्यांच्या नशिबात पुढची कित्येक वर्षं नुसते अपार परिश्रम, अंगमेहनत, अंग ठणकणं असं सगळं लिहिलेलं होतं, याची त्या बिचाऱ्यांना काय कल्पना?

"मी त्या वेळी फक्त बारा वर्षांची होते. माझा एक चुलतभाऊ माझ्यापेक्षा थोडा मोठा होता. बाकीची सगळी भावंडं माझ्याहून लहान होती. त्यामुळे माझ्या वडिलांनी, आम्हाला सगळ्यांना कुस्तीचं प्रशिक्षण द्यायचं ठरवलं, तेव्हा त्याचं महत्त्व आमच्या कितपत ध्यानात आलं असेल, याची कल्पना करून पाहा. आम्हाला वाटलं, आता आपल्याला मस्तपैकी मातीत खेळायला, एकत्र जमून दंगामस्ती करायला मिळेल. पण पहिल्याच दिवशी माझ्या वडिलांच्या मनात नक्की काय चाललं आहे, याची आम्हाला कल्पना आली. अत्यंत अवघड अशा सरावातून आम्हाला क्षणाचीही उसंत मिळत नसे. केवळ आम्हा मुलींचीच त्या व्यायामानंतर दमछाक होत असे असं नाही, तर मुलांचीही परिस्थिती काही वेगळी नसे. तीही बिचारी धापा टाकत," महावीर सिंगजींची मोठी मुलगी गीता जुनी आठवण सांगते.

"आम्हाला यापूर्वी कधीच व्यायामाची, अंगमेहनतीची सवय नसल्यामुळे त्या अत्यंत खडतर अशा दिनक्रमाची सवय होण्यासाठी काही दिवस जावे लागले. मला अजून आठवतं, सुरुवातीच्या काळात पहाटे उठून इतका जबरदस्त व्यायाम केल्यानंतर मी इतकी थकून जायचे, की शाळेत गेल्यावर वर्ग चालू असताना माझा डोळाच उघडा राहत नसे. या सगळ्या प्रकारामुळे शाळेमध्ये खेळाच्या तासाला माझं मन पूर्वीसारखं रमेनासं झालं. उलट खेळाचा तास असला, की ती संधी साधून मी वर्गाच्या एका कोपऱ्यात बसून थोडी विश्रांती घेत असे." बबितापण आठवण सांगते. बबिताने कुस्तीचं प्रशिक्षण घेण्यास सुरुवात केली तेव्हा ती केवळ अकरा वर्षांची होती. तिची चुलत बहीण प्रियांका आठ वर्षांची, दुसरी चुलत बहीण विनेश आणि सख्खी बहीण

रितू या दोघी सहा वर्षांच्या होत्या.

एकदा कुस्तीच्या आखाड्यात उतरलं, की मुलींनी आपण मुलगी आहोत हे विसरून मुलांशी संपूर्ण ताकदीनिशी झटून लढत दिली पाहिजे, असं महावीर सिंगजींनी त्यांना सांगून ठेवलं होतं. घरात या मुलींना असं संपूर्ण स्वातंत्र्य मिळालं आणि लहानपणापासूनच त्यांच्यात आणि घरातल्या मुलांमध्ये कुणीही मुलगा-मुलगी असा भेदभाव केला नाही, म्हणूनच त्या सामर्थ्याच्या जोरावर त्या जगातील अत्यंत महत्त्वपूर्ण कुस्तीच्या सामन्यांमध्ये भाग घेऊ शकल्या.

घरच्या मुला-मुलींकडून इतकी कठोर मेहनत करून घेतली जात आहे, त्यांना इतकं शिस्तबद्ध प्रशिक्षण दिलं जात आहे हे पाहून महावीर सिंगजींचे कुटुंबीय तर स्तंभितच झाले. मुलांनी याआधी ज्या काही खोड्या केल्या असतील, त्याची शिक्षाच महावीर त्यांना देत आहे की काय, असा संभ्रम घरच्यांच्या मनात उत्पन्न झाला. महावीरच्या मनात ऑलिम्पिक्समध्ये भाग घेण्याच्या पात्रतेचे खेळाडू घडवायचे आहेत व त्यासाठीच तो इतका आटापिटा करत आहे, असं त्या वेळी कुणाच्या स्वप्नातही आलं नाही.

"मी सहसा त्यांच्या निर्णयांमध्ये कधीही ढवळाढवळ करत नाही. आमच्या घरी लहानपणापासूनच स्त्रियांना स्वतःचं मत मांडण्याची संधी नसे. पुरुषांचा शब्दच अखेरचा असे. गीताचे वडील तसे आधुनिक विचारसरणीचे आहेत. पण मुलींना प्रशिक्षण देण्याच्या बाबतीत मात्र त्यांचे नियम अत्यंत कठोर होते. त्यांचा निर्णय झालेला होता, त्यामुळे त्या बाबतीत मी मध्ये पडू नये असं त्यांनी मला अगदी सुरुवातीलाच स्पष्ट सांगून टाकलं होतं," दया कौर जुन्या दिवसांविषयी बोलताना सांगतात, "माझ्या मुलींनी कुस्ती खेळावी या बाबतीत माझा स्वतःचा फारसा विरोध नव्हता. पण माझ्या सासरच्या वडीलधाऱ्यांना मात्र ही गोष्ट मुळीच मान्य नव्हती."

प्रत्यक्षात महावीर सिंगजींनी आपल्या मनात काय चालू आहे हे घरच्या मंडळींना सांगितलं, तेव्हा त्यांच्या विचाराला पाठिंबा देण्यासाठी घरचं एकही माणूस पुढे आलं नाही. मुलींनी मातीत लोळण घेऊन

कुस्ती खेळावी ही गोष्ट तर त्यांना अजिबातच रुचली नाही. कुस्ती हा पूर्वीपासूनच पुरुषांनी खेळायचा खेळ आहे, असा युक्तिवाद करून घरच्यांनी महावीर सिंगजींची ती कल्पना साफ धुडकावून लावली.

सिडनी ऑलिम्पिक्स क्रीडा स्पर्धेचं घोषवाक्य होतं : Dare to Dream - स्वप्नं बघण्याचं धाडस करा. त्या वाक्यामुळे प्रेरित झालेल्या महावीर सिंगजींचं मन घरच्यांच्या विरोधामुळे जरासुद्धा विचलित झालं नाही. उलट त्या विरोधामुळे कसंही करून आपल्या घरच्या मुलामुलींना- विशेषतः मुलींना- आंतरराष्ट्रीय दर्जाचे कुस्तीपटू बनवण्याचा त्यांचा निर्धार अधिकच दृढ झाला.

"माझ्या घरची माणसं खेड्यात वाढलेली होती. त्यांची मनोभूमिका खेड्यातील इतरांसारखीच होती, त्यांची क्षितिजं संकुचित होती. प्रत्येक मुलीच्या आयुष्याचं ध्येय म्हणजे विवाह, अशीच त्यांची विचारसरणी होती. मुलींना कॉलेजमध्ये पाठवणं, उच्चशिक्षण देणं वगैरे गोष्टीसुद्धा त्यांच्या दृष्टीने फारच पुरोगामी होत्या. अगदी लहान वयातच मुलींना घरकाम, स्वयंपाक इत्यादीचे धडे देण्यात येत. पुढे पतीच्या घरी गेल्यावर मुलीला काही अडचण येऊ नये यासाठी ही दक्षता घेतली जाई. त्यामुळे माझे विचार घरच्यांनी समजून घेणं ही जवळजवळ अशक्यप्राय गोष्ट होती," महावीर सिंगजी सांगतात.

मुलींच्या आयुष्यातील शिक्षणाचं महत्त्व त्यांनी कधीच नाकारलं नाही. "त्यांनी फार उच्च दर्जाचं कुस्तीपटू व्हावं हे जरी माझं स्वप्न असलं, तरीसुद्धा त्यांनी अभ्यासातही उत्तम प्रगती करावी, असंच मला वाटे. मी तर स्वतः दहावीची परीक्षासुद्धा उत्तीर्ण झालो नाही; मग कॉलेजात जाणं तर दूरच राहिलं. पण घरच्या सर्व मुला-मुलींनी, विशेषतः मुलींनी पदवीधर व्हावं, असंच मला वाटे. त्यामुळे त्यांची दृष्टी विस्तारली असती आणि त्या समतोल विचार करू शकल्या असत्या."

महावीर सिंगजींच्या या दोन्ही इच्छा त्यांच्या घरच्या सहा मुलींनी पूर्ण केल्या. त्यांनी खेळाच्या क्षेत्रात तर नेत्रदीपक कामगिरी करून दाखवलीच, पण शिक्षणातही उत्तम प्रगती केली. गीता, बबिता, रितू

आणि प्रियांका पदवीधर झाल्या आहेत, तर विनेश आणि संगीता महाविद्यालयात शिक्षण घेत आहेत.

महावीर सिंग आपल्या मुलींना कुस्तीचं शिक्षण देत असल्याची बातमी गावात सर्वत्र पसरली. गावात ज्याच्या त्याच्या तोंडी हाच विषय. बऱ्याच लोकांनी तर महावीरला वेड लागलं आहे, असंच जाहीर करून टाकलं. परंतु महावीर सिंगांच्या या प्रशिक्षण वर्गामुळे गावच्या इतर काही मुलींनी स्फूर्ती घेऊन आखाड्यात कुस्तीचे धडे गिरवण्यास सुरुवात केली. पण या इतर कुटुंबांतील मुलींना त्यांच्या घरच्यांनी बंदी केली व त्यांचं प्रशिक्षण थांबवलं.

"गावकरी माझी जितकी जास्त टिंगलटवाळी करत होते, मला जितका जास्त विरोध करत होते, तितका माझा निश्चय अधिकाधिक दृढ होत चालला होता. अगदी थोड्या काळातच मुलींनी राष्ट्रीय आणि आंतरराष्ट्रीय पातळीवर पदकं जिंकून स्वतःला सिद्ध करून दाखवलं. त्यांच्या या अपार मेहनतीमुळे आणि चिकाटीमुळे आता पारडं आमच्या बाजूनं झुकलं आहे. आता गावकऱ्यांना आमच्या मुलींचा अभिमान वाटतो," महावीर सिंग म्हणतात.

सुरुवातीला जेव्हा गावातल्या लोकांनी महावीर सिंगांच्या कल्पनेची टिंगलटवाळी सुरू केली, तेव्हा त्यांच्या घरच्यांचा विरोध फारच वाढला. महावीर सिंगजींनी हा सगळा 'वेडेपणा' थांबवावा म्हणून घरच्यांनी अगदी निकराचे प्रयत्न सुरू केले. गावकऱ्यांच्या सततच्या टोमण्यांमुळे आणि उपहासगर्भ बोलण्यामुळे, आपल्या मुलींकडून ऑलिम्पिक्स क्रीडा स्पर्धेची तयारी करून घेण्याचं काम महावीर सिंगजींसाठी अत्यंत कठीण होऊन बसलं. त्यांनी गावकऱ्यांच्या बोलण्याचा स्वतःला अजिबात त्रास करून घेतला नाही. पण घरच्या लोकांचा विरोध सोसणं, ही मात्र मुळीच सोपी गोष्ट नव्हती.

पण महावीर सिंगजी आणि त्यांच्या घरचे लोक दोघेही हट्टाला पेटले होते. कुणीच स्वतःचं म्हणणं सोडण्यास तयार नव्हतं.

सतत दोन वर्षं कोंडी

मुळात आपल्या देशाचा झेंडा ऑलिम्पिक्स क्रीडा स्पर्धेत उंच फडकला पाहिजे या देशाभिमानानं महावीर सिंगजी भारलेले होतेच. त्यात घरच्यांचा विरोध आणि गावकऱ्यांनी सुरू ठेवलेली सततची टिंगलटवाळी या दोन्ही गोष्टींमुळे तर ते इरेलाच पेटले. आता तर आपण स्वतः कुठल्याही परिस्थितीत आंतरराष्ट्रीय पातळीचा कुस्तीपटू घडवायचाच, असा त्यांनी ठाम निर्धार केला.

अर्थात कुटुंबीयांच्या विरोधाला तोंड देणं, ही त्यांच्या दृष्टीनं मुळीच सोपी गोष्ट नव्हती. "त्या वेळी मी तरुणच होतो. त्यामुळे गावकरी किंवा उपरे लोक मला काय वाट्टेल ते जरी बोलले, तरी मला त्याची फिकीर नव्हती. पण काहीही करून माझ्या घरच्या माणसांचं मन वळवणं मात्र मला भाग होतं. माझी आणि त्यांची घरात रोज समोरासमोर गाठ पडत होती, त्यामुळे सतत त्यांच्या विरुद्ध वागत राहणं माझ्या दृष्टीनं फारच कठीण होऊन बसलं," महावीर सिंग जुन्या आठवणींमध्ये रमून जात सांगतात.

घरामध्ये महावीर सिंग यांना सर्वांत जास्त विरोध त्यांच्या स्वतःच्या वडिलांकडूनच होत होता. आपल्या कुटुंबातल्या मुलींनी क्रीडा क्षेत्रात क्रांती घडवून आणावी, असं त्यांना अजिबातच वाटत नव्हतं. खरंतर ते स्वतः एक नाणावलेले कुस्तीगीर होते. त्यांना गावात फार मान होता. ते केवळ घरातलंच नाही, तर गावातलंही वडीलधारं व्यक्तिमत्त्व होतं. पण त्यांनी उभं आयुष्य गावातच काढलं होतं. गावाबाहेरचं जग त्यांनी पाहिलेलंच नव्हतं. आपल्या स्वतःच्या जमातीबाहेर जगात लोक

काय काय करतात, याच्याशी त्यांना काहीच देणंघेणं नव्हतं. त्यामुळे महावीरनं आपल्या घरच्या मुलींना कुस्तीचं प्रशिक्षण देण्याचं हे जे नवीन खूळ डोक्यात घेतलं होतं, त्याला त्यांचा कडाडून विरोध सुरू होता.

"माझे वडील स्वतः एक उत्कृष्ट दर्जाचे पहिलवान होते. त्यांनी तरुणपणी अख्ख्या पंचक्रोशीत चांगलंच नाव कमावलं होतं. लोक त्यांना 'बोगरा पहिलवान' म्हणून ओळखत. आजही गावातले लोक त्यांच्या पहिलवानकीच्या आणि आखाड्यातल्या कर्तृत्वाच्या गोष्टी सांगतात. आज गीता आणि बबिता यांनी या क्षेत्रात जे काही नाव कमावलंय, ते त्यांच्या रक्तात असलेल्या पहिलवानकीच्या वारशामुळेच आहे, असंही लोक म्हणतात. खरंतर त्यांच्या काळात त्यांना संधी मिळाली असती, तर त्यांनीही आपल्या देशाचं आंतरराष्ट्रीय पातळीवर प्रतिनिधित्व केलं असतं," महावीर सिंग सांगतात. "मुळात माझ्या वडिलांना कुस्ती या खेळाविषयी इतकं प्रेम असल्यामुळेच त्यांनी मला तरुण वयात दिल्लीला चंदगी राम यांच्या आखाड्यात प्रशिक्षणासाठी पाठवलं, हे तर खरंच आहे. मी या क्षेत्रात नाव कमवावं, या इच्छेनंच त्यांनी हे केलं. मी शाळेत असताना मला कुस्तीपेक्षा कबड्डी या खेळाविषयी जास्त प्रेम होतं. त्यामुळे वडिलांनी जर मला चंदगी राम यांच्याकडे पाठवलं नसतं, तर मी कबड्डीच्याच मागे लागलो असतो. मी स्वतः कुस्तीच्या क्षेत्रात फक्त राष्ट्रीय पातळीपर्यंतच जाऊ शकलो. आंतरराष्ट्रीय पातळीवर खेळू शकलो नाही. पण माझं हे अपुरं स्वप्न माझ्या मुलींच्या मार्फत पूर्ण करण्याची माझी इच्छा माझ्या वडिलांना कधी समजूच शकली नाही."

"गावात माझे वडील एका घट्ट अशा वर्तुळातच राहिले. संस्कृतीची विविधता त्यांनी कधीच पाहिली नाही. त्यामुळे स्त्रियांच्या आयुष्याचं ध्येय काय असावं, याविषयी त्यांचा दृष्टिकोन नेहमी संकुचित राहिला. खरं म्हणजे ९० नंतरच्या दशकातच भारतात स्त्रियांनी कुस्तीच्या क्षेत्रात प्रवेश केला होता. परंतु माझ्या वडिलांनी स्त्रियांना आखाड्यात उतरून, मातीत लोळण घेऊन कुस्ती खेळताना आजवर कधी पाहिलं

नव्हतं. शिवाय आमच्या जवळच्या नातेवाइकांमध्ये, त्याचप्रमाणे दूरदूरच्या नातेवाइकांमध्येसुद्धा कधी एकाही मुलीने कुस्ती या खेळाचं शास्त्रशुद्ध प्रशिक्षण घेऊन त्यात आपलं करिअर घडवल्याचं उदाहरण नव्हतं. इतकंच काय, पण आमच्या अख्ख्या गावातून किंवा आजूबाजूच्या इतर गावांमधूनसुद्धा एकाही मुलीनं कधी खेळाच्या मैदानावर पाऊल ठेवलेलं नव्हतं. त्यामुळेच आपल्या घरच्या मुलींनी अशी काही जगावेगळी गोष्ट करावी, ही गोष्ट माझ्या वडिलांना मुळीच रुचली नाही.''

''महावीरनं हे काय करायचं ठरवलं होतं, ते मलाही त्या वेळी समजत नव्हतं,'' महावीर सिंगजींचे सर्वांत धाकटे भाऊ सज्जन सिंग सांगतात. ''कुस्ती हा काही स्त्रियांनी खेळण्याचा खेळ नाही, असंही मी त्याला सांगून पाहिलं. आपल्या अशा मूर्खपणाच्या वागण्यामुळे त्या मुलींचं भविष्य हा बिघडवून ठेवणार आहे, अशी मला मनातून सतत धास्ती वाटत होती. पहिलवान जेव्हा कुस्ती खेळतात तेव्हा खेळाच्या भरात प्रतिस्पर्धी त्यांचे कान खेचतात, त्यांना ठोसे मारतात आणि त्यामुळे पहिलवानांचे कान लांब होतात, विद्रूप होतात, हे तर सर्वांनाच माहीत असतं. एका पहिलवानाच्या दृष्टीनं असे कान असणं ही त्याच्या प्रदीर्घ अनुभवाचीच खूण असते हे जरी खरं असलं, तरी एखाद्या मुलीच्या बाबतीत असं घडलं, तर तिच्याशी लग्न कोण करणार?''

याशिवाय इतरही काही मुद्द्यांवरून घरच्या लोकांचे महावीर सिंगजींशी मतभेद होते. भारतामध्ये जे पहिलवान कुस्तीच्या क्षेत्रात करिअर करू इच्छितात, त्यांना केवळ शरीरसंपदा कमावून चालत नाही, तर कडक ब्रह्मचर्याची शपथ घ्यावी लागते. त्यानुसार आचरण करावं लागतं. चंदगी राम यांच्या आखाड्यात खुद्द महावीर सिंग ही गोष्ट शिकले होते. कुस्तीगीरांचं आराध्य दैवतच मुळी 'हनुमान' हे होतं. हनुमान तर आजन्म ब्रह्मचारी होता.

''ब्रह्मचर्याचं पालन करण्याच्या मार्गात स्त्रिया मोठीच अडचण निर्माण करू शकतात, असं आपल्याकडे मानलं जातं. त्यामुळेच स्त्रियांना या खेळातून वगळण्यात आलं होतं. तरुण पहिलवानांना

मुद्दामच स्त्रियांपासून दूर राहण्यास सांगितलं जातं. त्यामुळे आता मुलींनी आखाड्यात उतरून तरुण मुलांबरोबर जोर बैठका काढण्याची कल्पना माझ्या वडिलांना मंजूर होणं शक्यच नव्हतं.''

घरच्यांचं म्हणणं काही का असेना, पण आपला निर्णय मुळीच बदलायचा नाही असा महावीर सिंगजींचा ठाम निर्धार होता. पण यामुळे महावीर सिंग आणि त्यांचे कुटुंबीय यांच्यातली तेढ वाढतच गेली. कुणीच आपला हट्ट सोडायला तयार नव्हतं. अखेर महावीर सिंगजींच्या वडिलांनी आपला सर्वांत मोठा मुलगा राजिंदर याला बोलावून घेतलं. राजिंदर तेव्हा राजस्थानातील चुरू जिल्ह्यात नोकरीला होते. आता त्यानंच इथं यावं आणि महावीरचं मन वळवावं, असं त्यांच्या वडिलांचं म्हणणं होतं. महावीरच्या या वेडापायी त्यांचं घराणं हा गावकऱ्यांच्या टिंगलटवाळीचा विषय बनला होता. त्यामुळे ते फार अस्वस्थ झाले होते. राजिंदर सिंग सर्वांत थोरले भाऊ. शिवाय ते घरातील सर्वांपेक्षा जास्त शिकलेले होते. त्यामुळे कुटुंबात कधीही वितुष्ट निर्माण झालं, की तो तंटा तेच सोडवत असत, आणि त्यांचा शब्द प्रमाण मानला जात असे. शिवाय महावीरचं कुस्तीच्या क्षेत्रात करिअर घडावं, यासाठी राजिंदर सिंग यांनी खूप प्रयत्न केले होते. तेव्हा राजिंदरचा शब्द महावीर डावलणार नाही, असं त्यांच्या वडिलांना वाटत होतं.

पण झालं उलटंच. राजिंदर सिंग यांनी महावीर सिंगजींचं बोलणं नीट ऐकून घेऊन त्यावर बराच वेळ विचार केला. त्यानंतर त्यांनी महावीर सिंग यांच्या कल्पनेला अजिबात विरोध केला नाही. मुळात मुली या मुलगे नसल्यामुळे त्यांना कुस्तीच्या क्षेत्रात येऊ द्यायचं नाही, किंवा गावातील इतर मुलींपुढे एक निराळा आदर्श ठेवण्याची संधीच द्यायची नाही, ही गोष्ट खुद्द राजिंदर यांनाही पटलीच नव्हती.

''अगदी सुरुवातीला राजिंदरसुद्धा आमच्या घरच्यांच्या सुरात सूर मिसळून बोलला. फक्त घरच्या मुलांनाच मी कुस्तीचं प्रशिक्षण द्यावं, मुलींना देऊ नये, असं त्यानंही मला सुचवलं. पण माझा भाऊ शिकला-सवरलेला होता. त्यामुळे तो स्वतः मुलांमध्ये आणि मुलींमध्ये

कधीच भेदभाव करत नसे. त्याला काळजी फक्त एवढीच होती की, कुस्तीसाठी करावे लागणारे अफाट परिश्रम या मुलींच्या तब्येतीला झेपतील की नाही. कारण कुस्तीच्या सरावामध्ये शारीरिक कसरत आणि अंगमेहनत यांना फार महत्त्व असतं,'' महावीर सांगतात.

"आपल्या मुली मुलांपेक्षा शारीरिक क्षमतेच्या बाबतीत कुठंही कमी नाहीत, ही गोष्ट त्याला पटवून द्यायला थोडा वेळ लागला. मुलींना समान संधी मिळायला हवी, प्रोत्साहन मिळायला हवं, पाठिंबा मिळायला हवा, म्हणजे त्या कोणत्याही क्षेत्रात मोठी कामगिरी करून दाखवू शकतात, हे मी राजिंदरला पटवून दिलं. त्यानं मला माझ्या मनासारखं वागण्यासाठी केवळ दोन वर्षं द्यावीत आणि मी दोन वर्षांत काय करून दाखवतो ते पाहावं, असं मी सुचवलं. दोन वर्षांत जर माझ्या मनासारखं मी करून दाखवू शकलो नाही, तर मी मुलींना कुस्तीच्या क्षेत्रातून काढीन, असंही त्याला आश्वासन दिलं,'' महावीर सांगतात.

महावीरनं जे स्वप्न पाहिलं होतं, त्यात राजिंदर सिंग यांना कुठंतरी आशेचा किरण दिसला. त्यामुळे त्यांनी आपल्या भावाला दोन वर्षांचा कालावधी दिला. या दोन वर्षांत मुलींच्या प्रशिक्षणाच्या बाबतीत महावीरनं बोलल्याप्रमाणे करून दाखवावं, असं त्यांचं म्हणणं होतं.

"एकदा राजिंदरच माझ्या बाजूनं उभा राहिल्यावर बरेच प्रश्न सुटले. मग राहिलेले कुटुंबीयसुद्धा आपोआपच माझ्या पाठीशी उभे ठाकले,'' महावीर सिंग गालातल्या गालात हसून म्हणतात.

महावीर सिंगजींनी अखेर सुटकेचा निःश्वास सोडला. त्यांनी एक वादळ तर यशस्वीपणे परतवून लावलं होतं. आता आपल्या मुलांच्या प्रशिक्षणावर संपूर्ण लक्ष केंद्रित करणं गरजेचं होतं.

त्या क्षणापासून त्यांनी कधीच मागे वळून पाहिलं नाही.

इकडे भविष्यात आपल्या पुढ्यात किती कठोर परिश्रम, खडतर जीवन, अंगमेहनत आणि अश्रू वाढून ठेवलेले आहेत, याची त्या बिचाऱ्या कोवळ्या मुलांना काहीच कल्पना नव्हती. मास्टर चंदगी राम

यांच्या आखाड्यात असताना मास्टरजींनी महावीर सिंगजींकडून जेवढी कठोर मेहनत करून घेतली होती, तेवढीच मेहनत या आपल्या शिष्यांकडून करून घेण्याचं महावीर सिंग यांनी ठरवलं होतं, याची त्या लहान मुलांना कुठे कल्पना होती?

त्या मुलांमधली काही तर केवळ सात वर्षांची होती. सर्वांना पहाटे चारच्या ठोक्याला झोपेतून उठावं लागायचं. ठीक साडेचार वाजता, म्हणजे सूर्योदयाला तब्बल एक तास असतानाच त्यांचा 'वॉर्मअप्' सुरू होत असे. त्यानंतर आखाड्यात सलग दोन तास कुस्तीचे धडे गिरवणं. शाळेत असतानाच काय ती त्यांना जरा विश्रांती मिळायची. पुन्हा शाळेतून घरी आलं, की अशीच कडी अंगमेहनत आणि सराव सुरू.

''कुस्तीचे धडे गिरवत असताना कुठलीही पळवाट चालायची नाही. आम्ही नित्याचा सराव संपवून आखाड्यातून बाहेर पडेपर्यंत ताऊजी (काका) आम्हाला थोडीसुद्धा दयामाया दाखवत नसत,'' महावीर सिंगजींचा धाकटा भाऊ सज्जन सिंग यांचा मुलगा राहुल फोगाट त्या काळाची आठवण काढताना सांगतो. राहुलनंसुद्धा गीता आणि बबिता यांच्याबरोबर २०००मध्ये कुस्तीची तालीम घेण्यास सुरुवात केली. परंतु त्याच्या करिअरला नुकती सुरुवात होत असतानाच त्याला अपघात होऊन त्याच्या हाताला दुखापत झाली व त्याची सर्जरी करावी लागली. त्यामुळे पुढे या कुस्तीच्या क्षेत्रात त्याला विशेष काही करता आलं नाही.

''मला स्वतःला कुस्तीच्या खेळात कधीच गम्य नव्हतं. तसं मी ताऊजींच्या हाताखाली काही वर्षं प्रशिक्षण घेतलं. पण हाताला दुखापत झाल्यानंतर मात्र मी या खेळाला कायमचा रामराम ठोकला, आणि माझं संपूर्ण लक्ष शिक्षणावरच केंद्रित केलं,'' राहुल सांगतो. तो आता इंजिनिअर आहे.

महावीर सिंग यांनी ऑलिम्पिक्स क्रीडा स्पर्धेत चमकून देशाचं नाव उज्ज्वल करण्याचं स्वप्न मुलांच्या मनात रुजवलं. त्याचबरोबर त्यांनी घरच्या मंडळींवरही एक जबाबदारी सोपवली. सर्व मुलं वाढीच्या

वयातली होती. शिवाय त्यांना रोज अत्यंत कठोर अंगमेहनत करावी लागत होती. त्यामुळे त्यांना वेळच्या वेळी पोषक आहार, कुस्तीगीरांच्या शरीराला आवश्यक असलेला खुराक मिळणं गरजेचं होतं. ही जबाबदारी त्यांनी घरच्या स्त्रियांवर टाकली.

"माझी आई आणि मावश्या आमच्या समतोल आहाराची काळजी घेत,'' राहुल सांगतो. "आम्हाला प्रचंड ऊर्जा पुरवणाऱ्या आहाराची गरज असल्यामुळे आम्हाला मोडाची कडधान्यं, धान्य, फळं आणि दूध असा नाश्ता सकाळी देण्यात येई. आम्हाला नाश्त्याला कधीही चपात्या देऊ नयेत, अशी ताऊजींची सक्त ताकीद होती.''

कसरतीच्या काळात त्यांच्या शरीरातील पाण्याच्या पातळीचा समतोल राखण्यासाठी त्यांना लिंबूपाणी दिलं जाई. प्रथिनांची तूट भरून काढण्यासाठी मोड आलेल्या काळ्या चण्यांचा खुराकही असे. सराव संपल्यानंतर मुलं फळांवर तुटून पडत. त्यातून साखरेचा पुरवठा होई. चपात्यासुद्धा नुसत्या कणकेच्या नसत, तर मिश्र धान्यांच्या असत. (डाळी, मका, गहू, बाजरी, ज्वारी, चणाडाळ अशा विविध धान्यांचं त्यात मिश्रण असे.) त्यामुळे शरीराची झीज भरून स्नायू पुष्ट होत असत.

"एखाद्या खेळाडूच्या कामगिरीमध्ये पोषक व समतोल आहाराचं महत्त्व अनन्यसाधारण असतं, त्यामुळेच आम्ही घरी स्वयंपाकात नेहमीच मिश्र धान्यांचा वापर करतो. तीसुद्धा आमच्या घरच्या शेतात पिकवलेली असतात. आम्ही फक्त सेंद्रीय खतांचाच वापर करतो,'' महावीर सिंग सांगतात.

आपल्या कुटुंबीयांनी आता घरचा आर्थिक कारभार जरा नेटकेपणाने, स्वतः लक्ष घालून सांभाळावा, असंही महावीर सिंगजींनी त्यांना आवाहन केलं. १९८५ ते १९९५च्या कालावधीत त्यांनी स्वतः रियल इस्टेटच्या व्यवहारात भरपूर पैसा कमावला होता. त्यांनी प्रयत्नपूर्वक आपल्या कुटुंबीयांचा आर्थिक व सामाजिक दर्जा उंचावला होता. परंतु आता त्यांनी आपलं संपूर्ण लक्ष या मुलांच्या प्रशिक्षणावर केंद्रित केलेलं असल्यामुळे महावीरजींचा व्यवसाय, त्यांची गुंतवणूक आणि

कुटुंबाचा घरखर्च चालवण्यासाठी लागणारा पैसा कमावण्याची जबाबदारी आपल्या भावांनी घ्यायला हवी, असं त्यांनी सुचवलं.

दया कौर या संदर्भात बोलताना म्हणतात, "मुलांना प्रशिक्षण देणं, त्यांच्याकडून इतकी खडतर मेहनत करून घेणं, ही मुळीच चेष्टा नव्हती. त्यांच्या प्रशिक्षणाच्या संदर्भातील प्रत्येक गोष्टीवर त्यांची अगदी बारकाईनं नजर असे. या खेळाकडे ते किती गंभीरपणे पाहत होते, त्यांचा निर्धार किती अचल होता, हे आम्हाला त्या काळी समजलं नाही; परंतु आज मुली ज्या काही मानाच्या स्थानावर पोहोचल्या आहेत, त्यामागे महावीर सिंगजींचे प्रयत्न, त्यांची निष्ठा आणि निर्धारच आहे. आमच्या गावाचं आज जगात नाव झालेलं आहे, तेही महावीर सिंगजींमुळेच."

अर्थात त्या काळी महावीर सिंग यांनी घेतलेल्या त्या निर्णयामुळे या सर्व मुलांच्या आयुष्यात प्रचंड उलथापालथ झाली. महावीर सिंगजींच्या पिढीतल्या कुणाचीही धाव दहावीच्या पुढे गेलेली नसली तरी उत्तम शिक्षणाचं महत्त्व काय, याची सर्वांनाच जाणीव होती. त्यामुळे घरच्या सर्व मुलांना खासगी शाळेत घालण्यात आलं होतं. मुलांना उत्तमातील उत्तम शिक्षण मिळावं अशीच घरच्यांची इच्छा होती; पण कुस्तीचा सराव, अंगमेहनत इत्यादी सुरू झाल्यानंतर अर्थातच त्याचा मुलांच्या अभ्यासावर परिणाम झाला. कधीकधी सराव इतका लांबायचा, की शाळेला जायला उशीर व्हायचा. शाळेचा गृहपाठही सोपा नसे. मुलांना कुस्तीचा सराव आणि शाळा, अभ्यास या सर्वांचा ताण झेपेना. त्यामुळे शाळेत शिक्षकांची बोलणी खावी लागत. शिवाय कुस्तीच्या क्षेत्रात त्यांच्या करिअरची नुकतीच कुठं सुरुवात होती. त्यांनी अजून नाव वगैरे मिळवलेलंच नव्हतं. मग त्यांना शिक्षक तरी शाळेत सवलत कशी देणार?

अखेर खूप विचार करून महावीर सिंगजींनी मुलांना खासगी शाळेतून काढून सरकारी शाळेत घालायचं ठरवलं.

"त्या कुस्तीच्या सरावापायी आम्ही अनेकदा शाळेत वेळेवर पोहोचू शकत नव्हतो. शिवाय पहाटे उठून इतकी कसरत केल्यानंतर

लगेच शाळेत जाऊन अभ्यास करणं आम्हाला फार जड जात होतं. मग आम्ही वर्ग चालू असताना झोपून जायचो. जागे असलो, तरी आमचं चित्त दुसरीकडेच भरकटत असायचं. मग शिक्षकांचा ओरडा खावा लागायचा. सरकारी शाळांमध्ये नियम जरासे शिथिल असतात, म्हणून ताऊजींनी आम्हाला खासगी शाळेतून काढून सरकारी शाळेत घालायचं ठरवलं,'' राहुल सांगतो, ''आम्हा भावंडांपैकी दहा जण आता खासगी शाळेऐवजी सरकारी शाळेत जाऊ लागले. तिथं आम्हाला जरी उशीर झाला तरी शिक्षक रागावत नसत, त्यामुळे अभ्यास सांभाळूनसुद्धा कुस्तीवर लक्ष केंद्रित करणं आम्हाला सोपं झालं.''

गावातील सधन कुटुंबांतील मुलांना मुद्दामच खासगी शाळेत घालण्यात येतं. तेथील शिक्षणाचा दर्जा उत्तम असतो आणि मुलांच्या वाढीच्या दृष्टीनं वातावरणसुद्धा चांगलं असतं. त्यामुळे अशा प्रकारे आपल्या मुलांना चांगल्या खासगी शाळेतून काढून सरकारी शाळेत घालण्याचा हा प्रकार लोकांना खरोखर अजबच वाटे. असं तर आजवर कुणीसुद्धा केल्याचं ऐकिवात नव्हतं. परंतु महावीर सिंग नाहीतरी कधीच चार सामान्य लोकांसारखं वागलेले नव्हते. त्यांचं सगळंच जगावेगळं होतं.

''शिक्षणाचं महत्त्व मीही जाणत होतो, पण तरीही कुस्तीलाच माझ्या लेखी सर्वाधिक महत्त्व होतं. मुलांवर शाळेच्या अभ्यासाचा फार जास्त बोजा पडला तर त्यांच्या कुस्तीच्या खेळावर त्याचा परिणाम होईल, असं मला वाटायचं. पण तरीही मुलांचं शालेय जीवन इतर चार सामान्य मुलांसारखंच असावं, यासाठी मी आटोकाट प्रयत्न केला. मुलं नियमितपणे शाळेत जात होती आणि वेळच्या वेळी अभ्यास करत होती. परीक्षेत उत्तम गुण मिळवत होती,'' महावीर सांगतात.

इकडे महावीर सिंगांची निंदानालस्ती करणाऱ्या गावकऱ्यांना, त्याचबरोबर स्वतःच्या घरच्या माणसांना त्यांना काहीतरी उत्तम कामगिरी करून दाखवायची होती. पण वेळ कमी पडत होता. मुलामुलींमधल्या

गीता, बबिता आणि विनेश यांच्या जोडीनं मुकाबला करून खेळू शकेल अशा बहिणी नव्हत्या. विशेषतः त्यांचा खेळ आणि वजन या दोन्ही बाबतीत बरोबरी करू शकणारी प्रतिस्पर्धी मुलगी कुठून आणायची? त्यामुळे मग त्यांना आपल्या चुलत भावांशीच कुस्ती खेळावी लागायची. त्याचा त्यांना फार उपयोग झाला. त्या शिकवलेला प्रत्येक डावपेच फार लवकर आत्मसात करू लागल्या.

"पूर्ण गावात कुस्तीच्या क्षेत्रात करिअर करू इच्छिणारी गीता आणि बबिता यांच्या वयोगटातील एकही मुलगी नव्हती. चुलत बहिणी तर वयानं फारच लहान होत्या. त्यामुळे मी त्यांना त्यांच्या चुलतभावांबरोबर कुस्ती खेळायला लावायचो. पुढे त्या जेव्हा जवळपासच्या गावांमध्ये भरवण्यात येणाऱ्या दंगलमध्ये भाग घ्यायच्या, तेव्हा तिथं त्यांना कुणीच स्त्री प्रतिस्पर्धी नसत. मग त्या मुलांनाच लोळवून विजयी होऊन परत येत," महावीर सिंग अभिमानानं सांगतात.

फोगाट भगिनींमध्ये पहिलं यश खेचून आणलं ते गीतानं. २००२मध्ये राणीपूर येथे भरवण्यात आलेल्या २३व्या सब-ज्युनियर/कॅडेट नॅशनल चँपियनशिप स्पर्धेत गीतानं सुवर्णपदक पटकावलं. पुढच्याच वर्षी तैवान येथे आशियाई कॅडेट चँपियनशिप स्पर्धा भरवण्यात येणार होत्या. त्यात भारतीय संघात तिचा समावेश झाला.

"केवळ दोन वर्षांच्या तालमीनंतर मी राष्ट्रीय विजेती खेळाडू झाले. आमच्या वडिलांनी आमचा काटेकोरपणे सराव करून घेतला होता. त्यामुळे राष्ट्रीय पातळीवरील स्पर्धेत उतरल्यावर तिथं खेळताना मी जरासुद्धा घाबरले नव्हते. लहानपणापासून त्यांनी मला आखाड्यात मुलांशी खेळायला लावल्यामुळे माझ्या अंगी प्रचंड आत्मविश्वास आला होता. त्याचा राष्ट्रीय तसंच आंतरराष्ट्रीय स्पर्धेत मला खूप फायदा झाला," गीता सांगते.

या आशियाई कॅडेट चँपियनशिप स्पर्धेच्या निमित्तानं गीताला अवघ्या १५व्या वर्षी परदेशात जाऊन खेळण्याची संधी मिळाली. त्यांच्या संपूर्ण गावातून परदेशी जाणारी ती पहिलीवहिलीच मुलगी होती, त्यामुळे गावात तिचा खूप उदोउदो झाला.

"मी करत असलेल्या मेहनतीचं फळ मला इतक्या लवकर मिळेल असं कधीच वाटलं नव्हतं. मी राष्ट्रीय स्पर्धेत सुवर्णपदक मिळवलं आणि २००३मध्ये आशियाई चँपियनशिप स्पर्धेत आपल्या देशाचं प्रतिनिधित्व करण्यासाठी पात्र ठरले, तरीही माझ्याकडे पासपोर्टसुद्धा नव्हता. आणि त्यानंतर आजपर्यंत माझे किती परदेश दौरे झाले असतील, हे मला आठवतसुद्धा नाही," गीता हसून सांगते. "पण तरीही आयुष्यात पहिल्यांदा जेव्हा मी विमानात बसले, तो प्रसंग मी कधीच विसरणार नाही. आशियाई चँपियनशिप स्पर्धेत भाग घ्यायला मिळाल्यामुळे मला विमानानं परदेशप्रवास करण्याची संधी मिळाली. आमच्यासाठी तर ही गोष्ट स्वप्नवतच होती. मी तेव्हा इतकी लहान होते आणि हे असं सगळं तर मी तोपर्यंत फक्त टीव्हीवरच पाहिलं होतं. मला सगळ्या गोष्टींची खूप मजा वाटत होती," गीता आठवणींमध्ये रमून जात सांगते.

आपल्या हाताखाली तयार झालेल्या आपल्या शिष्यांपैकी कुणीतरी, एक ना एक दिवस आंतराष्ट्रीय क्षितिजावर नक्कीच चमकणार, याची महावीर सिंगजींना खात्रीच होती. आणि गीताने आपल्या वडिलांना त्यासाठी फार काळ वाट पाहायला लावली नाही. तैवान येथे घेण्यात आलेल्या आंतरराष्ट्रीय क्रीडा स्पर्धेत चाळीस किलोच्या गटात तिनं सुवर्णपदक पटकावलं. आपल्या वडिलांच्या स्वप्नाला तिनं जणू खतपाणीच घातलं. ज्या गावकऱ्यांनी तिच्या वडिलांच्या तऱ्हेवाईक वागण्याबद्दल त्यांची टिंगलटवाळी केली होती, तेच गावकरी विदेशात विजय प्राप्त करून परत आलेल्या स्टार गीता फोगाटच्या स्वागतासाठी गर्दी करून उभे होते.

"केवळ दोन वर्षांत मी माझं म्हणणं खरं करून दाखवू शकलो. गीतानं आंतरराष्ट्रीय स्पर्धेत सुवर्णपदक मिळवलं आणि मुलींना कुस्तीच्या आखाड्यात उतरू देण्याबद्दलचा गावकऱ्यांचा दृष्टिकोनच बदलला," महावीर सिंग सांगतात, "गीता जेव्हा तैवानहून परतली, तेव्हा तिच्या स्वागतासाठी अख्खं गाव लोटलं होतं. माझा तर माझ्या डोळ्यांवर विश्वासच बसेना. मी जेव्हा माझ्या मुलांचा सराव करून घेत होतो,

तेव्हा पहिल्या दिवसापासून याच गावकऱ्यांनी माझी अक्षरशः छी:थू केली होती. पण आता विजय मिळवून आलेल्या माझ्या लेकीच्या स्वागताला म्हाताऱ्याकोताऱ्यांपासून तरुणांपर्यंत आणि कधी उंबऱ्याबाहेर पाऊल न टाकणाऱ्या गावच्या लेकीसुनांपर्यंत सर्वांनी हजेरी लावली होती. तिला आशीर्वाद देण्यासाठी सगळे जमले होते,'' महावीर सिंगजी सांगतात.

''गीतानं आशियाई चँपियनशिप स्पर्धेत सुवर्णपदक मिळवण्याच्या घटनेनं अख्खं गाव ढवळून निघालं. माझ्या घरच्या पोरीबाळी जेव्हा कुस्तीच्या जगतात एवढी मोठी प्रगती करू लागल्या, तेव्हा गावकऱ्यांनीसुद्धा कुस्तीच्या खेळात रस घेण्यास सुरुवात केली. या खेळाच्या क्षेत्रात किती स्पर्धा आहे, हे त्यांना समजलं. गीताच्या त्या सुवर्णपदकानं गावकऱ्यांचे डोळे दिपले. एका खेड्यातून आलेल्या साध्याशा मुलीनं परदेशाच्या मातीवर परदेशी स्पर्धकांना चितपट केलं होतं,'' जुन्या आठवणीत रमून गेलेले महावीर सिंग सांगत असतात. त्यांचा ऊर अभिमानानं भरून गेलेला असतो. विशीच्या आतल्या या मुलीच्या यशामुळे भारतीय महिलांना कुस्तीच्या क्षेत्रात उतरण्याची स्फूर्ती मिळाली. हरियाणाच्या प्रतिगामी, पुरुषी वर्चस्व असलेल्या समाजमनावर महावीर सिंगजींनी एकप्रकारे विजयच मिळवला होता.

परंतु ही तर केवळ सुरुवात होती. महावीर सिंग यांचं स्वप्न होतं, देशाचा झेंडा पार ऑलिम्पिक्स स्पर्धेत नेऊन फडकवण्याचं. त्यासाठी तर अजून कितीतरी प्रदीर्घ वाटचाल करायची होती. इतक्या लहान वयात गीताला हे यश मिळालं. त्यामुळे आता तिला याहून कितीतरी जास्त मेहनत करावी लागणार होती, कारण तिच्या वडिलांच्या अपेक्षा आता खूप वाढल्या होत्या. आता आपली नजर ऑलिम्पिक्स स्पर्धांवर ठेवून महावीर सिंगजींनी मुलांचे सरावाचे तास आणखी वाढवले, त्यांच्याकडून आणखी कठोर परिश्रम करून घेण्यास सुरुवात केली. त्यांच्या अंतर्यामी खोलवर दडलेल्या एका कडक 'टास्कमास्टर'शी (आपल्याला हवे ते काम करून घेण्यात तरबेज असलेला!) मुलांचा परिचय झाला.

कडक ‘टास्कमास्टर’

महावीर सिंग स्वतः आंतरराष्ट्रीय पातळीवरचे कुस्तीपटू होऊ शकले नाहीत, तरीही त्यांच्या रक्तातील लढा संपलेला नव्हता. अपार मेहनत केल्यामुळे माणूस कणखर बनतो, असा त्यांचा विश्वास होता. मुलांना प्रशिक्षण देतानाही त्यांनी हाच मंत्र वापरला : जेवढे जास्त परिश्रम करता येतील तेवढे करायचे.

सर्व मुलांमधली मोठी गीता १२ वर्षांची होती. २००० सालच्या ऑक्टोबर महिन्यात तिच्याबरोबरच विनेश, रितू आणि त्यापाठच्या इतरही चुलत भावंडांच्या कुस्तीच्या प्रशिक्षणाला सुरुवात झाली. त्या वेळी रितू आणि विनेश सहा वर्षांच्या, तर राहिलेली भावंडं त्यांच्याहूनही लहान होती. आता दहा वर्षांनंतर महावीर सिंग यांचे हे विद्यार्थी एकट्यानं जगभर प्रवास करू लागले आहेत. हे नवल कसं घडलं, हे आता कुणाला आठवतसुद्धा नाही.

वयाच्या वाढीच्या वर्षांमध्ये या मुलींनी सर्व रिकामा वेळ फक्त आखाड्यातच घालवला, असं म्हटलं तरी ते वावगं ठरणार नाही. कुस्ती-खाणं-झोप-परत कुस्ती हे चक्र अव्याहत चालूच होतं.

“सुरुवातीचे काही दिवस आम्हालापण मजा येत होती. मी आणि विनेश खूप लहान असल्यामुळे आमच्यासाठी नियम इतके काही कडक नव्हते,” रितू जुनी आठवण काढत सांगते. महावीर सिंग यांच्या चार मुलींमधली रितू ही तिसरी. “आम्ही दोघी आमच्या मोठ्या भावंडांचं आखाड्यात घाम गाळणं बघत मजेत बसायचो. पण आमचं हे सुख जास्त काळ टिकलं नाही. आमच्या प्रशिक्षणाला जेमतेम

आठवडा झाला असेल आणि लगेच पपांनी आम्हालासुद्धा आखाड्यात घेतलं. आमचीही कठोर मेहनत सुरू झाली. त्यानंतर कुणाचं वय सहा आहे आणि कुणाचं बारा याचा काहीही संबंध उरला नाही.''

''या रोजच्या सरावातून स्वतःची सुटका करून घेण्यासाठी आम्ही तर संधीच शोधत असायचो. सकाळी रोजच्यापेक्षा दहा मिनिटं जास्त झोपायला मिळणं हीसुद्धा आमच्यासाठी चैनच होती,'' ती पुढे सांगते.

महावीर सिंग यांनी आपल्या मुलींना कुस्तीसारख्या खेळासाठी तयार करायला सुरुवात केली आहे, हा सुरुवातीला गावकऱ्यांच्या थट्टेचा विषय झाला होता. पण पुढे महावीर सिंग आपल्या मुलींकडून इतके कठोर परिश्रम, इतकी जबरदस्त अंगमेहनत करून घेतात याची चर्चा गावकरी करू लागले.

''मी लहान असताना अगदी किडकिडीत होतो. त्यामुळे मला हे इतके कठोर परिश्रम करताना किंवा ताऊजींची बोलणी किंवा मार खाताना माझी आई पाहायची, तेव्हा तिच्या डोळ्यांतून पाणीच यायचं. पण तिची काही बोलण्याची हिंमतच नव्हती. ताऊजींपुढे बोलण्याची हिंमत घरी फक्त आजोबांचीच होती. दुसऱ्या कुणाची तोंड उघडण्याची प्राज्ञाच नव्हती,'' राहुल सांगतो.

अर्थात एके काळी स्वतः पहिलवान असलेल्या महावीर सिंग यांच्या वडिलांनी वेळोवेळी हस्तक्षेप केला. महावीर सिंगजींना चार समजुतीच्या गोष्टी सांगण्याचाही प्रयत्न केला.

''ताऊजींनी गीता किंवा बबिताच्या अंगावर हात उचलला, की आमचे आजोबा मध्ये पडायचे. एकदा बाबूजींनी गीताला काहीतरी डावपेच शिकवला, पण तो तिला नीट जमला नाही. झालं! त्यांचा संताप अनावर झाला. त्यांनी तिला हातातल्या काठीनं धोपटायला सुरुवात केली. आमचे आजोबा तिथंच उभं राहून हा सगळा प्रकार बघत होते. ते लगेच आखाड्यात उतरले. आम्ही आश्चर्यानं थक्क होऊन बघत राहिलो. त्यांनी ताऊजींचं बखोट पकडलं आणि त्यांची खरमरीत शब्दांत कानउघाडणी केली, 'पुन्हा कधी जर मुलींच्या अंगावर हात उचललास, तर त्याचे परिणाम काही बरे होणार नाहीत,'

असं आजोबा ताऊजींना ओरडले. त्या वेळी ताऊजींनी गीताला सोडलं. पण आम्हाला जे काही कळायचं ते कळलं. थोडीसुद्धा चूक कदापि खपवून घेतली जाणार नाही, हेच ताऊजींना आमच्या गळी उतरवायचं होतं,'' राहुल सांगतो.

''आमच्या वयाची सगळी मुलं अंथरुणात गुरफटून छान झोपलेली असायची. आणि आम्ही मात्र फटफटायच्या आधीच आखाड्यापाशी जाऊन हजर राहिलं पाहिजे, असा नियम होता. आजही या नियमात काडीचाही बदल झालेला नाही. आम्ही दोघी (गीता, बबिता) आणि इतर मुली जेव्हा घरी असतो, तेव्हा अजूनही आम्हाला अशाच कठोर दिनचर्येचं पालन करावं लागतं. पूर्वी शिकत असताना पपांच्या अपेक्षेपेक्षा आम्ही जरा जरी कमी पडलो, तरी ते आम्हाला प्रचंड ओरडायचे. अनेकदा पहाट उजाडण्यापूर्वीच आमच्या आरड्याओरड्यानं, किंचाळ्यांनी गावकऱ्यांना जाग यायची. इतक्या लहान मुलींना हे असं इतके वेळा रडवल्याबद्दल गावकरी त्यांना 'शैतान' म्हणू लागले. पण त्यांचा तापट स्वभाव सर्वांनाच माहीत होता. त्यामुळे ते सगळे आपापसात बोलायचे, पण माझ्या वडिलांच्या भानगडीत कुणी पडत नसे,'' गीता सांगते.

पण महावीर सिंग जेव्हा कुस्तीच्या आखाड्याऐवजी इतर कुठे असत, तेव्हा काही ते असे कडक वागत नसत. ते हसरे आणि खेळकर स्वभावाचे होते. त्यांना लहान मुलांशी खेळायला, मस्ती करायला खूप आवडायचं. पण ते जसे प्रशिक्षकाच्या भूमिकेत शिरले, तसं त्यांचं बोलणं एकदम कमी झालं. त्यांची ध्येयं खूप मोठी होती. नेहमी सर्वांशी हसून खेळून वागणाऱ्या महावीर सिंगजींच्या व्यक्तिमत्त्वात प्रशिक्षकाच्या भूमिकेत शिरल्यावर घडून आलेला हा आमूलाग्र बदल त्यांच्या विद्यार्थ्यांच्या नजरेतूनही सुटलेला नव्हता.

''एक प्रशिक्षिक म्हणून पपा फार वेगळेच होते. मला आठवतं त्याप्रमाणे त्यांना खरंतर लहान मुलं खूप आवडायची. ते आमच्याशी कितीतरी खेळायचे. ते स्वतः कुस्तीच्या क्षेत्रात असल्यापासूनच त्यांना पहाटे उठून कसरत करण्याची सवय होती. ते आम्हालाही अनेकदा

त्यांच्याबरोबर घेऊन जात. आम्ही त्यांच्याशी धावण्याची शर्यत लावत असू. पण ते इतके मजबूत अंगयष्टीचे होते, की आम्हाला पार मागे टाकून कुठच्या कुठे जायचे. घरीसुद्धा ते आमच्याशी खूप गप्पा मारायचे. आमच्या खोड्या काढून आम्हाला हसवायचे. पण त्यांनी प्रशिक्षकाची भूमिका धारण केल्यावर हे सगळं थांबलं. त्यांचे विनोद, त्यांचा खेळकरपणा आणि खोड्यांची जागा हुकूम सोडणं, टीका करणं, रागावणं यांनी घेतली,'' गीता सांगते.

महावीर सिंगजी नाईलाजानं ते मान्य करतात, "एकदा मी प्रशिक्षकाची जबाबदारी डोक्यावर घेतल्यानंतर तो करारी मुखवटा सतत चेहऱ्यावर वागवणं मला भाग पडलं. त्यामुळे माझे विनोद, खोड्या हे सगळं बंद पडलं. शिस्तीला आयुष्यात अनन्यसाधारण महत्त्व प्राप्त झालं. आता मी काही नुसता या मुलांचा वडील किंवा काका नव्हतो. एक प्रशिक्षक या नात्यानं माझे विद्यार्थी केवळ कुस्तीच्या आखाड्यातच नव्हे, तर सदासर्वकाळ शिस्तीचं, नियमांचं पालन करतात की नाही हे पाहणं, हे माझंच काम होतं. प्रत्येक खेळाडूचं दिवसभराचं आचरण पाहिलं की त्याचा त्याच्या खेळाकडे पाहण्याचा दृष्टिकोन काय आहे, हे नीट समजतं. आम्ही या कुस्तीच्या सरावाला सुरुवात केली, तेव्हा दैनंदिन आयुष्यातील गैरशिस्त वर्तनाचा पुढे आपल्या खेळावर कसा घातक परिणाम होऊ शकतो, याची या मुलांना कल्पना नव्हती.''

महावीर सिंग हे एक प्रशिक्षक म्हणून कसे होते, त्यांची शिकवण्याची पद्धत योग्य होती की अयोग्य, याविषयी कुणाचं काहीही मत असलं, तरी त्यांनी स्वतः ते कधीच मनावर घेतलं नाही. मुलांना सर्वोत्कृष्ट मिळालं पाहिजे ही महावीर सिंगजींची जिद्द होती आणि त्यासाठी त्यांची काहीही करायची तयारी होती. त्यांचं स्वप्न मुलांना ऑलिम्पिक्स क्रीडा स्पर्धेसाठी पात्र बनवण्याचं होतं. एका कुस्तीपटूकडे ताकद, वेग, सहनशक्ती, कौशल्य आणि मनाचा खंबीरपणा हे सर्व एकत्रितपणे असायला हवं, याची त्यांना पूर्ण जाणीव होती.

त्यामुळेच महावीर सिंगजींनी जेव्हा आपल्या घरच्या मुलांना कुस्तीचं प्रशिक्षण द्यायचं ठरवलं, तेव्हा त्यांनी घरच्या अंगणाच्या मधोमध आखाडा बनवायला घेतला.

"कुस्तीपटूंसाठी आखाडा ही पुण्यभूमी असते. त्यामुळेच जर घराच्या परिसरात आखाडा बनवायचा असेल, तर घरातल्या माणसांची ज्या भागात वर्दळ असेल, घरची दैनंदिन कामं जिथं सुरू असतील किंवा जिथं गोंगाट चालू असेल, अशा भागांपासून जरा दूर अंतरावर तो बनवण्यात येतो. असं केल्यानं कुस्तीगीरांचं मन विचलित होत नाही. त्यांना मन एकाग्र करण्यासाठी पुरेशी शांतता तिथं असते. आखाड्याच्या मातीत कुणीही उगाच पाय टाकायचा नसतो, किंवा चालत पलीकडेसुद्धा जायचं नसतं. पायात चपला, बूट घालून तर कधीच नाही; पण अनवाणी पायांनीसुद्धा नाही. परंतु आमच्याकडे आखाड्यासाठी अशी स्वतंत्र जागा उपलब्ध नव्हती. त्यामुळे घराच्या अंगणातच त्यांनी आखाडा बनवला. कधीही घरातून बाहेर पडताना किंवा घरात शिरताना त्या आखाड्यातून चालत जाण्याशिवाय आम्हाला पर्यायच नव्हता," गीता सांगते.

"पुढे आमच्या कुटुंबाचा विस्तार झाला. आम्हाला घरी जागा पुरेना. आणखी खोल्या बांधण्याची गरज भासली. जसा घराचा विस्तार झाला तसा आखाडा आणखी छोटा झाला. आम्हाला कुस्तीचा सराव करायला जागा पुरेना. त्यामुळे सकाळ संध्याकाळ आम्ही इतर व्यायामप्रकार करून काम चालवू लागलो. पण हे असं जास्त काळ चालू राहिलं असतं, तर त्याचा आमच्या खेळावर नक्कीच परिणाम झाला असता. लवकरच काहीतरी करावं लागणार होतं. मग आमच्या शेजारच्यांनी त्यांच्या मोकळ्या जागेत आखाडा बनवण्यास परवानगी द्यावी, अशी पपांनी विनंती केली," गीता सांगते.

ते शेजारी आमच्या फोगाट घराण्यातलेच होते. महावीर सिंगजींचे त्यांच्याशी पहिल्यापासूनच चांगले संबंध होते. त्यामुळे त्यांनी त्यांच्या घराशेजारच्या मोकळ्या जागेत आखाडा बनवायला परवानगी दिली. त्या वेळेपर्यंतसुद्धा मुलांना कुस्तीच्या खेळासाठी प्रशिक्षण देण्याच्या

त्यांच्या मनसुब्याला ना घरून पाठिंबा मिळाला होता, ना गावकऱ्यांकडून. त्यामुळे तो आखाडा स्वतःच्या हातांनी, एकट्याच्या जिवावर बनवण्यावाचून महावीर सिंगपुढे दुसरा काही पर्यायच नव्हता.

"हा आखाडा मी लहान मुलांना प्रशिक्षण देण्यासाठी बनवत होतो, त्यामुळे तो तयार करताना मी खूप काळजी घेतली. मुला-मुलींकडून काही मदत मिळण्याचा प्रश्नच नव्हता. त्या मुला-मुलींमधली दोघंच जरा तरी मोठी होती. उरलेली तर फारच लहान होती. त्यामुळे मातीचा खड्डा मी स्वतः बनवला. त्यासाठी लागणारं खोदकाम स्वतः केलं. अगदी शास्त्रशुद्ध पद्धतीनं सगळं काही बनवलं," ते सांगतात.

"आखाडा बनवणं हे काही 'रॉकेट सायन्स'नसलं, तरी त्याच्या विशिष्ट तांत्रिक अंगांची काळजी तर घ्यावीच लागते. सर्वांत वरचा मातीचा थर अतिशय मऊ असावा लागतो. त्यात छोटे दगड, खडे, वाळू इत्यादी चालत नाही. त्याशिवाय १०० किलो भुस्सा, १०० किलो हळद आणि ६० ते ७० किलो मोहरीचं तेल असं सगळं त्या मातीत मिसळून तिचा पोत हवा तसा बनवावा लागतो. त्याला योग्य तो रंग आणि वास आला म्हणजे सगळं प्रमाण बरोबर झालं. तेलामुळे मातीला मवारी येते आणि हळदीचा अँटिबायोटिक म्हणून उपयोग होता. मातीत खेळूनही पहिलवानाच्या त्वचेवर काही ॲलर्जी उठू नये, यासाठी ही काळजी घ्यावी लागते. आखाडा पवित्र असतो, त्यामुळे त्यात कोणत्याही प्रकारचा कचरा पडलेला चालत नाही," महावीर सिंग स्पष्ट करून सांगतात.

अनेक दिवसांच्या कठोर परिश्रमांनंतर शेवटी आखाडा बनवण्याचा आपला उपक्रम त्यांनी पूर्णत्वाला नेला. मग ते मुलांना नव्या कोऱ्या आखाड्यात घेऊन गेले. तिथंही जागेची तशी अडचणच होती. त्यामुळे आखाडा कुंपणाच्या भिंतीला अगदी चिकटून बनवावा लागला होता. त्यामुळे मुलांना इजा होण्याचा संभव होता.

खरंतर ही गोष्ट जरा अडचणीचीच होती. पण मुलांनी ती गोष्ट फारशी मनावर घेतली नाही. त्यांचा सगळा वेळ महावीर सिंगजींकडून शिकलेले डावपेच नीट आत्मसात करण्यातच जायचा. पण कधीकधी

कुस्तीच्या जोशात प्रतिस्पर्ध्यानं एखाद्याला भिंतीकडे ढकलण्याचे प्रसंग घडायचे, मग कुठं खरचटायचं, थोडीफार इजा व्हायची; पण मुलांना त्याचं काही वाटायचं नाही. या प्रशिक्षणाच्या कालावधीत त्यांची शरीरं चांगली मजबूत झालेली होती.

पण एक दिवस मात्र कुस्तीचे धडे गिरवत असताना गीताचा चुलत भाऊ नवदीप याचं डोकं जोरात भिंतीवर आपटून तो खाली कोसळला. त्याची शुद्ध हरपली होती. तो जरा वेळानं शुद्धीवर आला; पण नंतरचे काही तास त्याला नेमकं काय घडलं ते काहीच आठवत नव्हतं.

"आम्ही तर लहानच होतो, त्यामुळे हे घडल्यावर आमची चांगलीच घाबरगुंडी उडाली होती," गीता त्या प्रसंगाची आठवण काढत सांगते, "नवदीप जेव्हा शुद्धीवर आला, तेव्हा त्याला काहीच आठवत नव्हतं. तो आम्हाला ओळखेना, आमची नावं विचारू लागला आणि काहीबाही प्रश्न विचारू लागला. 'मी कुठे आहे?' 'मला इकडे कुणी आणलं?' वगैरे. मग काय करावं, तेच आम्हाला कळेना. कधीकधी माणसं वयस्कर झाली की त्यांची स्मृती जाते, हे आम्हाला ऐकून माहीत होतं. पण हे असं आमच्या डोळ्यांसमोर प्रत्यक्षात घडण्याची ही पहिलीच वेळ होती.

"पण आम्हाला कितीही मोठा धक्का बसलेला असला, तरी आमच्या वडिलांनी धीर सोडला नाही. त्यांनी आम्हाला शांत केलं आणि नवदीपच्या डोक्यावर गार पाणी शिंपडायला सांगितलं. 'तो काही वेळातच ठीक होईल,' असंही ते म्हणाले. पण नवदीप पुन्हा पूर्वीसारखा बरा व्हायला बरेच तास जावे लागले. आजही त्या प्रसंगाची आठवण झाली, की आमच्या अंगावर काटा येतो. सर्वांत आश्चर्याची गोष्ट अशी, की नवदीपला एवढी दुखापत झाल्यानंतरही वडिलांचं त्याच्या बाबतीतलं धोरण काही बदललं नाही. पुढच्या सरावासाठी त्यांनी त्याला तयार राहायला सांगितलं. नवदीपही आमच्या वडिलांना इतका घाबरायचा, की तो बिचारा सरावाला अगदी वेळेत हजर राहिला," गीता जुन्या प्रसंगाला उजाळा देत सांगते.

प्रशिक्षण जसं पुढे सरकत होतं, तसं दर खेपेला त्या दिवशीचा सराव संपला, की मुलांना मनातून वाटायचं, हे असं अजून थोडेच दिवस चालेल, त्यानंतर आपलं शिक्षण संपेल. पण मग कळायचं, संपणं तर दूरच राहिलं, अजून खूप काही शिकायचं बाकीच होतं. कोणताही दिवस असो, कोणतंही कारण असो, मुलांची सरावातून काही सुटका नसे. अपवाद फक्त पावसाचा. ज्या दिवशी पाऊस पडेल, त्यादिवशी कुस्तीला सुट्टी असायची.

"पाऊस पडला की आखाड्यात सगळा चिखल व्हायचा. मग आम्हाला सराव करता यायचा नाही. रोज रात्री झोपताना आम्ही देवाची अगदी मनोमन प्रार्थना करत असू, 'देवा, देवा, आम्हाला खेळणी नकोत, परीक्षेत चांगले मार्क्स नको, काही नको. पण उद्या भरपूर पाऊस पडू दे. म्हणजे तरी आम्हाला जरा जास्त वेळ झोपता येईल. झोप म्हणजे आमचं सर्वस्व होतं. आकाशात कधीही ढग भरून आले, की पाऊस पडणार, आपल्याला सरावाला सुट्टी मिळणार या कल्पनेनं आम्ही हर्षभरित व्हायचो. पण आमचं नशीबच खडतर होतं, कारण पाऊस फारसा कधी यायचाच नाही. आम्हाला नेहमीसारखं पहाटे चार वाजता उठून त्या सरावाच्या महाभयंकर दिव्याला सामोरं जावं लागायचं," राहुल सांगतो.

मग पावसाशिवाय आणखी कोणत्या कारणानं या रोजच्या सरावातून मुलांची कधीतरी सुटका झाली की नाही?

"छे! कुठली सुटका आणि कसलं काय?" राहुल जोरात हसून सांगतो, "आम्ही सगळे ताऊजींच्या रागावण्याला इतके घाबरून होतो, की कधीकधी अख्खी रात्र आम्हाला झोपच लागायची नाही. दर अर्ध्या तासानं आम्ही घड्याळात पाहायचो, आणखी किती तासांनी आपल्याला या ऊबदार अंथरुणातून बाहेर पडावं लागणार आहे, याचा मनात हिशेब करायचो. यात आमच्या स्वतःच्या झोपेचं खोबरं तर झालेलंच असायचं. शिवाय आपण उठल्यावर आपल्या बाकीच्याही भावंडांना हलवून जागं करण्याची जबाबदारी ताऊजींनी आमच्यावर सोपवली होती. सरावाला एकदासुद्धा उशीर होता कामा नये, असा

त्यांचा कटाक्ष असे. आम्हा सर्वांचे एकमेकांशी फार जवळचे घट्ट संबंध होते. आमची घरंसुद्धा अगदी चिकटून होती. त्यामुळे आमच्याकडे कुठलीही सबब नसे. अगदी फारच क्वचित आम्हा भावंडांपैकी कुणी तालमीला गैरहजर राहिलंच, तर राहिलेल्यांना ताऊजींच्या रागाचा सामना करावा लागायचा.''

मध्येच बबिता सांगते, ''निदान आज तरी सरावापासून सुटका मिळावी, अशी प्रार्थना आम्ही रोजच करायचो. पण ते आमचं स्वप्नच राहिलं. जेव्हा तुमचे स्वतःचे वडील तुमचे प्रशिक्षक असतात, तेव्हा त्यांच्यापुढे मान तुकवण्याखेरीज दुसरा काही पर्यायही नसतो. आणि ती रोजची कसरत, तो सराव इतका कठीण असे, आम्हाला इतकी मेहनत करावी लागे, की ते सगळं सोडून कुठंतरी पळून जावं, असा विचार रोजच मनात यायचा. पण आम्ही जाणार तरी होतो कुठे? काय करता येईल याचा भरपूर विचार करूनही, शेवटी निरुपाय होऊन आम्ही सर्व जण वेळेत सरावासाठी हजर राहायचो.''

आपल्या वडिलांनी आपल्याला काय काय शिक्षा ठोठावलेल्या आहेत याची आठवण काढत बबिता सांगते, ''एक दिवस आम्ही सरावाला दांडी मारली. आम्ही अर्थातच पकडले गेलो. पपा एक अक्षरही बोलले नाहीत, पण हाताला जी काही वस्तू लागली ती घेऊन त्यांनी आम्हाला भरपूर चोप दिला. सरावाला कुणी दांडी मारली तर पकडलं जाणार, हे अगदी निश्चित होतं.''

महावीर सिंग यांना कधीतरी कामानिमित्त बाहेरगावी जावं लागायचं. पण काही झालं, तरी ते त्याच दिवशी रात्री मुक्कामाला घरी परत यायचे. मुलांचा रोजचा सराव चुकता कामा नये, यासाठी ही सारी धडपड असायची. ''अगदी क्वचित कधीतरी असंही घडायचं, की पपांना कामानिमित्त बाहेरगावी गेल्यावर तिथंच मुक्काम करावा लागायचा. मग आम्हाला सरावाला सुट्टी. असा चुकूनमाकून एखादा दिवस जरी मिळाला, तरी इतकं हायसं वाटायचं,'' बबिता सांगते.

एकीकडे मुलं अशी प्रशिक्षणामधून सुटका मिळवण्यासाठी धडपडत असायची; पण महावीर सिंग गावाला जाताना घरच्या माणसांना सूचना

देऊन जात असत. ते घरी नसले तरी घरच्या माणसांना त्या सूचनांचं पालन करावं लागायचं. ''वडिलांच्या अनुपस्थितीत आम्हाला सरावातून सुट्टी मिळायची. पण आम्ही रोज व्यायाम, विशेषतः रनिंग करतो की नाही, हे पाहण्याची जबाबदारी माझ्या आईची आणि मावशीची होती. अर्थात आम्ही रनिंगला जायचं निमित्त सांगून चक्क आमच्या चादरी घेऊन शेतात जायचो आणि पपांनी आमच्यासाठी खास बनवलेल्या रनिंग ट्रॅकवर खुशाल झोपायचो,'' बबिता हसून सांगते.

एखादी गोष्ट सातत्यानं करणं हे त्यात यश मिळवण्यासाठी अत्यंत आवश्यक असतं, असा महावीर सिंगजींचा ठाम विश्वास होता. आपल्या अनुपस्थितीत या मुलांचे काय उद्योग चालतात, हे त्यांना लक्षात यायला वेळ लागला नाही. पण त्यांनी त्यावरसुद्धा एक उपाय शोधून काढला. ''आम्ही त्यांच्या अनुपस्थितीत रनिंगला जातच नाही, ही गोष्ट त्यांना कशी काय समजली, देव जाणे. पण ते कधीतरी मुद्दाम शेतात लपून बसायचे आणि आम्ही नीट रनिंग करतो की नाही, ते पाहायचे. कधीतरी आम्ही शेतात नुसती दंगामस्ती करत असायचो किंवा चक्क झोपलेलो असायचो. पपा कुठूनतरी अचानक अवतीर्ण व्हायचे आणि आमच्या काळजाचा ठोकाच चुकायचा. एकदा का त्यांनी आम्हाला पकडलं, की मग आमचं काही खरं नसायचं,'' बबिता सांगते.

महावीर सिंग स्वतःसुद्धा आपल्या या लहानग्या 'ट्रेनीज'च्या लांड्यालबाड्या आणि खोड्यांविषयीच्या आठवणी सांगतात, ''ते उन्हाळ्याचे दिवस होते, की हिवाळ्याचे ते काही आठवत नाही. पण मी रोहतकला गेलो होतो आणि तिथून अचानक मला दिल्लीला जावं लागलं. मी दिल्लीला असल्याचं मुलांना शाळेतून घरी आल्यावर कळलं. म्हणजे आता काही मी परत येणार नाही, असं त्यांनी गृहित धरलं. म्हणजे दुसऱ्या दिवशी सकाळच्या प्रशिक्षणाला दांडी मारण्याची सुवर्णसंधीच त्यांच्यासमोर चालून आली होती.

''पण मी दुसऱ्या दिवशी भल्या पहाटे साडेचारच्या सुमारास बलालीला परत पोचलो. मी तडक शेतातच गेलो. पाहतो तर काय,

ही मंडळी तिथं नुसती मजा मारत होती. मी त्यांना ट्रेनिंगबद्दल विचारताच त्यांची एक कहाणी तयारच होती,'' महावीर मोठ्यांदा हसून सांगतात, ''आपण आत्ताच भरपूर व्यायाम करून नुकतंच जरा बसलो आहोत, असं त्यांनी मला छातीठोकपणे सांगितलं. सकाळचं ट्रेनिंग सेशन ठीक चारला सुरू होतं. त्यामुळे चार ते साडेचार असा अर्धा तास व्यायाम करून मुलं आता विश्रांती घेत बसलेली असणं तसं काही अशक्य नव्हतं. त्यामुळे मी त्यांची आणखी खोलवर चौकशी करायला सुरुवात केल्यावर त्यांनी थापा मारल्या. 'आम्ही पहाटे अडीच वाजताच या ठिकाणी व्यायाम करण्यास आलो,' असं त्यांनी छातीठोकपणे सांगितलं. माझा अर्थातच त्यावर विश्वास बसला नाही. तरीही मुलांचं लंब्याचौड्या बाता मारणं सुरूच होतं. 'आमच्या घड्याळाचा रात्री दोनलाच गरज झाला, मग आम्ही लगेच उठून इकडे आलो,' वगैरे. मग मी त्यांना एका ओळीत उभं केलं आणि भरपूर बदडलं.

''कुस्तीचं प्रशिक्षण घेण्यात मुलांना तसा बेतासबातच रस होता. त्यामुळेच मी असं अचानक जाऊन चेकिंग करणं सुरू केलं. एखाद्या संध्याकाळी मला कामावरून घरी यायला उशीर झाला, तर मी मुद्दामच माझं वाहन लांब पार्क करून चालत घरी येत असे. त्यामुळे मी रात्री घरी पोहोचलो नाही, अशीच मुलांची समजूत होत असे. त्यामुळे मुलं आरामात उशिरा उठत. मग मी त्यांच्या ठरलेल्या वेळेच्यानंतर जरा वेळानं मुद्दाम शेतात जाऊन बघत असे. सरप्राईज चेक करत असे. मला त्या सगळ्या उपाययोजना अशासाठी कराव्या लागत, कारण माझ्या अनुपस्थितीतसुद्धा मुलांनी वेळच्यावेळी व्यायाम करावा, त्यांनी त्यांच्या आखून दिलेल्या वेळापत्रकात सवलती घेऊ नयेत, यासाठी मला दक्ष राहणं गरजेचं होतं. ही शिस्त मुलांच्या अंगात आणि मनात भिनणं जरुरी होतं. मी जर त्या वेळी एवढा कडकपणे वागलो नसतो, तर आज त्यांनी एवढं यश मिळवून दाखवलं नसतं. मी प्रसंगी त्यांच्याशी निर्दयपणे वागलो; पण ते त्यांच्या भल्यासाठीच होतं. त्या वेळी मी त्यांना ज्या काही शिक्षा

केल्या, त्याचा राग मुलंही आता मनात धरून ठेवणार नाहीत, अशी मी आशा करतो,'' महावीर सिंग हसून म्हणाले.

एकीकडे मुलं प्रशिक्षण कसं चुकवता येईल याच्या नवनवीन युक्त्या शोधण्याच्या मागे लागली होती, त्या वेळी महावीर सिंगजी मुलांची ताकद, तग धरण्याची क्षमता आणि वेग या गोष्टी जास्तीत जास्त कशा वाढवता येतील याचे निरनिराळे मार्ग शोधून काढत होते. मुलांना ॲथलेटिक्स ट्रेनिंग देण्यासाठी त्यांनी मातीचा ट्रॅक स्वतः बनवला. बलाली गावात एकही स्टेडियम नव्हतं. मग त्यांनी एका गावकऱ्याकडून काही एकर शेतजमीन भाड्यानं घेऊन त्यावर ४०० मीटरचा ट्रॅक बनवला. त्या ट्रॅकच्या आतील भागातील शेतजमीन पीक काढण्यासाठी उपलब्ध होतीच.

परंतु शेतीकामासाठी गावकरी त्या ट्रॅकवरून ट्रॅक्टर्स घेऊन सतत जा-ये करत. त्यामुळे त्या ट्रॅकला बऱ्याच जागी खड्डे पडत. कोणतंही संकट आलं, की न डगमगता त्याचा सामना करायचा, ही गोष्ट महावीर सिंग यांच्या इतकी अंगवळणी पडलेली होती, की त्यांनी गावातील ज्या-ज्या लोकांकडे ट्रॅक्टर्स होते, त्यांची यादी बनवली. त्यांची नावं, नंबर सगळी नोंद ठेवली. कधीही कोणत्याही ट्रॅक्टरने त्या ट्रॅकचं नुकसान केलं, की महावीर सिंग ताबडतोब त्या 'गुन्हेगाराचा' शोध घेत आणि त्याच्याकडून त्या ट्रॅकची डागडुजी करून घेत. महावीर सिंगजींच्या घराण्याची गावात पत असल्यामुळे गावकरीसुद्धा मुकाट्यानं त्यांच्या म्हणण्याचा मान राखत. शिवाय त्यांचे सर्वच गावकऱ्यांशी फार चांगले संबंध होते.

"लोकांना सर्व गोष्टी फार साळढाळपणे करण्याची सवय असते. खेळाडूंचं ॲथलेटिक्स ट्रेनिंग किती महत्त्वाचं असतं, त्याची त्यांना कल्पना नसे. जरा उखीरवाखीर जमिनीवरून धावलं, तर काय बिघडलं, असं त्यांना वाटे. त्यामुळेच तर लोक आरामात आमच्या ट्रॅकवरून ट्रॅक्टर चालवत नेत आणि सगळ्या जमिनीचं नुकसान करून ठेवत. मग ती उखीरवाखीर झालेली जमीन पुन्हा सपाट करून घेण्याचा

उपद्व्याप मलाच करावा लागे. म्हणूनच मी गावातल्या सर्व ट्रॅक्टर्सच्या मालकांची नोंदच करून ठेवली होती. त्यांच्यातल्या ज्या कुणाच्या ट्रॅक्टरमुळे आमच्या ट्रॅकची नासाडी व्हायची, त्यांच्याकडूनच मी तो पुन्हा नीट करून घेत असे,'' महावीर सिंग सांगतात.

यामध्ये त्या गावकऱ्यांना त्रास देणं, त्यांच्यावर दादागिरी करणं, हा काही माझा हेतू नव्हता; पण त्यांना माझा दृष्टिकोन समजावून सांगणंही महत्त्वाचं होतं. पुढच्या वेळी त्या भागातून ट्रॅक्टर चालवत जाताना त्यांनी काळजी घ्यावी, हाच माझा त्यामागे हेतू होता. आजही मी अशा प्रकारे ट्रॅक्टर्सच्या मालकांच्या नावांची नोंद ठेवतोच,'' ते सांगतात.

या ॲथलेटिक ट्रेनिंगमुळे कुस्तीच्या आखाड्यात मुलींचा खेळ फारच सुधारला. त्यांची प्रकृती या ट्रेनिंगमुळे कणखर झाली. मुलींना त्याची आजही जाणीव आहे.

''इतर खेळाडूंच्या मानाने आमचं ट्रेनिंग फारच अवघड असल्यामुळे आमचा आत्मविश्वास फारच वाढला. त्याबरोबरच आमचं कौशल्य, आणि साहससुद्धा वाढलं. आम्ही लहान असल्यापासूनच ४०० मीटरच्या ट्रॅकला चाळीस फेऱ्या मारत असू. त्यानंतर स्प्रिंट्स, रोप क्लाइंबिंग आणि इतर व्यायामप्रकार करत असू. या अशा प्रकारच्या सरावामुळे माझी लहान चुलत भावंडं स्वतःच्या वयापेक्षा दुपटीच्या माणसांनासुद्धा धावण्याच्या शर्यतीत मागे टाकत असत. कोणतीही परिस्थिती आली तरी विजय मिळवायचाच, ही भावना त्यामुळे आमच्या मनात रुजली. मग प्रतिस्पर्धी कितीही शक्तिमान का असेना, त्यानं आम्हाला फरक पडत नसे. या सर्वांचा आम्हाला सामन्यांमध्ये खूप उपयोग झाला,'' गीता सांगते. वयाला १७ वर्षं पूर्ण होण्यापूर्वीच गीतानं बालेवाडी, पुणे येथे २००५मध्ये राष्ट्रीय विजेतेपद पटकावलं होतं.

~

२००३ मध्ये भरवण्यात आलेल्या आशियाई कॅडेट चॅंपियनशिपमध्ये जेव्हा गीतानं सुवर्णपदक पटकावलं होतं, तेव्हा तिनं

कुस्तीचा सराव केवळ आखाड्याच्या मातीतच केलेला होता, कारण त्यांच्या गावात कुस्तीसाठी लागणाऱ्या मॅट्स उपलब्धच नव्हत्या. पण जसजशी वर्षं जात होती, तसतसं, अत्यावश्यक असलेल्या गोष्टी उपलब्ध होणं किती आवश्यक आहे, हे महावीर सिंग यांना कळून चुकलं होतं. कुस्तीसाठी लागणाऱ्या मॅट्स कशा असतात, हे त्यांच्या गावात कुणालाच माहीत नव्हतं.

सर्व चँपियनशिपच्या स्पर्धा मॅट्सवरच होत. स्पर्धक कुस्तीगीरांना सामन्यात खेळताना इजा होऊ नये म्हणून ही व्यवस्था असे. मग महावीर सिंगजींनीही आता आपल्या प्रशिक्षण वर्गाची पातळी उंचावायचं ठरवलं. २००४मध्ये त्यांनी १८-२० सेकंडहँड मॅट्स मागवल्या. त्यातून आखाड्याचा केवळ एक तृतीयांश भागच कसाबसा झाकला गेला. संपूर्ण आखाड्यावर मॅट्स पसरण्यासाठी किमान ६० मॅट्सची गरज होती.

परंतु महावीर सिंग यांच्या दृष्टीनं या १८-२० मॅट्ससुद्धा पुरेशा होत्या.

"सर्व स्पर्धांमध्ये मॅट्स वापरल्या जात असल्यामुळे आमच्या मुलांनासुद्धा मॅट्सवरच प्रशिक्षण दिलं पाहिजे, हे मला कळून चुकलं होतं. मॅटवर शारीरिक हालचाल वेगळ्या पद्धतीनं होते. मातीत कुस्ती खेळताना आपले पाय जमिनीवर घट्ट रोवून उभं राहताना खेळाडूंना काहीच अडचण येत नाही; पण मॅटवर उभं राहण्यासाठी वेगळ्या तंत्राचा वापर करावा लागतो," महावीर सिंग स्पष्ट करून सांगतात. "आम्हाला सर्वच्या सर्व साठ मॅट्स मिळाल्या तर हव्याच होत्या; पण त्यासाठी प्रशिक्षणाचा खोळंबा करण्यात काहीच अर्थ नव्हता. त्यामुळे ज्या काही मॅट्स उपलब्ध होत्या, त्यावर आम्ही आमचं प्रशिक्षण सुरू ठेवलं."

या जुन्यापुराण्या, जीर्ण झालेल्या मॅट्स दादरी येथील एका आखाड्यात नुसत्या पडून होत्या. त्या वापरात नव्हत्या. महावीर सिंग यांना ही गोष्ट कळताच त्यांनी त्या मॅट्स आपल्याला ट्रेनिंगसाठी मिळाव्यात, अशी मागणी केली. मग त्या आखाड्यातून त्यांना अशी

अट घालण्यात आली, की मॅट्सच्या बदल्यात महावीर सिंगजींनी जिल्हा पातळीवर एक कुस्तीची टुर्नामेंट आयोजित करावी.

"मी तो प्रस्ताव मान्य करून बलाली येथे अशी एक टुर्नामेंट आयोजित केली. त्या मॅट्स खूप जीर्ण झालेल्या होत्या; पण आम्ही त्या दुरुस्त करून वापरल्या. मुलांच्या प्रशिक्षणामध्ये मॅट्सवर सराव फार महत्त्वाचा असल्यामुळे आम्हाला या मॅट्सची गरज होती. पण नव्याकोऱ्या ६० मॅट्सचा सेट विकत घेणं आमच्या खिशाला परवडणं शक्य नव्हतं. पण त्या जुन्या १८-२० मॅट्स मिळणं हेच आमचं फार मोठं भाग्य ठरलं; कारण आमच्या बऱ्याचशा ट्रेनी मुलांनी वेगवेगळ्या जिल्हास्तरीय स्पर्धांमध्ये सुवर्णपदकं पटकावली."

मुलांच्या प्रशिक्षणात वर्षभरात एकही दिवस खंड पडता कामा नये, असा महावीर सिंगजींचा कटाक्षच होता. त्यामुळे ते सणासुदीलासुद्धा मुलांना सुट्टी देत नसत. पण बाकी सर्व गोष्टींच्या बाबतीत त्यांची हुकूमत चालत असली तरी हवामान काही त्यांच्या हातात नव्हतं. पावसामुळे त्यांच्या ट्रेनिंगमध्ये नेहमीच व्यत्यय यायचा. पण हार मानण्याचा महावीर सिंगजींचा स्वभावच नव्हता. मग त्यांनी आपल्या घरातल्या बैठकीच्या खोलीचं रूपांतर कुस्ती खेळण्याच्या जागेत करून टाकलं. खोलीतलं सगळं सामानसुमान इतर खोल्यांमध्ये हलवण्यात आलं. जमिनीवर मॅट्स अंथरण्यात आल्या. घराचा दिवाणखाना फार मोठा नसला तरी २६×१७ फुटांचा होता. त्यांच्याकडे असलेल्या सगळ्या मॅट्स अंथरून सरावाला सुरुवात झाली.

"त्या मॅट्स आधीच इतक्या जीर्णशीर्ण झालेल्या होत्या, की पाऊस पडत असताना त्या बाहेर अंगणात रचून ठेवणं काही शक्य नव्हतं. शिवाय दर वर्षी पावसाळ्याच्या महिन्यांमध्ये आमच्या ट्रेनिंगचा असा बोजवारा उडायचा. त्यामुळे मी बैठकीच्या खोलीलाच कुस्तीचा हॉल बनवण्याचं ठरवलं," महावीर जुनी आठवण काढत सांगतात.

या नवीन बदलामुळे त्या बैठकीच्या खोलीचा आणखी व्यवस्थित वापर होण्यासाठी महावीर सिंगजींनी मुलांना रोज तिथंच झोपायला सांगितलं. एवढंच नव्हे तर त्यांनी स्वतःसुद्धा तिथंच मुलांबरोबर

झोपण्यास सुरुवात केली. मुलांचं ट्रेनिंग रोज वेळच्यावेळी सुरू व्हावं आणि त्यात कधीच खंड पडू नये, म्हणून ही खबरदारी होती. आता सगळी मुलं एकत्रच उठून तयार होत. ट्रेनिंग चुकवण्यासाठी कुणालाही कोणतीही सबब सांगता येत नसे.

"रोज संध्याकाळचं ट्रेनिंग संपल्यावर मात्र आम्ही सगळे आपापल्या घरी जायचो. पण रात्रीचं जेवण झाल्यावर आम्हाला पुन्हा एकदा त्या हॉलमध्ये जमावं लागायचं. आजपर्यंत स्वतःच्या घरी राहिल्यानंतर आता असं या ठिकाणी हॉलमध्ये एकत्र झोपायला सुरुवात केल्यामुळे आपण घराऐवजी वसतिगृहात राहायला आलो आहोत की काय, असं आम्हाला वाटायचं," विनेश सांगते.

इथून पुढच्या कुठल्याही प्रशिक्षणाला बुट्टी मारण्याचा विचार आता मुलं स्वप्नातसुद्धा करेनाशी झाली. महावीर सिंग उठले, की सर्व मुलांना उठावंच लागायचं. ते स्वतः झोपेतून उठल्यावर मुलांना एक मिनिटभरही जास्त झोपू देत नसत.

"आम्हाला झोप किती प्रिय होती, हे खरंतर आम्हाला या प्रशिक्षणामुळेच कळू शकलं. त्यामुळे झोप ही आमच्या आयुष्यातली सर्वांत मोठी चैनीची गोष्ट झाली. आम्ही हॉलमध्ये झोपण्यास सुरुवात केली, तेव्हा आम्ही प्रशिक्षण घेण्यास सुरुवात करून चार वर्षं झाली होती. रितू, विनेश आणि प्रियांका या तिघी वगळता आम्ही बाकी सगळी भावंडं टीनएजर्स (तेरा ते एकोणीस या वयोगटातील) होतो. गेली काही वर्षं आम्ही ट्रेनिंग चुकवण्याच्या नानाविध युक्त्या-प्रयुक्त्या करून पाहिल्या होत्या. पण त्यातल्या कशालाही यश मिळालेलं नव्हतं. पण त्या प्रत्येक अनुभवातून आम्ही काहीतरी शिकत होतो, हुशार होत चाललो होतो," गीता हसून सांगते, "आता आम्हाला एक गोष्ट कळून चुकली होती, की घड्याळाचा गजर होण्याआधी गुपचूप तो कॅन्सल करून टाकणं, किंवा मुद्दामच उशिराचा गजर लावून ठेवणं अशा युक्त्या करून आम्ही पपा वेळेवर उठू नयेत, अशी व्यवस्था करायचो. घड्याळाचा गजरच उशिराचा लावून ठेवणं जरा धोक्याचं होतं, कारण पपा स्वतःच्या हातानं गजर लावत असत.

त्यामुळेच गजर होण्याआधीच गुपचूप तो बंद करून ठेवण्याच्या उचापती आम्ही करायचो.

"चुकून जर पकडलो गेलो, तरी त्याचे काय परिणाम भोगावे लागतील, याची आम्हाला पूर्ण कल्पना होती. जी काही गोष्ट हातात येईल त्याने पपा आम्हाला बदडून काढायचे. पण केवळ काही मिनिटं का होईना, जास्त झोपायला मिळणार असेल, तर त्यासाठी काहीही करायला आम्ही तयार होतो. आम्ही गजर कॅन्सल करून ठेवलेला असला, की मग पपा आम्हाला विचारत, 'गजर का नाही झाला?' मग आम्ही त्यावर अगदी निरागस चेहरे करून कानावर हात ठेवून मोकळे होत असू," गीता खोडकरपणे हसत सांगते.

महावीर सिंग यांनी कुस्तीचं प्रशिक्षण घराच्या आत घेण्यास सुरुवात करून पावसाचा प्रश्न तर सोडवला, पण घरातसुद्धा हे प्रशिक्षण सुरळीतपणे चालू शकत नव्हतं. मोठी अडचण होती वीजपुरवठ्याची. हिवाळ्यात भल्या पहाटे उठून ट्रेनिंग सुरू व्हायचं, पण सूर्योदयाला अजून अवकाश असे. ट्यूबलाइट्स नव्हत्या. आणि खेड्यात वीजपुरवठा अत्यंत अनियमित. आज या गोष्टीला दहा वर्षं झाली तरी अजून खेड्यातल्या वीजपुरवठ्याची परिस्थिती 'जैसे थे'च आहे.

यावर महावीर सिंगजींनी एक उपाय शोधून काढला. त्यांनी एक पॉवर इन्व्हर्टरची व्यवस्था केली. त्यामुळे निदान घरच्या बैठकीच्या खोलीला- म्हणजेच आमच्या कुस्तीच्या हॉलला- नियमित वीजपुरवठा सुरू राहू लागला. पण महावीर सिंग यांच्या खोडकर ट्रेनीजनी यावरही उपाय शोधून काढला.

"वीजपुरवठा खंडित झाल्याचं लक्षात येताच आम्ही गुपचूप प्लगमध्ये वायरनं इस्त्री किंवा असंच काहीतरी उपकरण जोडून ठेवत असू. त्यामुळे इन्व्हर्टरमध्ये साठलेली वीज झपाट्यानं संपुष्टात येत असे," बबिता जोरात हसून सांगते.

हा प्लॅन अगदी १०० टक्के यशस्वी होणार होता. मुळात गावचा वीजपुरवठा इतका अनियमित होता, की त्या इन्व्हर्टरच्या

बॅटरीला पूर्णपणे चार्ज होण्याइतका अवधीच मिळायचा नाही. त्यामुळे महावीर सिंगजींना मुलांना सुट्टी द्यावीच लागायची. "मग आम्हाला प्रशिक्षणापासून सुटका मिळायची. पण आम्हाला सोडण्याआधी वीजपुरवठा सुरू झाल्यावर ताबडतोब इन्व्हर्टर नीट चार्ज करून ठेवला पाहिजे, अशी आम्हाला ते सक्त ताकीद द्यायचे."

पण मग या मुलांच्या उचापती, या वात्रटपणाविषयी त्यांच्या प्रशिक्षकाला कधी कळलं?

"आम्ही गजराच्या घड्याळाशी खेळ करून गजर पुढे-मागे करत होतो, हे ताऊजींना अजूनसुद्धा माहीत नाहीये. या गोष्टीला आता जवळजवळ दहा वर्षं लोटली असतील. पण आजही ही गोष्ट त्यांच्यासमोर कबूल करण्याचं माझं धाडस होणार नाही," राहुल सांगतो.

"आम्ही अजूनसुद्धा पपांच्या हाताखाली प्रशिक्षण घेतो," बबिता सांगते, "आणि आम्ही लहान असताना ते जेवढे कडक शिस्तीचे होते, तेवढेच आजही आहेत. आता त्यांच्यात एक मोठा बदल एवढाच झालाय, की ते आम्हाला बदडून काढत नाहीत. पण त्या गजराच्या घड्याळाबद्दल आणि इन्व्हर्टरबद्दल त्यांना सगळं खरं खरं सांगून टाकायची आमची आजही हिंमत नाही. तेव्हा अशा लांड्यालबाड्या करून आम्ही जी थोडीफार जास्त झोप पदरात पाडून घेत होतो, त्या आमच्या 'गुन्ह्या'बद्दल आजही ते आम्हाला शिक्षा करू शकतात."

~

गेल्या काही वर्षांमध्ये फोगाट भगिनी प्रथितयश तर झाल्याच आहेत; त्याचबरोबर आर्थिकदृष्ट्या स्वतंत्रसुद्धा झालेल्या आहेत. पण याचा अर्थ असा मुळीच नाही, की त्यांना रोजच्या प्रशिक्षणामधून किंवा कठोर परिश्रमांमधून सुटका मिळते. कुस्तीच्या बाबतीत महावीर सिंगजींनी मुलींसाठी जे नियम आणि आदर्श घालून दिलेले आहेत, त्याचं त्यांना अगदी काटेकोर पालन करावंच लागतं, "ताऊजी इतर कोणतीही गोष्ट सहन करतील, पण गैरशिस्त त्यांना अजिबात सहन होत नाही. आणि ही गोष्ट केवळ कुस्तीच्याच बाबतीत नव्हे, तर सर्वच बाबतीत आहे," विनेश सांगते.

तिला एक प्रसंग अजूनही अगदी जसाच्या तसा आठवतो, "२०१३मध्ये बबिता, रितू, प्रियांका, गीता आणि मी नॅशनल कँपमध्ये प्रशिक्षणासाठी जायचं ठरवत होतो. पण ताऊजींचं मत होतं, मी, रितू आणि प्रियांका यांनी त्यांच्याच हाताखाली ट्रेनिंग घ्यावं. आम्ही वयानं खूप लहान असल्यामुळे आमचं प्रशिक्षण त्यांच्या हाताखाली जास्त चांगलं होईल, असं त्यांना वाटत होतं.

"मला त्यांचं हे म्हणणं जरी अमान्य नसलं, तरी मी त्यांच्या या निर्णयावर अजिबात खूश नव्हते. त्या गोष्टीचा खरंतर प्रशिक्षणाशी काही संबंध नव्हता; तर माझ्या केसांशी संबंध होता. कुठल्याही सर्वसाधारण मुलीला असते तशी मलाही लांब केसांची आवड होती, त्यामुळे मी केस वाढवायला सुरुवात केली. एक गीता दीदी सोडली तर माझ्या बाकीच्या बहिणींनी केस कापले होते. पण आमचं असं केस वाढवणं ताऊजींना मुळीच पसंत नव्हतं. त्या वेळी माझ्या लांब केसांना त्यांनी हरकत घेतली नाही, कारण काही दिवसांतच मला ते कापावे लागतील, हे त्यांना माहीत होतं. आम्ही आता वयानं मोठ्या झालो असल्याने आम्हाला केस वाढवायची परवानगी मिळेल, अशी मला मनातून आशा वाटत होती. परंतु सीनियर वर्ल्ड चँपियनशिपच्या राष्ट्रीय पातळीवर चाचण्या होण्याच्या काही दिवस आधी ताऊजींनी मला केस कापून येण्याची सूचना केली. मी जर केस कापले नसते तर मला त्या मीटिंगमध्ये जाऊन चाचणी देता आली नसती. मी मनातून खट्टू झाले.

"कुस्तीच्या बाबतीत ताऊजींनी जर काही सूचना केली, तर ती काळ्या दगडावरची रेघ असे. त्यामुळे माझ्या लांबसडक केसांना आता मला रामराम ठोकावा लागणार होता. मी त्याच दिवशी अत्यंत नाराजीने हेअरकट करण्यासाठी गेले. आता मी मानेला हेलकावे देत माझे सुंदर केस पुढे-मागे झुलवू शकणार नव्हते. ते केस एवढे वाढवण्यासाठी गेले कित्येक महिने मी त्या केसांना कात्री लावू दिली नव्हती. मी लहान असल्यापासूनची ती माझी हौस होती. आणि त्या हेअरड्रेसरला ते कापण्यासाठी क्षणभरसुद्धा वेळ लागला नाही,"

विनेश आजही त्याबद्दल हळहळते.

एक मात्र खरं, की विनेशला केस लांब वाढवण्याची इतकी हौस असूनसुद्धा महावीर सिंगजींच्या मनाविरुद्ध वागण्याचा विचारसुद्धा तिच्या मनाला शिवला नाही. ''ताऊजींच्या आज्ञेविरुद्ध जाऊन काही करण्याचा विचार आम्ही कधी स्वप्नातसुद्धा केला नाही. आमच्या मोठ्या भावंडांनी जेव्हा जेव्हा त्यांच्या आज्ञेचा भंग केला होता, तेव्हा ताऊजींनी त्यांचा कसा खरपूस समाचार घेतला होता, ते आम्ही पाहिलं होतं. त्यामुळे त्यांच्या शब्दाबाहेर जाण्याचा प्रश्नच नव्हता. ते अत्यंत कडक शिस्तीचे 'टास्कमास्टर' आहेत. पण त्यांनी आमच्यासाठी आजवर जे काही केलं आहे, ते आम्ही कसं विसरू? त्यांचं आमच्यावर केवढंतरी ऋण आहे. त्यांच्याविषयी वाटणाऱ्या आत्यंतिक आदरापोटीच आम्ही त्यांच्या शब्दाबाहेर कधीही जाऊ शकणार नाही.''

दोन वर्षांनंतर विनेशला परत एकदा तिचे केस लांब वाढवण्याची संधी मिळाली. त्याचा तिला खूप आनंद झाला. २०१५मध्ये आम्ही तब्बल पाच महिने एका कँपसाठी जाऊन राहिलो होतो. तिथं ताऊजी नव्हते. लांब केस वाढवणं, हे माझं एकमेव स्वप्न होतं. मला कुठल्याही ऐषारामाची हौस नव्हती. हौस होती ती फक्त लांबसडक केसांची. आणि नशिबानं त्या कँपमधल्या वास्तव्यात माझी ती हौस पूर्ण झाली. पण सर्व चांगल्या गोष्टींचा शेवट होतोच, तसा आमचा कँप संपला आणि आता घरी परतण्याची वेळ झाली.

''आम्ही कँप सोडून बाहेर पडलो, तेव्हा माझे केस खांद्यावर रुळत होते. मी मनात देवाचा धावा करत होते, ताऊजींनी माझ्या लांब केसांबद्दल हरकत घेऊ नये. घरी परतल्यावर आमचं पूर्वीसारखं प्रशिक्षण सुरू झालं. आश्चर्य असं, की माझ्या लांब वाढलेल्या केसांबद्दल ताऊजी काहीच बोलले नाहीत. असे दोन-तीन दिवस झाले, तरीही ते काही बोलले नाहीत. पण त्यांचं असं काही न बोलणं ही केवळ वादळापूर्वीची शांतता आहे, हे मला मनोमन माहीत होतं. तिसऱ्या दिवशी संध्याकाळच्या प्रशिक्षणाच्या वेळी त्यांनी मला माझ्या लांब वाढलेल्या केसांविषयी विचारलं. मी थिजल्यासारखी मान खाली घालून

जागच्या जागी खिळून उभी राहिले,'' विनेश तो प्रसंग आठवून सांगते, ''पण नवल असं, की ते पुढे काहीच बोलले नाहीत. तेवढं एकदा विचारून ते नंतर गप्प बसले. अखेर मी माझ्या मनासारखे केस वाढवू शकले,'' ती हसून सांगते.

''आम्ही जेव्हा नॅशनल कँपला जायचो, तेव्हा तिथं आलेल्या इतर मुली आमची चेष्टा करायच्या. आम्ही घरी परत गेलो, की परत आम्हाला केस बारीक कापावे लागतील यावरून त्या आम्हाला हसायच्या. आम्हाला खरंच केस खूपच बारीक ठेवावे लागत. अगदी मुलांपेक्षासुद्धा बारीक,'' संगीता सांगते. ''आम्ही लांब केस ठेवलेले पपांना अजिबात आवडत नाहीत. पण ते एखादी गोष्ट कधीच परत परत सांगत नाहीत. ते एखादी गोष्ट फक्त एकदा सांगतात, त्यानंतर आम्ही त्यांचं म्हणणं ऐकलं किंवा ऐकलं नाही, तरीही त्यानंतर ते त्या गोष्टीचा पुनरुच्चार कधीही करणार नाहीत. गीता दीदीनं जेव्हा अनेक महिने केस कापले नव्हते आणि तिचे केस लांब वाढले होते, तेवहा त्यांनी तिला फक्त एकदा केस कापण्याविषयी सुचवलं. त्यानंतर पुन्हा सांगितलं नाही. तिनं तोपर्यंत कुस्तीच्या क्षेत्रात खूपच मोठी कामगिरी करून दाखवली होती, खूप मोठं यश मिळवलेलं होतं. त्यामुळे तिला स्वतःच्या मनाप्रमाणे मोठे केस वाढवण्याचं स्वातंत्र्य होतं; पण आमच्यात मात्र तेवढं धाडस नव्हतं. पण आता इतक्या दिवसांनंतर मला केस बारीक कापण्याची इतकी सवय झाली आहे, की आपण आपली हेअरस्टाईल बदलावी किंवा केस लांब वाढवावेत, असं आता माझ्या मनातसुद्धा येत नाही.''

कुस्तीगीरांचे केस कसे असावेत, याविषयी महावीर सिंगजींचं मत अगदी स्पष्ट आहे, ''कुस्ती हा ग्रामीण खेळ आहे. तो आमच्या संस्कृतीचा एक भाग आहे. त्यामुळे त्याच्या संदर्भातल्या काही रूढी आणि परंपरा आपण पाळायला हव्यात. कुस्तीगीरानं केस अगदी बारीक कापले पाहिजेत, म्हणजे त्यांची निगा राखण्याचा प्रश्नच येत नाही. त्यामुळे वाचणारा वेळ ते ट्रेनिंगसाठी देऊ शकतात. हा नियम मुलं आणि मुली या दोघांनाही लागू आहे. माझा मुलगा दुष्यंत यानंही

उगाच केस जास्त लांब वाढवलेले मला आवडत नाहीत. एक इंच वाढवले, तरी पुष्कळ झालं. शेवटी ती मुलंच आहेत, त्यामुळे माझ्या सूचनांचं पालन न करण्याचा प्रयत्न ती करणारच. पण आपल्या हाताखाली तयार होत असलेल्या मुलांना शिस्त लावणं हे अखेर एका प्रशिक्षकाचं कामच आहे. त्यानं मुलांच्या भविष्याचा विचार करून हे केलंच पाहिजे,'' महावीर सिंगजी हसून म्हणतात.

दंगल

कुस्ती या खेळाला भारतीय सामाजिक जीवनात शेकडो वर्षांपासून स्थान आहे.

पुरातन काळी भारतवर्षात मोठे मोठे राज्यकर्ते नामवंत कुस्तीवीरांना राजाश्रय देऊन आपल्या पदरी बाळगत असत. दुसऱ्या देशांच्या कुस्तीगीरांची आव्हानं स्वीकारून हे मल्ल आपल्या राज्याच्या ताकदीचं प्रदर्शन करत असत. असाच एक अत्यंत गाजलेला कुस्तीपटू म्हणजे गामा पहिलवान. तो त्याच्या काळातील अजिंक्य कुस्तीगीर होता. १९२८मध्ये पतियाळाच्या महाराजांच्या दरबारात या गामा पहिलवानाचा पोलिश कुस्तीपटू स्टॅनिस्लाऊस झिबिस्को याच्याशी कुस्तीचा सामना रंगला होता. कुस्तीच्या इतिहासात करण्यात आलेल्या नोंदीनुसार गामा पहिलवानानं ४०,००० प्रेक्षकांच्या साक्षीनं या पोलिश कुस्तीपटूला केवळ अडीच सेकंदांत लोळवलं होतं.

गामानं मिळवलेल्या यशाबद्दल प्रसन्न होऊन पतियाळाच्या महाराजांनी भर दरबारात स्वतः उठून आपल्या गळ्यातला मोत्याचा कंठा काढून गामा पहिलवानाच्या गळ्यात घातला होता. त्याचबरोबर त्यांनी त्याला एक गाव बक्षीस दिलं आणि सालाना सहा हजार रुपयांचा तनखासुद्धा जाहीर केला होता. त्या काळात ही रक्कम खूप मोठी होती.

आजही या ग्रामीण खेळाला लाभलेल्या पारंपरिक आणि सांस्कृतिक वारशामुळे हा खेळ अजून टिकून आहे. परंतु कुस्तीचा खेळ टिकून राहणं पूर्णपणे स्थानिक दंगल, म्हणजेच कुस्तीच्या सामन्यांवर अवलंबून आहे. हे सामने आयोजित करण्यासाठी गावकऱ्यांच्या किंवा एखाद्या

राजकीय पक्षाच्या पाठबळाची गरज असते.

"संपूर्ण देशभरातील ग्रामीण भागात कुस्ती हा खेळ प्रचंड लोकप्रिय आहे. आजपर्यंतचे लोकांच्या स्मरणात असलेले कुस्तीचे सामने ग्रामीण भागातच भरवण्यात आले होते. तुम्ही कुठल्याही गावकऱ्याला या कुस्तीविषयी विचारा. आपले आजोबा, पणजोबा नामवंत कुस्तीपटू असल्याचं किंवा कुस्तीचे शौकीन असल्याचं ते तुम्हाला जरूर सांगतील. गेल्या काही वर्षांत आणखी कितीतरी नव्या दंगल आयोजित करण्यात येत आहेत. हे सामने गावच्या पंचायतीतर्फे भरवण्यात येतात. ही परंपरा कायम टिकवण्यासाठी आणि पहिलवानकीची संस्कृती जपण्यासाठी गावातले लोक निधी गोळा करतात," महावीर सिंग सांगतात.

"कुस्तीपटूंच्या करिअरला आकार देऊन ती घडवण्यामध्ये या दंगलचा– सामन्यांचा– फार मोठा वाटा असतो. पहिलवानांनी कुस्तीचं प्रशिक्षण घेताना विविध डावपेच आत्मसात केलेले असतात. पण ते डावपेच किती परिणामकारक आहेत हे त्यांना अशा सामन्यांमधूनच पडताळून पाहता येतं. त्यातूनच कुस्तीच्या स्पर्धात्मक जगात आपले पाय घट्ट रोवून टिकाव धरणं त्यांना शक्य होतं. शिवाय जे पहिलवान गरीब कुटुंबातून आलेले असतात, त्यांना या दंगलमधून चार पैसे कमावण्याची संधीसुद्धा मिळते," ते पुढे सांगतात.

अर्थात स्त्री कुस्तीपटूंच्या बाबतीत हे सर्व इतकं सोपं मुळीच नसतं. आजही अनेक आखाड्यांमध्ये महिला कुस्तीपटूंना प्रवेश नाही. भारतातील पितृसत्ताक कुटुंबपद्धतीचाच हा परिणाम असावा. हरियाणासारख्या राज्यात तर पितृसत्ताक कुटुंबपद्धतीचा जनमनावर फार खोलवर पगडा असल्यानं, तिथं तर ही परिस्थिती फारच प्रकर्षानं जाणवते. या राज्यात सर्वच क्षेत्रांमध्ये पुरुषांचं स्त्रियांवर वर्चस्व आहे : सामाजिक, सांस्कृतिक, आर्थिक, राजकीय आणि अर्थातच क्रीडा क्षेत्रातसुद्धा पुरुषांचाच वरचष्मा आहे. त्यामुळे काही पुरोगामी विचारांच्या स्त्री-पुरुषांनी ही समाजरचना बदलण्याचा थोडा जरी प्रयत्न केला, तरीही या इथल्या समाजात रुजलेली, स्त्रियांना पडद्याआड ठेवण्याची परंपरा त्यांच्या मार्गात नवनवीन आव्हानं उभी करते. अशा आधुनिक

विचारांच्या स्त्री-पुरुषांना समाजातून फार मोठ्या विरोधाला तोंड द्यावं लागतं.

स्त्रियांनी एखाद्या खेळात भाग घ्यायचा, आणि त्यातसुद्धा त्यांना प्रतिस्पर्ध्याच्या अगदी जवळ जाऊन शारीरिक झटापट करावी लागणार, म्हणजे त्यांना पडदानशीन राहणं शक्यच होणार नाही. त्यामुळे अशा प्रकारच्या खेळात स्त्रीनं सहभागी होणं, ही गोष्ट वाटते तेवढी सोपी मुळीच नाही. एखाद्या कुस्तीच्या सामन्यात पहिलवान जेव्हा अंगाला माती फासून आपल्या शरीरसौष्ठवाचं प्रदर्शन करत आखाड्यात आपल्या प्रतिस्पर्ध्याला चीत करत असतात, तेव्हा स्त्रिया प्रेक्षकांमध्ये बसून टाळ्या वाजवून त्यांना प्रोत्साहनसुद्धा देऊ शकत नाहीत; मग स्वतः कुस्तीच्या आखाड्यात उतरून खेळण्याची गोष्टच दूर.

कुस्तीच्या खेळात, कुस्तीपटूकडे मजबूत शरीरयष्टी आणि विजेची चपळाई असावी लागते; ती महिलांच्या अंगी नसते, असा बऱ्याच पुरुषांचा समज असतो. स्त्रिया चपळही नसतात आणि कणखरही, असाच बहुतेकांचा समज असतो. आणि खेळात यशस्वी होण्यासाठी या दोन्ही गुणांची नितांत आवश्यकता असते. एखाद्या पुरुषाचा देह बलदंड, कणखर आणि जास्त शक्तिशाली असतो, तर स्त्रिया या जात्याच नाजूक असतात.

हरियाणा राज्यातील नव्हे, तर देशभरातील महिलांनी क्रीडा क्षेत्रात भरीव कामगिरी करून संपूर्ण जगात नाव मिळवून दाखवलेलं आहे; पण तरीही या गोष्टीचा समाजाच्या मानसिकतेवर काहीही परिणाम झालेला नाही. एखाद्या स्त्रीनं आखाड्यात उतरून कुस्ती खेळावी, आपल्या प्रतिस्पर्ध्याला मातीत लोळवावं, ही गोष्ट इथल्या पुरुषांना आजही रुचत नाही. आजही अनेक ठिकाणी फक्त पुरुष स्पर्धकांमध्येच कुस्तीचे सामने जाहीर करण्यात येतात, स्त्री स्पर्धकांसाठी वेगळे सामने फारसे संयोजक ठेवत नाहीत. आणि जरी कुणी ते ठेवलेच, तरीही महिला सामन्यांसाठी ठेवण्यात आलेल्या पारितोषिकाची रक्कम पुरुषांच्या सामन्यांसाठी ठेवण्यात आलेल्या पारितोषिकापेक्षा कमीच असते. मग दहा वर्षांपूर्वी महावीर सिंग जेव्हा आपल्या मुलींना जवळपासच्या

दंगलमध्ये स्पर्धक म्हणून उतरवण्यासाठी घेऊन जात, तेव्हा त्यांना किती संकटांचा सामना करावा लागला असेल, याचा विचार न केलेलाच बरा.

"आम्ही सर्व जण लहानपणी २५ ते ३५ किलोच्या गटात होतो. त्यामुळे आम्ही सात-आठ मुलं ताऊजींच्या गाडीत आरामात मावत असू. त्यातूनच ते आम्हाला आजूबाजूच्या गावांमधल्या दंगलमध्ये नेत. आम्ही सगळेच काही दंगलमध्ये भाग घेत नसू. आमची वडील भावंडं स्पर्धेत उतरत, तेव्हा तिथं चालू असलेल्या सामन्यातील खेळाडूंच्या खेळाचं आम्ही बारकाईनं निरीक्षण करत असू. त्यातून खूप काही शिकायला मिळे," राहुल सांगतो.

दंगलमध्ये भाग घेऊन स्पर्धेचा अनुभव घेणं, हे प्रत्येक कुस्तीपटूसाठी अत्यावश्यक असतं. स्पर्धा बघण्यासाठी जमा झालेल्या हजारो गावकऱ्यांसमोर आखाड्यात उतरून प्रतिस्पर्ध्याशी झटापट करण्यानं, त्याला टक्कर देण्यानं कुस्तीपटूंच्या अंगचा आत्मविश्वास वाढीला लागतो. राज्यस्तरीय स्पर्धांमध्ये भाग घेताना त्या अनुभवाचा नक्कीच फायदा होतो. ऑलिम्पिक्स स्पर्धेत पदकं जिंकणारे कुस्तीवीर सुशीलकुमार आणि योगेश्वर दत्त हे स्थानिक दंगलमध्ये मोठ्या प्रमाणात भाग घेत असत. माझ्या हाताखाली तयार होत असलेल्या सर्वांनीच, अगदी गीता आणि बबिता यांनीसुद्धा (कारण या दोघी सर्वांत मोठ्या होत्या) अशा स्थानिक दंगलमध्ये सहभागी व्हावं अशी माझी इच्छा असे. त्यातून या खेळाचं स्पर्धात्मक स्वरूप समजून घेण्यास त्यांना नक्की मदत झाली असती.

पण अर्थात मुलींना सर्व क्षेत्रांमध्ये समान संधी मिळावी अशी महावीर सिंगजींची कितीही उत्कट इच्छा असली, तरी ते पुरेसं नव्हतं. खरंतर त्यांनी स्वतःच आपल्या मुलींना कुस्तीचे धडे देऊन तयार केलं होतं. त्या आखाड्यात उतरून उत्तम कामगिरी करून दाखवतील यात त्यांना काहीच शंका नव्हती. परंतु संयोजकांच्या मते, कुस्ती हा केवळ मर्दांचा खेळ होता, "मी माझ्या मुलींना सामन्यात सहभागी होऊ देण्याचा विषय त्यांच्यापाशी काढला, तरी ते त्यासाठी राजी होत

नसत. ते संयोजकसुद्धा आमच्या गावकऱ्यांपेक्षा काही वेगळे नव्हते. मी माझ्या मुलींना कुस्ती शिकवत आहे, ही गोष्ट त्यांनासुद्धा सहन होत नसे.''

जे प्रशिक्षक फक्त मुलांनाच कुस्ती शिकवतात त्यांची गोष्टच वेगळी असते. इथे महावीर सिंगजी मुलींना कुस्ती शिकवत होते. त्यामुळे ते जेव्हा आपल्या मुलींना स्पर्धेत उतरवण्यासाठी घराबाहेर पडत आणि शेजारपाजारच्या गावांमध्ये जात, तेव्हा तिथं नेमकं काय घडेल, हे कुणीही सांगू शकत नसे. गावच्या रस्त्यातून आपल्या मुलींना घेऊन जाताना त्यांच्या मनात फक्त एकच विचार असे- आज काही झालं तरी आपल्या मुलींनी आखाड्यात उतरून जमलेल्या हजारो प्रेक्षकांसमोर अशी काही नेत्रदीपक कामगिरी करून दाखवली पाहिजे, की महिला कुस्तीपटूसुद्धा पुरुषांइतक्याच कणखर, मजबूत आणि चपळ असतात, अशी सर्वांची खात्री पटली पाहिजे. गावच्या दंगलमध्ये फक्त पुरुष प्रेक्षकांची गर्दी जमलेली असायची. तिथं अगदी औषधालासुद्धा एकही स्त्री नसे. कुस्तीच्या आखाड्यात एका मल्लानं दुसऱ्या मल्लाला चीतपट केलं की प्रेक्षक शिट्ट्या मारून टाळ्यांच्या गजरात आपला आनंद व्यक्त करायचे.

एवढं सगळं असूनसुद्धा या सर्व लोकांसमोर आपल्या मुलींना आखाड्यात उतरवून कुस्ती खेळायला लावताना महावीर सिंग थोडेसुद्धा कचरले नाहीत. स्पर्धेच्या ठिकाणी आखाड्याच्या सर्व बाजूंनी प्रेक्षक उकिडवे बसलेले असायचे. त्यांच्या गर्दीतून वाट काढत आपल्या सर्व विद्यार्थी-विद्यार्थिनींचा लवाजमा घेऊन महावीर सिंगजी कसेबसे संयोजकांपर्यंत जाऊन पोहोचायचे. त्यांनी संयोजकांना कितीही गळ घातली, त्यांचं मन वळवण्याचा कितीही प्रयत्न केला, तरी जवळपास सगळेच त्यांची मागणी धुडकावून लावत. फारच थोडे संयोजक त्यांच्या मुलींना दंगलमध्ये स्पर्धक म्हणून भाग घेण्याची परवानगी देत. महावीर सिंग हे स्त्रियांना या कुस्तीच्या खेळात आणून या खेळाच्या मर्यादेचा, परंपरेचा आणि संस्कृतीचा भंग करत असल्याचा युक्तिवाद करून काही लोक त्यांच्यावर आग पाखडत. काहींच्या मते

स्त्रियांनी आखाड्यात पाऊल टाकणं, ही त्या आखाड्याची विटंबनाच होती.

"सगळे जण मला वारंवार फक्त एकच गोष्ट सांगायचे- कुस्ती हा मर्दांचा खेळ आहे, स्त्रियांचा नव्हे. मुलींना आखाड्यात उतरून सगळ्यांसमोर मातीत लोळायला लावणं, हे नीतिनियमांना सोडून आहे. या अशा संकुचित मनोवृत्तीच्या लोकांसमोर काहीही युक्तिवाद करणं व्यर्थच होतं; कारण मुळातच हे लोक मुलं आणि मुली यांच्यात भेदभाव करणारे होते. खरी समस्या होती या लोकांचा दृष्टिकोन, आणि पुरुषप्रधान समाजव्यवस्थेचा त्यांच्या मनावर असणारा पगडा. पण कुणीही मला पाठिंबा दिला नाही, तरी मी त्यामुळे कधीच खचून गेलो नाही. उलट त्यामुळे माझी जे हवं ते साध्य करून घेण्याची व त्यासाठी लागेल तेवढा पाठपुरावा करण्याची वृत्ती अधिकच वाढीस लागली. माझं ध्येय प्राप्त करण्यासाठी याचा मला फार उपयोग झाला,'' महावीर सिंग म्हणतात.

पण संयोजकांचं मन वळवून आपल्या मुलींना दंगलमध्ये भाग घेण्यासाठी त्यांची परवानगी मिळवणं, एवढं एकच आव्हान महावीर सिंगजींपुढे नव्हतं. महावीर सिंगजींच्या मुलींसमोर आखाड्यात उतरायला स्त्री स्पर्धक उपलब्धच नव्हत्या, तर मग त्या मुली कुस्ती खेळणार तरी कुणाशी? मग महावीर सिंगजींपुढे काही पर्यायच राहिला नाही. अखेर ते कुस्तीच्या आखाड्यापाशी उभं राहून तिथल्या मुलांनाच आवाहन देऊ लागले. 'माझ्या मुलींशी सामना करा आणि त्यांना चीतपट करून दाखवा.' मुलीला हरवणं काही फारसं कठीण असणार नाही या विचारानी अनेक मुलं या सामन्याला तयार होत. त्यांना वाटे, मुलीला चीतपट करणं हा तर आपल्या डाव्या हाताचा मळ आहे. ती मुलं आखाड्यात उतरताच उड्या मारत उगाच इकडेतिकडे नाचू लागत. आपल्याला आव्हान देत समोर उभ्या असलेल्या मुलीचं तिच्या प्रतिस्पर्धी मुलाला जरासुद्धा भय वाटायचं नाही, पण सामना सुरू झाल्यावर काही क्षणांतच गीता नाहीतर बबिता समोरच्या मुलाला असं काही लोळवत असत आणि त्याची चांगलीच धुलाई करत. त्या

मुलांना स्वतःची चूक लवकरच कळून येत असे. या मुली खेळताना कुस्तीचे असे काही डावपेच टाकत, अशी काही तंत्रं दाखवत, की अशा प्रकारची तंत्रं या मुलींना अवगत आहेत, या गोष्टींवर त्या मुलांचा तर विश्वासच बसत नसे.

आपल्याला या मुलींच्या ताकदीचा आणि कौशल्याचा अजिबातच अंदाज आला नव्हता, याची जाणीव त्या मुलांना होई. आपल्या प्रतिस्पर्ध्याची कंबर पकडून धरणं, मांड्या पकडणं किंवा त्यांना पालथं पाडणं ही तंत्रं या मुली वापरत होत्या. प्रतिस्पर्ध्याचा बाहू घट्ट पकडत होत्या, त्यांना फिरवून उचलून आपटत होत्या, त्या पटकणीसारख्या तंत्राचा अगदी लीलया वापर करत होत्या. कुस्तीच्या मैदानात एखाद्या मुलीकडून हार पत्करणं, तिच्याकडून धोपटून घेणं, ही मुलांच्या दृष्टीनं शरमेची गोष्ट होती. मग ते घोळक्या घोळक्यानं माघार घेऊ लागले.

फोगाट घराण्यातल्या मुलींच्या दृष्टीनं मुलांशी कुस्ती खेळणं, ही काही नवी गोष्ट नव्हती. गेली कित्येक वर्षं प्रशिक्षणाच्या काळात या मुली आपल्या चुलत भावांशी कुस्ती खेळतच होत्या. प्रतिस्पर्धी कुणी का असेना, त्या घाबरत नसत. स्वतःच्या शरीरावर, ताकदीवर आणि कौशल्यावर त्यांचा पूर्ण भरवसा होता! त्या मुली शक्ती, कौशल्य, मानसिक धैर्य या सर्वांचं उत्तम मिश्रण करून लढत देत असत, कारण हे सर्व गुण त्यांच्या प्रशिक्षकानं त्यांच्या अंगी रुजवले होते. त्यांनी कधीच स्त्री आणि पुरुष असा भेद न करता आपल्या विद्यार्थ्यांना समान तऱ्हेनं घडवल्यामुळेच हे शक्य झालं होतं.

"माझा मामेभाऊ अनुप हा माझ्याच वयाचा आहे. आम्ही लहान असताना त्याचं आणि माझं वजनसुद्धा सारखंच होतं. त्यामुळे आम्ही नेहमी प्रतिस्पर्धी म्हणून एकमेकांशी लुटुपुटूची कुस्ती खेळून सगळे डावपेच आत्मसात करायचो," विनेश सांगते, "कधीतरी ताऊजींचे गावातले मित्र आमच्याकडे यायचे. मग त्या वेळी ताऊजी मुद्दामच त्यांच्यासमोर माझी आणि अनुपची कुस्ती लावायचे. अनुप जरा हळू सुरुवात करायचा. शिवाय तो आक्रमक नव्हता, त्यामुळे मी त्याला लगेच वरचढ ठरत असे. तो बऱ्याचदा उशिरा यायचा आणि जरासा

आळशी होता. ताऊजी त्याच्या या स्वभावावरून त्याच्यावर खूप चिडायचे, प्रसंगी त्याला जोड्यानं बदडून काढायचे.''

महावीर सिंग यांच्या शिक्षेमुळे अनुपमध्ये चांगली सुधारणा घडून आली. त्याचा खेळ आक्रमक बनला. "कधीकधी मी हात जोडून विनवण्या करत असे, रडत-भेकत असे; पण त्याला काही माझी दया यायची नाही. मग मलापण माझा पवित्रा बदलून आक्रमक होणं भाग पडायचं. मी जर तसं केलं नाही, तर ताऊजींच्या काठीचे फटके मला खावे लागायचे. त्या वेळी या सर्व गोष्टींचं महत्त्व आम्हाला समजत नव्हतं. पण त्यांच्या त्या अशा वागण्यामुळेच आम्ही खंबीर आणि कणखर झालो. समोरचा प्रतिस्पर्धी मुलगी असो नाहीतर मुलगा, त्याच्याशी सामना करायला आम्ही नेहमी तयारच असायचो,'' विनेश सांगते, "उदाहरणच द्यायचं झालं, तर गीताची कुस्ती आमचा चुलतभाऊ हरविंदर याच्याशी व्हायची. ती कुस्ती लुटुपुटूचीच असे. डावपेच आणि तंत्र आत्मसात करण्यासाठीच दोघं तास न् तास खेळत. कुणीच मागे हटायला तयार होत नसे.''

२००२मध्ये एका स्थानिक दंगलमध्ये गीता आणि बबिता यांची पहिल्यांदा मुलांशी लढत झाली. बलाली ते द्वारका हे तब्बल चाळीस किलोमीटरचं अंतर पार करून भर उन्हात सर्व जण तिथं पोहोचले. महावीर सिंग आणि त्यांचे शिष्य या सर्वांचे चेहरे आत्मविश्वासानं चमकत होते. महावीर सिंग संयोजकांना जाऊन भेटले. पण त्यांनी महावीर सिंगजींच्या शिष्यांपैकी फक्त मुलांनाच या स्पर्धेत भाग घेण्याची परवानगी दिली आणि मुलींना मात्र संधी देण्याचं साफ नाकारलं.

"मी त्या संयोजकांशी खूप वेळ वादविवाद केला. माझ्या मुलींना त्यांनी संधी द्यावी म्हणून कितीतरी युक्तिवाद केला, भांडलो. त्या मुली असल्या म्हणून काय झालं, मुलांपेक्षा कोणत्याही बाबतीत कमी नाहीत, हे त्यांना पटवून द्यायचा प्रयत्न केला. मुलींच्या चुलत भावांना जर स्पर्धेत उतरण्याची परवानगी मिळते, तर मुलींना ती का मिळू नये, असा प्रश्न मी त्यांना विचारला. त्यावर मलाच प्रतिप्रश्न करून संयोजक म्हणाले, 'पण समजा आम्ही परवानगी दिली, तरी तुमच्या

या मुली खेळणार कुणाशी? इथं तर एकही महिला स्पर्धक नाही.' मग त्यांनी मला तिथून परतवून लावण्याच्या उद्देशानं विचारलं, 'तुमच्या या मुली इथल्या मुलांशी कुस्ती खेळणार का?' यावर तरी मी नक्की माघार घेईन असा त्यांचा होरा होता; पण तो सपशेल चुकला. माझ्या मुलींना मुलांशी कुस्ती खेळणं काही नवीन नव्हतं, त्यामुळे मी तत्काळ होकार दिला. त्यामुळे त्यांना इतका प्रचंड धक्का बसला,'' महावीर सिंग सांगतात.

कुस्तीच्या स्पर्धात्मक जगात पदार्पण करण्यासाठी हा कुस्तीचा आखाडा महावीर सिंगजींच्या मुलींच्या दृष्टीनं योग्यच होता. समोर अक्षरशः हजारो माणसांची गर्दी जमलेली होती. आत्ता या सगळ्या जमावाचं मन त्या दोघी मुलींनी जिंकणं फार गरजेचं होतं. आखाडा जितका मोठा, स्पर्धा जेवढी नावाजलेली, तेवढं त्या दोघींच्या भविष्यासाठी उत्तमच होतं.

१४ वर्षांची गीता अत्यंत आत्मविश्वासानं चालत आखाड्याकडे आली. सर्व प्रेक्षकांचे डोळे तिच्यावर खिळले होते. तशी ती सर्वसामान्य मुलीसारखीच दिसत होती. मोठ्या केसांची वेणी, नाजूक अंगयष्टी. घरीदारी ते जशा मुलीबाळींना रोज बघत, तशीच ही एक साधीसुधी मुलगी होती; पण तिच्या चालण्यात एक ऐट होती, शान होती, डौल होता. तिची धारदार नजर प्रतिस्पर्ध्यावर खिळली होती. आजपर्यंत त्यांनी पाहिलेल्या बायका पहाटे उठायच्या, सडासंमार्जन, देवपूजा, घरकाम करायच्या, घरच्यांसाठी नाश्ता बनवायच्या. या स्त्रिया कधी पडद्यामागून बाहेरसुद्धा डोकवायच्या नाहीत. आणि आज अशीच एक साधीसुधी मुलगी अंगात कुस्तीसाठी योग्य असे तंग कपडे घालून आखाड्यात शांतपणे उभी होती. तिच्या सभोवती उभ्या असलेल्या हजारो माणसांच्या नजरांना ती जराही घाबरली नव्हती.

दंगलच्या ठिकाणचं वातावरण एकदम वेगळंच झालं होतं. जणू भारून गेलं होतं. लोक आपापसात कुजबुजत होते, काही तर चक्क शिट्ट्या मारत होते. ''मी काही लोकांचं कुजबुजत्या आवाजात असंही बोलणं ऐकलं, की 'आपल्या पोटच्या पोरींना असं आखाड्यात उतरवून

पोरांशी झटायला लावणारा हा कसला बाप!' इतक्यात ध्वनिप्रक्षेपकावरून स्पर्धेची घोषणा झाली. गीता आणि तिचा प्रतिस्पर्धी असलेला मुलगा या दोघांची माहिती सांगण्यात आली. प्रेक्षक एकदम शांत झाले. समोर जे घडत होतं, ते त्यांच्यासाठी फारच वेगळं, विचित्र होतं. या अशा गोष्टीची त्यांनी कधी कल्पनासुद्धा केली नव्हती,'' महावीर सिंग सांगतात.

ही स्पर्धेची फेरी फारच थोडा वेळ चालली. गीतानं एक झटक्यात, त्या मुलाचा हात पकडून त्याला स्वतःच्या खांद्यावरून मागे भिरकावून दिलं आणि क्षणार्धात त्याची पाठ व खांदे जमिनीवर घट्ट टेकवून धरले. त्याच्या पाठीमागे मातीचे मोठ्ठाले धब्बे उठले होते. त्याचा दणदणीत पराभव झाला होता, असंच ते सुचवत होते. ''तिनं काही क्षणांतच प्रतिस्पर्ध्याची पार धूळधाण उडवली. प्रेक्षकांना ते पाहताना फार मजा वाटत होती. त्या दोघांच्यात सामना घडून येईल, अशी तर त्यांनी अपेक्षासुद्धा केली नव्हती. आधी टीकेची झोड उठवण्यासाठी सरसावून बसलेले प्रेक्षक अचानक गीताकडे कौतुकाच्या नजरेनं पाहू लागले. एका मुलीनं त्यांच्या डोळ्यांसमोर एका मुलाला पार चीतपट केलं होतं. त्यांनी अक्षरशः टाळ्यांचा कडकडाट सुरू केला. त्यांच्या टाळ्या थांबतच नव्हत्या.''

''टाळ्या वाजवणाऱ्या त्या प्रेक्षक वर्गात फक्त पुरुषांचा भरणा होता. एकही स्त्री नव्हती. त्यांचा तो गगनभेदी टाळ्यांचा कडकडाट ऐकताना कानांवर विश्वास बसत नव्हता. मी एक मुलगी असून एका मुलाला हरवलं आहे, याची मला पुरेशी जाणीव व्हायला अख्खं मिनिट लागलं. हे असं घडणं शक्य आहे, असा पपांचा ठाम विश्वास होता. आम्हाला लहानपणापासून पपांनी एकच गोष्ट शिकवली होती. एखाद्या व्यक्तीची क्षमता, ती स्त्री आहे की पुरुष यावर अजिबात अवलंबून नसते. मी आखाड्यातून समोर पाहिलं- माझ्या वडिलांकडे. त्यांच्या डोळ्यांत माझ्याविषयीचा अभिमान चमकत होता. त्यांच्या मुली कुणापेक्षाही कमी नाहीत, हे आता पुराव्यानिशी सिद्ध झालं होतं,'' गीता जुन्या आठवणीत रमून जात म्हणते.

गीतानं जी प्रेरणादायी कामगिरी करून दाखवली, त्यामुळे बबिताला आता प्रेक्षकांच्या जळजळीत नजरा सहन कराव्या लागल्या नाहीत. मुलींबद्दलचा त्यांचा पूर्वग्रह आता पूर्णपणे बदलून गेला होता. बबिताचा प्रतिस्पर्धीही चांगलाच राकट होता. पण तिनंही तो बेसावध असताना त्याला पकडून त्याच्यावर मात केली.

"गीता आणि बबितावर प्रेक्षकांनी बक्षिसांची खैरात केली. खिशात हात घालून हातात येतील तेवढे पैसे लोकांनी त्यांना दिले. ग्रामीण भागात, आपल्या पसंतीस उतरलेल्या पहिलवानाला पैसे देऊन लोक त्याचं कौतुक करतात. त्यामुळेच गीता आणि बबिता यांच्या दृष्टीनं हा खरोखर मानाचा क्षण होता," महावीर सांगतात.

"स्थानिक दंगलमध्ये भाग घ्यायचा म्हटलं, की सुरुवातीला आम्हाला त्याचं जरा दडपण यायचं. पण लवकरच ते नित्याचं होऊन गेलं," गीता सांगते. त्यानंतर हरियाणा राज्यातील असंख्य संयोजक त्यांना स्पर्धेत उतरवण्याची परवानगी देऊ लागले. आपल्या मुलींनी इतक्या लहान वयात एवढी भरीव कामगिरी करून दाखवलेली पाहून, आपण जे कार्य हाती घेतलं आहे, ते योग्यच असल्याची महावीर सिंगजींची खात्री पटली. आपण योग्य दिशेनं पाऊल उचललेलं असून आपल्या मुली हे आव्हान पेलण्यास समर्थ आहेत, हे त्यांना कळून चुकलं.

"आमच्या त्या पहिल्या स्पर्धेनंतर आम्ही दोन-तीन वेळेला द्वारका येथे भरवण्यात आलेल्या कुस्तीच्या स्पर्धेत भाग घेतला. त्यामुळे सुरुवातीला जे संयोजक पूर्वग्रहदूषित वागले होते, तेच आता माझ्या वडिलांचे चांगले मित्र बनले आणि नियमितपणे आम्हाला स्पर्धेचं निमंत्रण देऊ लागले," गीता आठवण सांगते.

अर्थात द्वारका येथे होणाऱ्या दंगलमध्ये भाग घेण्याने देशभर सर्वत्र होणाऱ्या दंगलचे दरवाजे काही अजून गीता व बबिता यांना खुले झाले नव्हते. महावीर सिंगजींनी त्या दोघींना बाँड कलान या चरखी दादरी येथील ठिकाणी भरलेल्या दंगलला नेलं खरं, पण तिथं त्यांना स्पर्धेत भाग घेण्यास मनाई करण्यात आली.

"त्यानंतर एकदा मी मुलींना राजस्थान येथील झुंझुन इथं दंगलमध्ये भाग घेण्यासाठी नेलं. आत्तापर्यंत हरियाणा राज्यातील, विशेषतः भिवानी जिल्ह्यातील आपापल्या वजनाच्या गटातील प्रत्येक मुलाला या दोघींनी स्पर्धेत हरवलं होतं; त्यामुळे आता त्यांनी जरा वेगळ्या मुलांशी स्पर्धेत खेळणं, एका वेगळ्या आव्हानाचा सामना करणं गरजेचं होतं. पण तब्बल दोन तासांचा प्रवास करून आम्ही तिथं पोचल्यावर संयोजकांनी या दोघींना स्पर्धेत भाग घेण्याची संधी नाकारली. एवढंच काय, पण दंगल भरवण्यात आलेल्या ठिकाणी त्यांना प्रवेशसुद्धा नाकारला,'' महावीर सिंगजी सांगतात.

"माझ्याकडे जेवढा युक्तिवाद तयार होता, तो सगळा मी केला. हरतऱ्हेनं त्यांची समजूत घालून माझं म्हणणं पटवून देण्याचा प्रयत्न केला. संपूर्ण जगात कुस्तीच्या खेळाला आता अनन्यसाधारण महत्त्व प्राप्त झालेलं आहे. ऑलिम्पिक्समध्ये कुस्तीच्या स्पर्धा होतात, हेही सांगितलं. पण त्याचा काहीच उपयोग झाला नाही. त्यांना ऑलिम्पिक्स क्रीडा स्पर्धा म्हणजे काय, हेही माहीत नव्हतं. त्यांना फक्त स्वतःच्या संस्कृतीचं रक्षण करायचं होतं आणि त्यात कुस्तीच्या क्षेत्रात स्त्रियांना जागा नव्हती.''

"त्यांनी मला वेडा ठरवलं आणि तिथून ताबडतोब निघून जायला सांगितलं. मी तिथं थांबल्यामुळे त्यांच्या कार्यक्रमाचा विचका होईल, असं त्यांचं म्हणणं होतं. आजवर माझ्याशी या अशा भाषेत कधीच कुणी बोललं नव्हतं. मी कुस्तीचा प्रशिक्षक म्हणून काम करायला सुरुवात करण्याआधी कुणी जर माझ्याशी हे असं वागलं असतं, तर मी त्यांना चांगलाच इंगा दाखवला असता. पण आता माझ्या स्वाभिमानापेक्षा आणि अहंकारापेक्षा माझ्या या सगळ्या मुलांचं कर्तृत्व माझ्या दृष्टीनं जास्त महत्त्वाचं होतं. म्हणून मी तो अपमान गिळून तिथून निघालो.''

गीतालाही हा प्रसंग स्पष्ट आठवतो – "मी तेव्हा वयानं लहानच होते. मी कितीही शक्तिमान स्पर्धकांशी सामना करायला तयार होते. पण ते संयोजक माझ्या वडिलांशी ज्या अपमानास्पद तऱ्हेने वागले, बोलले ते पाहून मला काय बोलावं तेच सुचेना. माझ्या पपांनी त्या

लोकांना आम्ही हरियाणात मिळवलेल्या यशाविषयी सांगण्यास सुरुवात करताच त्यांनी पपांना अपमानास्पद तऱ्हेनं गप्प केलं. ते म्हणाले, 'तुमच्या हरियाणात मुली मुलांबरोबर कुस्ती खेळतही असतील, पण इथं राजस्थानात मुली दंगलमध्ये सहभागी होत नाहीत, मग मुलांशी कुस्ती खेळणं तर दूरच.'''

ही काही अशा प्रकारची एकमेव घटना नव्हती. महावीर सिंगजी आपल्या मुलींना कुस्तीच्या खेळात मुलांप्रमाणे समान संधी देऊ बघत असल्याबद्दल अनेक संयोजक त्यांना विखारी टोमणे मारत. त्यांचा अपमान करत. राहुलसुद्धा अशीच एक आठवण सांगतो, ''भिवानी जिल्ह्यातील लोहारू या गावी दंगल भरवण्यात आली होती. तिथं संयोजकांनी कुठल्यातरी पुरातन शास्त्रांचा उल्लेख केला. मुलींनी आजवर कधीही कुस्तीच्या खेळात भाग घेतलेला नसून, हा खेळ केवळ मर्दांसाठीच आहे, असं त्यांनी सांगितलं.''

महावीर सिंग म्हणतात, ''मी स्वतः अभ्यासात कधी हुशार नव्हतो. मी तर मॅट्रिकची परीक्षासुद्धा पास होऊ शकलो नाही. धर्मशास्त्रांविषयीचं माझं ज्ञान तोकडंच होतं. परंतु हिंदू धर्मशास्त्रात किंवा इतर कुठल्याही धर्मात मुलींनी कुस्तीच्या खेळात भाग घेतल्याचा जरी उल्लेख नसला, तरीही मुलींनी हा खेळ खेळू नये, असं कुठल्याही शास्त्रात म्हटलेलं नाही. आपण धर्माचा उपयोग आपल्या फायद्याचा युक्तिवाद मांडण्यासाठी करू शकत नाही. अर्थात त्या लोकांच्या असल्या प्रतिक्रिया मला मुळीच नवीन नव्हत्या. हरियाणातील लोक किती मागासलेल्या विचारसरणीचे आहेत, याची मला कल्पना होती. त्यांच्या या मल्लिनाथीमुळे मी माझ्या ध्येयावरचा विश्वास जराही डळमळीत होऊ दिला नाही. माझ्या मुलींनाही मी चांगली शिकवण दिली होती, त्यामुळे अशा लोकांच्या बोलण्याचा त्यांच्याही मनावर विपरीत परिणाम झाला नाही.''

मुलींना स्पर्धेचा अनुभव यावा म्हणून महावीर सिंग आता विनेश, रितू आणि प्रियांका या लहान मुलींनासुद्धा स्थानिक दंगलमध्ये उतरवू लागले.

“मी जेव्हा दंगलमध्ये भाग घ्यायला सुरुवात केली, तेव्हा मी तर दहा वर्षांचीपण नव्हते,” विनेश सांगते, “मी अगदी पहिल्या प्रथम दंगलमध्ये सहभागी झाले ती २००३मध्ये. त्या स्पर्धेत मीच जिंकले आणि प्रेक्षकांनी माझा उदोउदो केला. प्रेक्षक माझा खेळ पाहून इतके भारावले होते, की त्यांनी माझ्या हातात भरभरून नोटा ठेवल्या. मला त्या वेळी एकूण किती रुपयांची प्राप्ती झाली, ते काही आता आठवत नाही; पण त्यांना माझं किती कौतुक वाटलं होतं, ते मात्र अजूनही आठवतं. ‘ही छोटीशी गुडिया एका मुलाशी खेळली आणि तिनं त्याला पाणी पाजलं!’ असे त्यांचे शब्द होते.”

महावीर सिंग यांनी आपल्या प्रॉपर्टीच्या व्यवसायातून भरपूर पैसे मिळवून ठेवले होते. त्यांना अशा दंगलमधून मिळणाऱ्या पैशांची काही गरज नव्हती. त्यामुळे मुलांनी मिळवून आणलेले पैसे मुलांना स्वतःकडे ठेवण्याची मुभा होती.

“२००४मध्ये रोहतक येथील सुनारिया गावात भरवण्यात आलेल्या दंगलमध्ये गीता आणि बबिता यांना सर्वांत जास्त रक्कम बक्षीस म्हणून मिळाली. त्या दोघींना प्रत्येकी १५०० रुपये रोख मिळाले. त्या वयाच्या मुलामुलींच्या दृष्टीनं ती रक्कम मोठी होती. मी त्यांचे पैसे त्यांनाच देऊन टाकले. ते पैसे त्यांच्या श्रमांचे होते. त्यामुळे भविष्यकाळातही अशीच उत्कृष्ट कामगिरी करण्यासाठी त्यांना प्रोत्साहन मिळालं,” महावीर सिंग अभिमानानं सांगतात.

महावीर सिंग यांच्या हाताखाली आठ-दहा मुलंमुली कुस्तीच्या खेळाचं प्रशिक्षण घेत होती, आजूबाजूच्या गावांमधून होणाऱ्या दंगलमध्ये भाग घेऊन भरघोस यश प्राप्त करत होती. लवकरच कुस्तीच्या क्षेत्रात या गोष्टीची सर्वत्र चर्चा सुरू झाली. बघता बघता त्यांच्या बलाली गावाची कीर्ती दूरवर पसरली.

“ताऊजी आमच्यावर इतकी मेहनत घेत होते, त्यामुळे आम्ही सर्व जण आमच्या वयोगटातील इतर खेळाडूंपेक्षा नक्कीच एक पायरी वर होतो. जवळजवळ प्रत्येक दंगलमध्ये आमच्यापैकीच कुणीतरी जिंकत असे. त्यामुळे आमच्या गावाचं नाव सर्वतोमुखी झालं,” राहुल

सांगतो, "१९५० नंतरच्या दशकात आमच्या गावातले माझे आजोबा प्रसिद्ध होते. १९८० नंतरच्या दशकात आमच्या ताऊजींचं नाव होतं. त्यांच्यानंतर मात्र आमच्या गावच्या कुणाचाच आजूबाजूच्या खेड्यांमधून भरवण्यात येणाऱ्या दंगलमध्ये सहभाग नव्हता. पण आता आम्हा मुला-मुलींच्या या यशानंतर कुस्तीच्या संदर्भातील सर्व संभाषणांमधून आमच्या गावाचं नाव ऐकू येऊ लागलं."

मुलींनी या जवळपासच्या खेड्यांमधील दंगलमध्ये भाग घेऊन कुस्तीच्या क्षेत्रात आपल्या नावाचा ठसा उमटवल्यानंतर महावीर सिंगजींनी ऑलिम्पिक्स क्रीडा स्पर्धेत मॅटवर खेळल्या जाणाऱ्या फ्री-स्टाईल कुस्तीच्या खेळाकडे आपलं लक्ष केंद्रित केलं. भिवानी जिल्ह्यातील काक्रोली नावाच्या गावात या मुला-मुलींनी ज्या दंगलमध्ये सहभाग घेतला, त्यानंतर मात्र त्यांनी अशा स्पर्धांमधून भाग घेणं बंद केलं. त्यांनी आता कुस्तीतील मूलभूत डावपेच व्यवस्थित आत्मसात केले होते. स्थानिक पातळीवर त्यांनी स्वतःचं कर्तृत्व सिद्धही केलं होतं. आता एक पाऊल पुढे टाकण्याची वेळ आली होती. खूप दूरवर चमकत असलेल्या लक्ष्याच्या एक इंच का होईना, पण जवळ सरकण्याची वेळ आली होती.

दुःखद घटना

अत्यंत खडतर अशा ट्रेनिंगपासून सुरुवात करून फोगाट भगिनींचा प्रवास आता स्थानिक दंगलमध्ये भाग घेऊन यश मिळवण्यापर्यंत पोहोचला होता. फोगाट भगिनी आणि त्यांचे प्रशिक्षक महावीर सिंग यांची पावलं योग्य दिशेनं पडत होती. केवळ दोन वर्षांच्या कालावधीत महावीर सिंगजींनी स्वतःचं आणि स्वतःच्या मुलींचं कर्तृत्व केवळ आपल्या कुटुंबीयांपुढेच नव्हे, तर आपल्या निंदकांपुढेही सिद्ध करून दाखवलं होतं. २००३ सालच्या मे महिन्यात गीतानं एशियन कॅडेट चँपियनशिपमध्ये सुवर्णपदक पटकावलं. त्यानंतर थोड्याच दिवसांत फोगाट कुटुंबातील इतर मुला-मुलींनीसुद्धा स्थानिक वर्तुळात कुस्तीच्या क्षेत्रात नाव कमावलं. फोगाट घरातील मुला-मुलींमुळे आता त्यांच्या गावालाही चांगलीच प्रसिद्धी मिळू लागली होती.

कुस्तीच्या क्षेत्रात या कुटुंबाच्या पहिल्याच घवघवीत यशानंतर अचानक एक अत्यंत दुःखद घटना घडली. महावीर फोगाट यांचे भाऊ राजपाल फोगाट यांचं निधन झालं.

महावीर सिंग हे सहा भावांमधील चौथे आणि त्यांच्यानंतर केवळ दोनच वर्षांत राजपाल सिंगचा जन्म झाला. दोघांच्या वयात इतकं कमी अंतर असल्यामुळे त्यांचं एकमेकांवर अतिशय गाढ प्रेम होतं. लहानपणापासून दोघा भावांची गट्टी होती. इ.स. २०००मध्ये जेव्हा महावीर सिंगजींनी घरच्या मुलींना कुस्ती या खेळाचं प्रशिक्षण देण्याची कल्पना मांडली, तेव्हा राजिंदरबरोबरच राजपालनंसुद्धा त्याला पाठिंबा दिला. इतर नातेवाइकांचा विरोध पत्करूनसुद्धा तो त्यांच्या पाठीशी

ठाम उभा राहिला. कुस्तीच्या प्रशिक्षणासाठी महावीर सिंगजींनी स्वतःच्या तीन मुलींबरोबरच राजपालच्या दोन मुलींनासुद्धा आखाड्यात उतरवलं, तेव्हासुद्धा राजपालचं मन जराही विचलित झालं नाही.

राजपालच्या निधनामुळे फोगाट कुटुंबामध्ये भरून न येणारी पोकळी निर्माण झाली. आजही त्या दुःखाचा सल कमी झालेला नाही.

"राजपालचा मृत्यू हा आमच्या कुटुंबासाठी फार मोठा धक्का होता. आम्हा दोघा भावांमध्ये फक्त दोन वर्षांचं अंतर होतं. तो खरंतर माझा भाऊ कमी आणि मित्रच जास्त होता. आजही मला त्याची अत्यंत तीव्रतेनं आठवण येते," महावीर सिंग सांगतात, "कुस्तीच्या क्षेत्रात आम्ही नव्यानं पदार्पण केलं, तेव्हा आपल्या घरच्या मुलींना या क्षेत्रात आणण्याची कल्पना सर्वप्रथम मी त्याच्यासमोर मांडली. ती त्याला पटली. त्यानं ती तत्काळ उचलूनसुद्धा धरली. आज जर तो हयात असता, तर या घरच्या मुली आंतरराष्ट्रीय क्षेत्रातील मानसन्मान जिंकून आणत असल्याचं पाहून त्याला नक्कीच आनंद झाला असता."

तो २५ ऑक्टोबर २००३चा दिवस होता. त्या दिवशी करवा चौथ होता. हा सण भारतीय महिला साजरा करतात. या दिवशी त्या उपास करतात आणि आपल्या पतीच्या दीर्घायुष्यासाठी प्रार्थना करतात. त्या दिवशी गावात सर्वत्र हा सण साजरा होत होता. सूर्यास्त झाला होता. रस्त्यावर दिवे नसल्यामुळे बलाली गावच्या गल्ल्याबोळांमध्ये सर्वत्र अंधाराचं साम्राज्य होतं. गावातील इतर विवाहित महिलांप्रमाणेच राजपालची पत्नी प्रेमलतासुद्धा चंद्रोदय होण्याची उत्सुकतेनं वाट पाहत होती. चंद्रोदय झाल्यावर चंद्राची पूजा करून मगच ती आपला दिवसभराचा उपास सोडणार होती.

राजपाल नुकताच काम संपवून घरी आला होता. तो बलाली दादरी मार्गावरील राज्य परिवाहन मंडळाच्या बसचा ड्रायव्हर होता. प्रेमलता स्वयंपाकघरात रात्रीच्या जेवणाच्या तयारीत गुंतली होती. रात्री आठ ते साडेआठच्या दरम्यान कधीतरी तिला अचानक फटाके फोडण्याचा आवाज ऐकू आला. तिला वाटलं, रस्त्यावर कुणीतरी फटाके फोडत असेल. पुढच्याच क्षणी परत तसाच आवाज आला.

प्रेमलतेनं आपला मुलगा हरविंदर याला बाहेर काय चाललंय ते बघायला पाठवलं.

"त्या वेळी त्यानं जे दृश्य पाहिलं, ते आम्हा सर्वांचं काळीज चिरून गेलं. आम्ही ते कधीच विसरू शकणार नाही," प्रेमलता सांगतात.

हरविंदरला अजूनही ती घटना स्पष्ट आठवते, "माझे वडील घरापुढच्या अंगणात येरझाऱ्या घालत आमच्या शेजाऱ्यांशी गप्पा मारत होते. माझी लहान बहीण प्रियांका जेवून झोपी गेली होती. माझं जेवण चालू होतं. आम्ही मुलं रोज रात्री लवकर जेवून झोपायचो, कारण दुसऱ्या दिवशी ट्रेनिंगसाठी भल्या पहाटे उठावं लागायचं. स्वयंपाकघराच्या शेजारच्या खोलीत मी जेवायला बसलो होतो. आई आत पोळ्या करत होती. अचानक आम्हाला जोराचा आवाज ऐकू आला. जणू काही कुणी फटाके फोडल्यासारखा तो आवाज होता. मला त्याचं काही विशेष वाटलं नाही. माझं जेवण सुरूच होतं. अचानक पुन्हा तसाच आवाज आला. तो ऐकून माझ्या आईनं सगळं काही ठीक आहे ना ते बघायला मला बाहेर पाठवलं. मी घराबाहेर गेलो, तर माझे वडील जमिनीवर पडले होते. त्यांना बंदुकीच्या दोन गोळ्या लागल्या होत्या आणि प्रचंड रक्तस्राव होत होता," त्या आठवणीनं हरविंदर आत्तासुद्धा शहारतो. "माझी आई आतून ओरडून काय झालं असं विचारत होती; पण मी इतका सुन्न झालो होतो, की माझ्या तोंडून आवाजच फुटत नव्हता... मी त्या वेळी फक्त १६ वर्षांचा होतो. मी काहीच उत्तर देत नाही हे पाहून आई घाईनं बाहेर आली आणि रक्ताच्या थारोळ्यात पडलेल्या माझ्या वडिलांचा देह तिच्या दृष्टीस पडला. माझ्या दोघी बहिणी तेव्हा फारच लहान होत्या. त्या १२-१३ वर्षांच्यासुद्धा नव्हत्या."

"तो माझ्या आयुष्यातला शेवटचा 'करवा चौथ' होता. त्या रात्री माझं सर्वस्व गेलं," प्रेमलता थरथरत्या आवाजात सांगतात. त्यांचे डोळे पाण्यानं भरून येतात. "ज्या क्षणी मी माझ्या पतीला रक्ताच्या थारोळ्यात पडलेलं पाहिलं, त्या क्षणी माझं सगळं अस्तित्वच निरर्थक झालं. मला काय करावं ते सुचत नव्हतं. घडलेल्या घटनेबद्दल काय

विचार करावा, काय प्रतिक्रिया द्यावी, हेच समजत नव्हतं. मन त्या धक्क्यानं सुन्न झालं होतं. पण मला काहीतरी करणं भाग होतं. माझ्या मुलांचं भवितव्य अनिश्चित होऊन गेलं होतं.''

महावीर सिंगजींचं राजपालच्या मुलांशी दोन्ही बाजूंनी नातं आहे. राजपाल जसा त्यांचा सख्खा धाकटा भाऊ होता, तशीच राजपालची पत्नी प्रेमलता ही महावीर सिंगजींची पत्नी दया कौर हिची सख्खी धाकटी बहीण.

''आमची घरं एकमेकांच्या घराजवळच आहेत. मी राजपालच्या पत्नीच्या किंकाळ्या ऐकून काही क्षणांतच तिथं गेलो; पण त्याचं निधन झालं होतं. आमच्या एका सख्ख्या चुलत भावाचं मानसिक संतुलन बिघडलेलं आहे. खरंतर त्याचे आणि राजपालचे खूप घनिष्ठ संबंध होते; पण त्यानंच राजपालला गोळ्या घातल्या होत्या. आमच्या काही शेजाऱ्यांनी ही घटना प्रत्यक्ष पाहिली होती. त्यांनी नंतर सांगितलं, की राजपाल घराबाहेर बसलेला असताना अचानक आमचा हा चुलत भाऊ तिथं आला. दोघं एकमेकांशी काहीतरी बोलले. त्यानंतर काही कळायच्या आतच त्या भावानं बंदूक काढून राजपालवर लागोपाठ दोन गोळ्या झाडल्या. पहिली गोळी छातीत आणि दुसरी मस्तकावर. त्यामुळे तो तत्काळ मरण पावला,'' महावीर सिंगजी सांगतात.

राजपालच्या दोघी मुली गाढ झोपल्या होत्या. त्यांना काय घडलं ते दुसऱ्या दिवशी उजाडल्यावरच कळलं. बाहेर हा सगळा गोंधळ चालू असताना प्रियांका घरात गाढ झोपली होती. आणि विनेश त्या दिवशी महावीर सिंगजींच्या घरी झोपायला गेली होती. ''मी त्या वेळी पहिलीत होते. त्यामुळे मला फारसं काही आठवत नाही; पण मी उत्कृष्ट दर्जाची कुस्तीपटू व्हावं, अशी माझ्या वडिलांची इच्छा होती, हे मला ठाऊक आहे. ते मला नेहमी म्हणायचे, 'तू जेव्हा गीता आणि बबिता यांना टक्कर देशील, तेव्हा तू खरी कुस्तीपटू होशील,' '' विनेश सांगते.

''गीतानं एशियन कॅडेट चँपियनशिपमध्ये जेव्हा सुवर्णपदक पटकावलं, तेव्हा ती गावात परत आल्यावर गावकऱ्यांनी तिचं अतिशय

वाजतगाजत स्वागत केलं. त्या वेळीच वडिलांनी मला त्यांची इच्छा सांगितली होती. एक दिवस मीसुद्धा आंतरराष्ट्रीय पातळीवर मानसन्मान प्राप्त करावा आणि गावात माझंही असंच धूमधडाक्यात स्वागत व्हावं, असं त्यांना वाटे. मी त्याच चँपियनशिपमध्ये २००९मध्ये प्रियांका आणि रितूबरोबर सुवर्णपदक जिंकलं. त्यानंतर आम्ही जेव्हा गावात परत आलो, तेव्हा गावकऱ्यांनी आमचं अत्यंत जल्लोषात स्वागत केलं. त्या क्षणी मला माझ्या वडिलांची फार तीव्रतेनं आठवण आली.''

महावीर सिंगजींप्रमाणेच राजपालसुद्धा अतिशय पुरोगामी विचारसरणीचे होते. मुलींच्या बाबतीतही त्यांचे विचार पुढारलेले होते. त्यांनी आपला मुलगा आणि मुली यांच्यात कधीच भेदभाव केला नाही. ''उलट ते आमचा भाऊ हरविंदर याला रागवायचे. आमच्या आईनं आम्हा मुलींना कधीही घरकाम करायला लावलं, की त्यांना खूप राग यायचा. आम्हाला घरचं काहीच काम सांगायचं नाही, अशी त्यांची आमच्या आईला सक्त ताकीद होती. आम्ही आमचं लक्ष पूर्णपणे कुस्तीच्या खेळावरच केंद्रित करावं, असं त्यांचं म्हणणं होतं. आमच्या आईला घरकामात मदतीची गरज पडलीच, तर तिनं आम्हा मुलींना काम सांगण्याऐवजी हरविंदरला मदतीला घ्यावं, असं ते तिला नेहमी सांगत,'' विनेश हसून सांगते.

''मी शाळेत असताना जर कुठलाही मुलगा किंवा मुलगी माझ्याशी उद्धटपणे वागले तर मी त्यांना चांगलं झोडपून काढत असे. आमच्या आजीची आम्हाला अशी शिकवण होती, की आपण मुद्दाम कुणाचीही खोडी काढायची नाही, भांडण करायचं नाही; पण जर कुणी आपल्या वाटेला गेलंच, तर मात्र त्याला सोडायचं नाही. आमच्या घरूनही आम्हाला नेहमी हेच सांगण्यात येई, की कुणाच्याही दादागिरीला घाबरायचं नाही, उलट जो दडपशाही करू पाहील, त्याला आव्हान द्यायचं, त्याच्या विरोधात उभं ठाकायचं. तसं जर केलं नाही तर लोक आपल्याला दुबळं समजतात आणि गृहीत धरू लागतात. त्यामुळेच जर कुणी मुलगा अथवा मुलगी माझ्या वाटेला गेलाच, तर मी त्यांना सोडत नसे. त्यामुळे मी कधी एखाद्याला चोपून काढल्याचं माझ्या

वडिलांच्या कानावर आलं, किंवा शिक्षकांनी तक्रार केली, तरी माझे वडील मला कधीच रागावत नसत. आपल्या मुली या मुलांपेक्षा कुठल्याही बाबतीत कमी नाहीत, याचा त्यांना अभिमान वाटत असे. माझे वडील गेल्यानंतर ताऊजींनी (महावीर सिंगजींनी)सुद्धा आम्हाला याच पद्धतीनं वाढवलं- त्यांच्या मतेसुद्धा मुली या प्रत्येक बाबतीत मुलांची बरोबरी करू शकतात. ताऊजींनी आम्हाला आमच्या वडिलांची उणीव कधीच भासू दिली नाही. माझे वडीलसुद्धा ताऊजींइतकेच कडक शिस्तीचे होते. मला त्यांचा खूप धाक होता. पण ते कधी खूश असले, की मी लगेच त्यांच्याकडे हट्ट करत असे, मला हव्या त्या गोष्टी पदरात पाडून घेत असे. आता मी ताऊजींकडे हट्ट करते,'' विनेश हसून सांगते.

राजपाल यांचा जेव्हा मृत्यू झाला तेव्हा ते सरकारी नोकरीत होते. त्यामुळे त्यांची मुलं १८ वर्षांची झाल्यावर नियमानुसार त्यांना सरकारी नोकरी मिळणार होती; परंतु त्यासाठी आवश्यक ती शैक्षणिक पात्रता त्यांना मिळवावी लागणार होती. हरविंदर हा राजपाल यांचा सर्वांत मोठा मुलगा. त्यामुळे तो १८ वर्षांचा झाल्यावर तो सरकारी नोकरी धरणार, हे तर उघडच होतं. परंतु राजपाल यांच्या कोणत्याही अपत्यानं अशा प्रकारे वडिलांच्या मृत्यूनंतर सरकारकडून दयाबुद्धीनं देण्यात येणारी नोकरी स्वीकारू नये, असं महावीर सिंगजींचं स्पष्ट मत होतं. हरविंदरनं आपल्या कुस्तीच्या खेळावरच सगळं लक्ष केंद्रित करावं आणि गावातच राहून आपल्या आईची काळजी घ्यावी. ''ताऊजींनी मला सरकारी नोकरी करू दिली नाही. आमच्या घरी त्यांचा शब्द अखेरचा होता. माझ्या वडिलांच्या मृत्यूनंतर मी गावीच थांबावं, अशी त्यांची इच्छा होती,'' हरविंदर सांगतो.

राजपाल यांचा असा अवचित, अकाली मृत्यू झाला, तेव्हा त्यांच्या कुटुंबात कमावणारे ते एकटेच होते. अशा परिस्थितीत, घरचा कमावता, कर्ता पुरुष गेल्यावर त्या कुटुंबावर आर्थिक संकट कोसळतं. पण या प्रसंगी सर्व फोगाट कुटुंब एकजुटीनं प्रेमलता आणि मुलांच्या

पाठीशी उभं राहिलं. ''आमच्या घरचे सगळे लोक खंबीरपणे आमच्या पाठीशी उभे राहिले. शिवाय आमच्या संगोपनाची संपूर्ण जबाबदारी आमच्या ताऊजींनी उचलली. त्यामुळे आम्हाला कसलीच चिंता करावी लागली नाही,'' हरविंदर सांगतो.

फोगाट कुटंबातील या सर्व मुलामुलींचं कुस्तीचं प्रशिक्षण सुरू झाल्या दिवसापासून ते ही दुःखद घटना घडेपर्यंत त्यांच्या ट्रेनिंगमध्ये एक दिवसही खंड पडलेला नव्हता. शाळेची परीक्षा असो वा घरातील सणवार, उत्सव असो; ट्रेनिंगला पर्याय नव्हता. परंतु राजपाल सिंग यांच्या दुःखद निधनानंतर त्या ट्रेनिंगला एकदम खीळ बसली. हा धक्का सर्वांसाठीच इतका प्रचंड होता, की धीरगंभीर स्वभावाच्या महावीर सिंगजींनासुद्धा त्यातून सावरण्यासाठी काही काळ जावा लागला.

''पुढचे काही दिवस तरी आम्ही फक्त त्या प्रसंगाचा विचार करत काढले. मनात दुसरं काही येतच नव्हतं,'' महावीर सिंगजी सांगतात. ''तेव्हा आमच्या कुटुंबातील सगळीच मुलं खूप लहान होती. त्या सर्व मुलामुलींमधली मोठ्यात मोठी मुलं १५-१६ वर्षांची होती. त्यांचं मन आता दुसऱ्या काही विचारात गुंतवणं गरजेचं होतं. त्यांचं मन ध्येयापासून विचलित होऊन चालणार नव्हतं. त्यामुळे काही दिवसांतच मी त्यांचं ट्रेनिंग सुरू केलं. आमच्या संपूर्ण कुटुंबासाठी हा काळ फार कठीण होता. या सर्व मुलांसमोर मला माझ्या मनाचा हळवेपणा उघड करून चालणार नव्हतं. कारण त्याचा राजपालच्या मुलांच्या मनावर विपरीत परिणाम झाला असता,'' महावीर सिंग सांगतात. ''त्यामुळे मी सर्व मुलांशी पूर्वीसारखं अत्यंत कडक शिस्तीनं वागायला सुरुवात केली. आमचं ट्रेनिंग परत पहिल्यासारखंच सुरू झालं.''

विनेश आणि प्रियांका या राजपाल यांच्या मुलींचं कौतुक करताना महावीर सिंग म्हणतात, ''राजपालची मुलं खरंच धीराची आहेत. विशेषतः त्यांची मुलगी प्रियांका तर फारच धीराची. या मुलांनी आपल्यावर कोसळलेल्या परिस्थितीचा आपल्या सरावावर कुठंही परिणाम होऊ दिला नाही. त्यांच्या वडिलांच्या निधनानंतर इतक्या थोड्या दिवसांत मी त्यांचं ट्रेनिंग परत सुरू करूनसुद्धा ती मुलं शंभर टक्के मेहनत

करत होती. मीसुद्धा राजपालच्या मुलांसाठी माझे नियम कधीही शिथिल केले नाहीत. मग वेळेवर ट्रेनिंगला हजर राहणं असो, नाहीतर कितीही कडक ट्रेनिंग द्यायचं असो, नियम सर्वांना सारखेच होते; पण त्या मुलांनी कधी तक्रारीचा शब्दही उच्चारला नाही.''

२००३ सालच्या ऑक्टोबर महिन्यात घडलेल्या या दु:खद प्रसंगातून कुटुंब परत सावरलेलंही नव्हतं, तोच राजपाल यांची पत्नी प्रेमलता यांना कॅन्सर असल्याचं निदान झालं.

''विनेशच्या वडिलांच्या मृत्यूनंतर माझी प्रकृती वारंवार बिघडू लागली होती. अखेर माझी तब्येत फारच खराब झाल्यावर मी भिवानीमधील एका डॉक्टरांना भेटले. तपासणीमध्ये मला गर्भाशयाचा कॅन्सर असल्याचं स्पष्ट झालं. डॉक्टरांच्या मते कॅन्सर फार मोठ्या प्रमाणात पसरलेला होता आणि मी जेमतेम एक किंवा दोन वर्षांची सोबती होते,'' प्रेमलता सांगतात. ''त्या वेळी मुलं फार लहान होती. मला त्यांच्या भविष्याची काळजी होती. निदान त्यांच्यासाठी तरी मला जगायलाच लागणार होतं, स्वतःच्या तब्येतीची काळजी घ्यावीच लागणार होती.''

संगवान कुटुंबातील एक मुलगा (याचंही नाव हरविंदरच होतं.) राजस्थानातील जोधपूरच्या मेडिकल कॉलेजमध्ये शिक्षण घेत होता. त्याचे आणि फोगाट कुटुंबीयांचे घनिष्ठ संबंध असल्यामुळे तो प्रेमलता यांना घेऊन जोधपूरला गेला. तिथं त्यांच्या आणखी काही तपासण्या करून झाल्यावर तो त्यांना तिथल्या कॅन्सर विभागाच्या प्रमुखांकडे घेऊन गेला.

''हरविंदर संगवान अभ्यासात खूप चांगला होता. एक हुशार विद्यार्थी म्हणून सर्व शिक्षकांना त्याचं कौतुक होतं. त्यानं तिथल्या मुख्य डॉक्टरांशी माझी ओळख करून दिली. मला तपासल्यानंतर ते डॉक्टर मला म्हणाले, 'तुम्हाला अजून किती वर्षं जगायचंय?' मी त्यांना लगेच म्हणाले, 'पाच वर्षं'. पाच वर्षांत माझी मुलं जरा मोठी होऊन स्वतःची काळजी स्वतः घेऊ शकणार होती. माझं ते उत्तर ऐकून ते डॉक्टर म्हणाले, 'तुम्हीही काहीही काळजी करू नका. तुम्ही अजून कित्येक वर्षं तुमच्या मुलांबरोबर राहणार आहात.' त्यांनी मला असं

सांगितलं की माझ्या कॅन्सरची नुकतीच सुरुवात झालेली आहे. तो अजून कुठंही पसरलेला नव्हता. त्यानंतर ऑपरेशन करून माझं गर्भाशय काढून टाकण्यात आलं. या गोष्टीलाही आता १२ वर्षं झाली आहेत. डॉक्टरांच्या प्रयत्नांनी आणि परमेश्वराच्या कृपेनं मी अजूनही माझ्या मुलांसोबत आहे,'' प्रेमलता सांगतात.

''मला जेव्हा माझ्या आईच्या कॅन्सरविषयी समजलं, त्यानंतर मी इतकी आशावादी कशी काय बनले, हे माझं मलासुद्धा ठाऊक नाही. पण तिला काहीही होणार नाही, अशी मात्र मला खात्री होती. आमचे वडील गेल्यानंतर एक वर्षात आईला आमच्यापासून हिरावून नेण्याइतका देव नक्कीच निष्ठुर नव्हता,'' विनेश सांगते.

पुढचा महिनाभर प्रेमलता यांना बलालीपासून ७५ किलोमीटर दूर असलेल्या रोहतक येथील पंडित दयाल शर्मा पोस्ट ग्रॅज्युएट इन्स्टिट्यूटमध्ये किमोथेरपी घ्यावी लागली. ''जोधपूर हॉस्पिटलमधील डॉक्टरांनी मला चार आठवडे किमोथेरपी घ्यावी लागेल, असं सांगितलं होतं. पहिले दोन दिवस हरविंदर संगवान मला किमोसाठी रोहतकला घेऊन जात होता. त्यानंतर मी आपली आपण उपचारांसाठी जाऊ लागले,'' प्रेमलता सांगतात. ''मला माझ्या मुलांच्या आणि ताऊजींच्या ट्रेनिंगच्या वेळापत्रकात काहीही व्यत्यय येऊ द्यायचा नव्हता. त्यांच्या ताऊजींनाही ही गोष्ट आवडली नसती. त्यामुळे मी हा प्रवास एकटीनंच करायला सुरुवात केली. मुलांनी या खेळात खूप नाव कमवावं, स्वतःचं स्थान निर्माण करावं, अशी माझी खूप इच्छा होती आणि तसंच झालं. ही गोष्ट केवळ गीताच्या वडिलांमुळे शक्य झाली. त्यांनी जर या सर्व मुलामुलींच्या, विशेषतः मुलींच्या बाबतीत इतक्या कडक धोरणाचा अवलंब केला नसता, तर त्या हे एवढं नेत्रदीपक यश प्राप्त करू शकल्याच नसत्या. भविष्यातही ही मुलं-मुली जी काही कामगिरी करतील, तीसुद्धा त्यांच्या ताऊजींमुळेच.''

''कॅन्सर हा शब्दच मुळी इतका भयंकर आहे,'' महावीर सिंग म्हणतात, ''प्रेमलताला कॅन्सर असल्याचं जेव्हा निदान झालं, तेव्हा आम्ही सर्व जण फार घाबरलो होतो. केवळ एकच वर्षापूर्वी राजपालला

काळानं आमच्यातून ओढून नेलं होतं. त्या वेळी मुलं खूप लहान होती. त्यात प्रेमलताचेही फार दिवस उरलेले नाहीत, असं जेव्हा डॉक्टरांनी सांगितलं, तेव्हा सगळ्या कुटुंबालाच हा फार मोठा धक्का होता. पण अखेर परमेश्वराच्या कृपेनं आणि तिच्या स्वतःच्या दुर्दम्य इच्छाशक्तीच्या बळावर ती या महाभयंकर दुखण्यावर मात करू शकली.''

ही अशी एकामागोमाग एक संकटं आणि दुःखं झेलावी लागूनसुद्धा विनेश आणि प्रियांका यांनी महावीर सिंगजींच्या स्वतःच्या गीता, बबिता आणि रितू या मुलींबरोबर कुस्तीच्या क्षेत्रात देदीप्यमान यश प्राप्त केलं आणि प्रावीण्य मिळवलं, ते केवळ आपल्या कुटुंबाच्या भक्कम आधारामुळे आणि मार्गदर्शनामुळेच!

२०१४ मध्ये राष्ट्रकुल स्पर्धांच्या पूर्वतयारीसाठी लखनौ येथे आयोजित करण्यात आलेल्या प्रशिक्षण शिबिरात विनेश आणि बबिता फोगाट साक्षी मलिकसह.

प्रशिक्षण शिबिरात विनेशने आपल्या प्रतिस्पर्धी कुस्तीपटूस मगरमिठीत पकडून ठेवले आहे.

२००९ मध्ये जालंधर येथे भरवण्यात आलेल्या राष्ट्रकुल स्पर्धेतील विजेत्या गीता आणि बबिता फोगाट आपल्या पदकांसह.

२००९ सालच्या राष्ट्रकुल विजेतेपद स्पर्धांमधील राष्ट्रीय महिला कुस्ती संघ.

फोगाट भगिनी आणि त्यांचे कोच त्यांच्या बक्षिसांसह.

फोगाट परिवार गीताच्या मेंदी समारंभाच्या प्रसंगी. वरची रांग (डावीकडून) दया कौर, अनुप, हरविंदर, राहुल, दुष्यंत, गीता आणि विनेश. खालची रांग (डावीकडून) बबिता, प्रियांका, संगीता आणि रितू.

'रील' ते 'रियल' : आमीर खान आणि महावीर सिंग फोगाट ('दंगल' या चरित्रात्मक चित्रपटात आमीर खान यांनी महावीर सिंग फोगाट ही भूमिका साकारली आहे.)

फोगाट कुटुंबीय 'दंगल' चित्रपटातील कलाकारांसह

आपल्या इनडोअर रेसलिंग हॉलमध्ये महावीर सिंग फोगाट लहान मुलांना प्रशिक्षण देताना

विभाग ३

एक्सलन्स

रेकॉर्ड ब्रेकर्स

२००५ सालच्या नोव्हेंबर महिन्यात १८ वर्षांच्या गीतानं विमेन्स सीनियर नॅशनल चँपियनशिपचं सुवर्णपदक जिंकल्यावर, आता विशेष कामगिरी करून दाखवण्याची वेळ बबिताची होती. २००६मध्ये बँकॉक येथे भरवण्यात आलेल्या एशियन कॅडेट चँपियनशिपमध्ये १६ वर्षांच्या बबितानं बाजी मारली. आजपर्यंत अत्याधुनिक प्रशिक्षणाच्या कोणत्याही सुविधा उपलब्ध नसताना गीता आणि बबिता आंतरराष्ट्रीय स्तरावर खेळल्या होत्या. हळूहळू त्यांच्या भागातून त्यांना या खेळासाठी उत्तेजन मिळू लागलं. गीता आणि बबिता या २००६मध्ये भिवानीच्या ज्या सरकारी महाविद्यालयात शिकत होत्या, त्या महाविद्यालयानं त्यांच्या कामगिरीची दखल घेऊन बलाली येथे त्यांना व्यवस्थित प्रशिक्षण मिळावं म्हणून मॅट्सचा नवाकोरा सेट भेट दिला. २००७मध्ये बीजिंग येथे भरवण्यात आलेल्या ज्युनियर वर्ल्ड चँपियनशिपमध्ये ५१ किलोच्या गटात बबितानं रौप्यपदक मिळवलं. आंतरराष्ट्रीय स्तरावर अशाप्रकारचं नैपुण्य प्राप्त करणारी त्यांच्या घरची ती पहिलीच मुलगी होती.

"आम्ही जेव्हा कुस्तीच्या क्षेत्रात पाऊल टाकलं आणि धडे घ्यायला सुरुवात केली, तेव्हा ट्रेनिंग चालू असलं की गीता आम्हा सर्वांना मागे टाकायची. विशेषतः शारीरिक क्षमतेच्या बाबतीत. त्यामुळे मला माझ्या वडिलांचा मार खावा लागायचा. माझं या खेळात १०० टक्के मन नसल्याचं त्यांना वाटे. पण हळूहळू माझ्या प्रयत्नांना आंतरराष्ट्रीय पातळीवर यश येऊ लागलं. माझ्या पदकांची संख्या वाढू

लागली. मग माझा कुस्तीमधला रस खूप वाढला. मी जोरात प्रयत्न सुरू केले,'' बबिता म्हणते.

''माझ्या या पदकांमुळे सगळं चित्र पालटलं. सुरुवातीला गीतानं उत्कृष्ट कामगिरी करून दाखवली की मला मार पडायचा. आता माझ्या कामगिरीमुळे आमच्या वडिलांच्या रागाचा मोहरा तिच्याकडे वळला होता,'' ती हसून सांगते, ''शारीरिक कसरतीच्या बाबतीतसुद्धा मी वरचढ झाले आणि ती मागे पडू लागली. त्यामुळे आमच्या वडिलांची फार चिडचिड व्हायची. माझा खेळ सुधारला आहे, हे त्यांनी लक्षात घेतलं नाही. गीताचं या खेळावरचं लक्ष उडत चाललं आहे, ती पुरेशी मेहनत करत नाही, असा त्यांनी समज करून घेतला.''

गीतानं आजवर कुठल्याही स्पर्धेत कधीच हार पत्करली नव्हती. पण २००७मध्ये गुवाहाटी, आसाम येथे भरवण्यात आलेल्या राष्ट्रीय स्पर्धांमध्ये तिला तिच्या वजनाच्या गटात (५५ किलो) रौप्यपदकावर समाधान मानावं लागलं. बबिताला ५१ किलोच्या गटात सुवर्णपदक प्राप्त झालं. त्याच्या पुढच्या वर्षी उत्तर प्रदेशातील गोंडा येथे भरवण्यात आलेल्या सीनियर नॅशनल चँपियनशिपमध्येही दोन्ही मुलींची कामगिरी अशीच होती.

''हार स्वीकारणं आमच्या वडिलांच्या स्वभावातच नाही. मग ती त्यांची स्वतःची हार असू दे नाहीतर आमची. त्यांच्या दृष्टीनं केवळ एकच पदक महत्त्वाचं असे, ते म्हणजे सुवर्णपदक. त्यामुळे आम्ही कोणत्याही प्रतिस्पर्ध्याशी खेळत असलो, तरी विजय हा आमचाच झाला पाहिजे, असं त्यांचं म्हणणं असायचं. आम्ही विजय मिळवला की त्याचबरोबर नाव मिळायचं, कौतुक व्हायचं. पण त्याहूनही अधिक महत्त्वाचं म्हणजे आमच्या वडिलांच्या संतापापासून आमची सुटका व्हायची,'' बबिता सांगते.

''आजकाल पपा खूप शांत झाले आहेत,'' गीता हसून सांगते, ''परंतु २०१० सालच्या राष्ट्रकुल स्पर्धेपूर्वी परिस्थिती फारच वेगळी होती. रौप्य किंवा कांस्यपदक मिळवून आलं तर आनंद व्यक्त

करायलासुद्धा बंदी होती. त्याचा अर्थ आम्ही सुवर्णपदक प्राप्त करू शकलो नाही, एवढाच असे. आमच्या वडिलांना ही गोष्ट मान्यच नव्हती, त्यामुळे मग त्यांच्या संतापाचा पारा चढायचा.''

२००७मध्ये खरंतर बबिता खूपच लहान होती. पण तिला बाकू, अझरबैजान येथे संपन्न झालेल्या वर्ल्ड रेसलिंग चँपियनशिपमध्ये आपल्या देशाचं सीनियर गटासाठी प्रतिनिधित्व करण्याची संधी मिळाली. तिचा पहिल्या तीन क्रमांकामध्ये समावेश होऊ शकला नाही, तरीपण ती उपान्त्यपूर्व फेरीपर्यंत जाऊन पोहोचली. ती तिच्या प्रतिस्पर्ध्यांपेक्षा वयानं लहान होती हा मुद्दा विचारात घेता, तिची ही कामगिरीसुद्धा वाखाणण्याजोगी होती. परंतु तिच्या वडिलांचं काही तेवढ्यानं समाधान झालं नाही. त्यांच्या तिच्याकडून फार मोठ्या अपेक्षा होत्या. त्यात आणखी एक गोष्ट घडली. बाकूहून परत येत असताना विमानतळावर बबिताचा पासपोर्ट हरवला. मग तिनं अझरबैजानमधल्या भारतीय वकिलातीशी संपर्क साधला. त्यांनी तिला औपचारिक कागदपत्रं बनवून दिली आणि त्या आधारे ती भारतात परत येऊ शकली. भारतात आल्यावर तिनं नवीन पासपोर्टसाठी अर्ज केला. आश्चर्य असं, की तिचा हा अर्ज एकदा नव्हे तर दोन वेळा नाकारण्यात आला.

असेच काही दिवस गेले. आंतरराष्ट्रीय स्पर्धेत सहभागी होऊन बबिताला एक वर्ष होऊन गेलं होतं. तरीही तिचा पासपोर्ट अर्ज स्वीकारला जातच नव्हता. तिचं मन निराशेनं भरून गेलं होतं. आपल्याला या क्षेत्रात पुढे काही स्थान मिळणार आहे की नाही, असा विचार तिच्या मनात डोकावू लागला होता. या बाबतीत आता काय करावं, हेच कुणाला सुचत नव्हतं. बबिताचं किंवा तिच्या वडिलांचं डोकंच चालत नव्हतं. अखेर त्यांच्या ओळखीच्या कुणीतरी त्यांना एक सल्ला दिला. पासपोर्टसाठी अर्ज करताना त्यात थोडा बदल करावा, आणि तत्काळ पासपोर्टसाठी अर्ज करावा, त्यात जुना पासपोर्ट अझरबैजान येथे हरवला आहे असं नमूद करण्याऐवजी तो भिवानी येथे हरवल्याचं नमूद करावं, असा त्यांनी सल्ला दिला.

महावीर सिंगजींच्या समोर मोठा यक्षप्रश्न उभा राहिला. त्यांच्या

मुलीच्या आंतरराष्ट्रीय पातळीवर खेळण्याच्या अनेक संधी या पासपोर्टपायी हुकत होत्या. महावीर सिंगजी खेड्यात वाढलेले. या पासपोर्टच्या संदर्भात त्यांना ऑनलाईन डेटाबेसविषयी काहीच ज्ञान नव्हतं. त्यामुळे नवीन अर्ज करताना हा छोटासा बदल करून जर आपलं काम होणार असेल, तर काय हरकत आहे, असा त्यांनी विचार केला.

पासपोर्टच्या संदर्भातील माहिती भरत असताना त्याबद्दलचे कायदेकानू काय असतात, चुकीची माहिती भरल्यास त्याचे काय परिणाम होऊ शकतात, याची त्यांना काहीही कल्पना नव्हती. त्यांनी भिवानीच्या पोलीस चौकीत बबिताचा पासपोर्ट हरवल्याची तक्रार (F I R) दाखल केली. बसमधून प्रवास करत असताना भिवानी येथे बबिताचा पासपोर्ट हरवला, असं त्यात म्हटलं होतं.

"जसजसे दिवस जात होते, तसतसं बबिताला मोठमोठ्या आंतरराष्ट्रीय स्पर्धांमध्ये सहभागी होता येत नसल्याची खंत माझ्या मनाला जाळत चालली होती. केवळ याच कारणानं तिला परदेशात जाऊन विशेष प्रशिक्षणसुद्धा घेता येत नव्हतं. त्यामुळे आता आमची यासाठी एक क्षणसुद्धा दवडण्याची इच्छा नव्हती. म्हणून आम्ही पासपोर्टसाठी नवीन अर्ज भरला. तो कुठे व कधी हरवला याचे तपशील आम्ही बदलले होते," महावीर सिंग सांगतात.

पासपोर्ट ऑफिसमधून काहीच माहिती कळेना. मग आपल्या अर्जाचं काम कुठपर्यंत आलंय ते विचारायला, तसंच पासपोर्ट लवकरात लवकर मिळण्यासाठी प्रयत्न करायला ते चंदीगढच्या पासपोर्ट ऑफिसमध्ये गेले. "तिथल्या पासपोर्ट ऑफिसरला आम्ही सगळी परिस्थिती नीट समजावून सांगितली. त्यानं माझा अर्ज कॉम्प्युटरवर उघडून तपासून पाहिला. पासपोर्ट कधी आणि कुठे हरवला, असं त्यानं मला विचारलं. तो एकदम असं विचारेल, याची मला कल्पना नव्हती, त्यामुळे मी गोंधळून गेले. माझा चेहरा गोरामोरा झाला. मला त्याच्यासमोर खोटं बोलणं शक्यच झालं नाही. नक्की काय घडलं आणि पासपोर्ट हातात नसल्यामुळे माझं कसं नुकसान होत आहे, हातातून संधी कशा निसटत चालल्या आहेत, हे मी त्याला सांगितलं.

"पण माझ्या त्या बोलण्यामुळे त्याला माझ्याबद्दल सहानुभूती वाटणं तर सोडाच, पासपोर्टच्या अर्जात खोटी माहिती भरून दिल्याबद्दल त्यानं माझी अत्यंत कडक शब्दांत कानउघाडणी केली. इतकंच नव्हे, तर हे असले भामटे लोक परदेशी जाऊन आपल्या देशाचं प्रतिनिधित्व करतात, असा टोमणाही त्यानं मारला. त्या वेळी माझ्यासोबत माझे चीफ कोच सोंधी सर आले होते. त्या ऑफिसरनं त्यांच्यावरही तोंडसुख घेतलं. त्याच्या त्या विखारी शब्दांनी माझ्या डोळ्यांतून घळाघळा पाणी वाहू लागलं. त्यानं मला भामटी ठरवावं या कल्पनेनं मी खजील झाले. मला परदेशातील स्पर्धांमध्ये भाग घेण्यासाठी पासपोर्टची अत्यंत आवश्यकता असून, तो मला लवकरात लवकर देण्यात यावा, अशा मी इतक्या विनवण्या करूनसुद्धा त्याच्या मनावर त्याचा काहीही परिणाम झाला नाही. उलट मी पासपोर्टच्या अर्जात खोटी माहिती भरल्याबद्दल त्यानं मला ५००० रुपये दंड भरायला सांगितला,'' बबिता सांगते.

त्या वेळी बबिता पतियाळा येथे असलेल्या नॅशनल इन्स्टिट्यूट ऑफ स्पोर्ट्स येथे चालू असलेल्या कोचिंग कँपमध्ये प्रशिक्षण घेत होती. पासपोर्टचा प्रश्न धसास लावण्यासाठी तिला वारंवार चंदीगढच्या पासपोर्ट ऑफिसला भेट द्यावी लागत असे. त्यामुळे तिला बऱ्याचदा पतियाळा ते चंदीगढ असा प्रवास करावा लागे.

"रोज सकाळी उठलं, की माझ्या पोटात कालवाकालव व्हायची. आता या वेळी तरी आपल्याला पासपोर्ट मिळेल का, हाच विचार सतत मनात यायचा. आमचं सकाळचं ट्रेनिंग संपलं की लगेच मी एसटी बस पकडून चंदीगढचा रस्ता धरत असे. त्या वेळी स्वतःसाठी कार ठेवणं परवडण्यासारखं नव्हतं. मी चंदीगढहून संध्याकाळी परत येताच लगेच संध्याकाळचं ट्रेनिंग सुरू व्हायचं. राष्ट्रकुल स्पर्धा २०१० मध्ये होणार होत्या. मला एकदाही ट्रेनिंगचा वर्ग चुकवून चालणार नव्हतं. मला अजूनही आठवतं- त्या वेळी चंदीगढच्या पासपोर्ट ऑफिसात माझ्या पाच-सहा चकरा तरी झाल्या असतील.''

पासपोर्ट हरवल्याच्या संदर्भात खोटी माहिती भरल्याबद्दल बबिताला

५००० रुपयांचा दंड तर ठोठावण्यात आलाच, शिवाय भिवानीच्या पोलीस स्टेशनमध्ये तिनं केलेली पासपोर्ट हरवल्याची तक्रारसुद्धा तिला मागे घेण्यास सांगण्यात आलं. शिवाय चंदीगढच्या पासपोर्ट ऑफिसात तिला एक ॲफिडेव्हिट सादर करावं लागलं व त्यात आपण केलेल्या चुकीची कबुली द्यावी लागली. त्यानंतर चंदीगढच्या ऑफिसकडून बाकू येथे असलेल्या भारतीय वकिलातीला पत्र गेलं. त्यांच्याकडून 'ना हरकत प्रमाणपत्र' मागवण्यात आलं. त्यांनी ते पत्र तब्बल चार महिन्यांनंतर पाठवलं. अखेर बबिताला पासपोर्ट मिळाला आणि आंतरराष्ट्रीय क्षेत्रात नेत्रदीपक कामगिरी करून दाखवण्यासाठी ती सज्ज झाली.

गीता आणि बबिता या दोघींच्या यशानंतर राहिलेल्या बहिणींची- विनेश, प्रियांका आणि रितू या त्रयीची- फोगाट कुटुंबामध्ये पदकं जमा करून आणण्याची पाळी होती. २००९ सालच्या एप्रिल महिन्यात हिमाचल प्रदेशातील उना येथे त्या तिघींनीही आपापल्या गटात नॅशनल कॅडेट स्पर्धेत प्रावीण्य मिळवलं. त्यानंतर २००९मध्ये पुणे येथे ३१ जुलै ते २ ऑगस्ट या काळात संपन्न झालेल्या एशियन कॅडेट चॅंपियनशिप स्पर्धेसाठी त्या तिघींची निवड झाली. त्या वेळी विनेश १४, रितू १५ आणि प्रियांका १६ वर्षांची होती.

"आमचा आनंद तर गगनात मावत नव्हता. पण त्याच वेळी मनावर खूप दडपण होतं, कारण ही आमची पहिली आंतरराष्ट्रीय स्पर्धा होती. आजवर लहानपणापासून आम्ही गीता आणि बबिता या दोघींनाही भारतात आणि परदेशात जाऊन पदकं जिंकून येताना पाहिलं होतं. त्या आल्यानंतर त्यांचं कसं जोशात स्वागत होतं, तेही पाहिलं होतं. आता आमचंही असंच स्वागत व्हावं, असं आम्हाला वाटत होतं. त्यामुळे जेव्हा भारतीय संघात आमचा समावेश झाला, तेव्हा गीता आणि बबिताप्रमाणेच आपणही आदराचं स्थान प्राप्त करायचं, असं आम्ही ठरवलं," रितू सांगते. ती बबितापेक्षा पाच वर्षांनी लहान आहे.

“आम्ही आमच्या वडिलांच्या हाताखाली इतकी वर्षं धडे गिरवल्यामुळे आमच्या संघातील इतर मुलींपेक्षा आम्ही शारीरिक आणि मानसिकदृष्ट्या खंबीर होतो. स्पर्धेपूर्वी सराव करताना त्या सगळ्या आम्हाला टाळत असत. आम्ही फार दणकट असल्याचं आम्हाला सांगून त्या आमच्याशी खेळणं टाळत,” ती सांगते.

२००९ सालची एशियन कॅडेट चँपियनशिप पुण्यात भरवण्यात आल्यामुळे महावीर सिंग फोगाट यांना आपल्या मुलांचा सामना प्रत्यक्ष पाहून त्यांना धीर देण्यासाठी प्रेक्षकांमध्ये उपस्थित राहण्याची चांगली संधी मिळाली. आपल्या तीन मुली आंतरराष्ट्रीय स्पर्धेत सहभागी होत असल्यामुळे अत्यंत आनंदित झालेल्या महावीर सिंगजींनी एक मोठी गाडी (SUV) भाड्यानं घेतली आणि बलालीपासून पुण्यापर्यंतचा १४०० किलोमीटरचा प्रदीर्घ प्रवास करून, राजस्थान आणि मध्यप्रदेश ही राज्यं पार करून अखेर ते महाराष्ट्रात पुणे शहरात पोचले. त्यांची ही धडपड फुकट जाऊ नये या विचारांनीच की काय; पण विनेश, प्रियांका आणि रितू या तिघींनीही आपापल्या गटात सुवर्णपदकं जिंकून आणली.

“ताऊजींनी दोन ड्रायव्हर्स बरोबर घेतले होते आम्हाला घरी परत घेऊन जाण्यासाठी! आमची छाती अभिमानानं फुलून गेली होती. त्यामुळे आम्ही पुणे ते बलाली हा कारचा प्रवास सलग केला. रात्रीच्या मुक्कामालासुद्धा वाटेत कुठंही थांबलो नाही. बलालीला पोहोचायला तब्बल दोन दिवस लागले. आम्ही जेव्हा घरी पोचलो, तेव्हा सलग ४८ तास कारमध्ये बसून प्रवास केल्यामुळे आमचे पाय सुजले होते,” प्रियांका सांगते.

पण त्या सगळ्याचं गावी पोहोचल्यावर सार्थक झालं. मुलींनी गावकऱ्यांकडून जशा शानदार स्वागताची अपेक्षा केली होती, तसंच त्यांचं स्वागत झालं. गावाच्या वेशीपाशी गावकऱ्यांची प्रचंड गर्दी उसळली होती. आम्हाला वाजतगाजत आमच्या घरापाशी नेण्यासाठी सर्व जण थांबले होते. आमची मोठी मिरवणूक काढण्यात आली. गीतानं २००३मध्ये सुवर्णपदक प्राप्त केलं, त्या दिवसापासूनच

आमचंही अशा प्रकारे कधी थाटामाटात स्वागत होईल, या क्षणाची आम्ही तिघी वाट पाहत होतो. एखाद्या महानायकाला शोभेल अशा धूमधडाक्यात आमचं स्वागत करण्यात आलं. आमच्या गळ्यात अगणित हार घालण्यात आले होते, मोठमोठ्यांदा टाळ्यांचा कडकडाट करण्यात येत होता, सर्व बाजूंनी कौतुकाची उधळण होत होती. त्या नादात आम्ही आमचा थकवा, आमचे सुजून गेलेले पाय हे सगळं विसरलो,'' प्रियांका अभिमानानं सांगते.

त्याच वर्षी जालंधर येथे भरवण्यात आलेल्या राष्ट्रकुल विजेतेपद स्पर्धांमध्ये गीता आणि बबिता यांनीसुद्धा सुवर्णपदकं जिंकून फोगाट कुटुंबीयांचा आनंद द्विगुणित केला. त्या वर्षी सर्व फोगाट भगिनींनी मिळून पाच सुवर्णपदकं घरी आणली होती.

''माझ्या दृष्टीनं ही अनन्यसाधारण कामगिरी होती आणि हा क्षण माझ्या दृष्टीनं फार महत्त्वाचा होता. त्या वर्षी माझ्या हाताखाली तयार झालेल्या या माझ्या शिष्यांनी आंतरराष्ट्रीय पातळीवर खेळून पाच सुवर्णपदकं पटकावली होती. आता आपण ऑलिम्पिक्स क्रीडा स्पर्धेतील चँपियन नक्कीच घडवू, असा मला विश्वास वाटू लागला,'' महावीर सिंग सांगतात.

स्वतःच्या मुलींना कुस्तीसारख्या खेळाचं ट्रेनिंग देण्याच्या महावीर सिंग यांच्या स्वप्नाची ज्या ज्या लोकांनी आजवर कुचेष्टा केली होती, त्यांच्या नावानं बोटं मोडली होती, त्या सर्वांची तोंडं या फोगाट भगिनींनी एवढं देदीप्यमान यश मिळवून बंदच करून टाकली होती. आता बलाली गाव तसंच पंचक्रोशीतील इतर गावांचा, फोगाट घराण्यातील मुली आणि त्यांचे कोच महावीर सिंगजी यांच्याकडे बघण्याचा दृष्टिकोन बदलला. त्यांच्या नजरेतील हेटाळणीची जागा आता आदरानं घेतली. एवढंच काय, तर आपण या कुस्तीच्या खेळापासून दूर राहिलो या गोष्टीचं घरच्या तरुण मुलांना दुःख होऊ लागलं. फोगाट घराण्यातील सर्वच मुला-मुलींनी २०००मध्ये कुस्तीचं प्रशिक्षण घेण्यास सुरुवात केली होती, पण हळूहळू एक एक करत सर्व मुलगे त्यातून बाहेर पडले. आपण महावीर सिंगजींच्या त्या आत्यंतिक कडक अशा ट्रेनिंगपासून

सुटलो, असं त्या वेळी त्या मुलांना वाटलं होतं.

"सुरुवातीच्या काळात आमचा खेळ तसा बरा होता, पण आम्ही कधी कुस्तीचा गांभीर्यानं विचारच केला नाही. त्या वेळी जर आम्ही ताऊजींचा सल्ला मानला असता आणि कुस्ती या खेळाचा पाठपुरावा केला असता, मनापासून ट्रेनिंग घेतलं असतं, मेहनत केली असती, तर आज आमचं आयुष्य खूप वेगळं झालं असतं. लोकांनी आमचंसुद्धा गुणगान केलं असतं, आम्हालासुद्धा चाहते मिळाले असते," हरविंदर सिंग पश्चात्ताप करत म्हणतो.

दरम्यानच्या काळात मुलींची कामगिरी अधिकाधिक नेत्रदीपक होत गेली. सुवर्णपदकं प्राप्त करून विनेश, रितू आणि प्रियांका यांची जोरदार वाटचाल सुरूच होती. २०१०मध्ये बँकॉक येथे भरवण्यात आलेल्या एशियन कॅडेट चँपियनशिपमध्ये त्या सहभागी झाल्या. या खेपेस स्वतःचं वय आणि वजन या दोन्ही गोष्टी विचारात घेऊन त्यांनी जास्त वजनाच्या गटात भाग घेतला. विनेश ४३ किलोच्या गटाऐवजी ४९ किलोच्या गटात सहभागी झाली, रितूनं आपला नेहमीचा ४० किलोचा गट सोडून ४६ किलोच्या गटात भाग घेण्याचं ठरवलं आणि प्रियांकानं ४९ किलो ऐवजी ५२ किलोच्या गटात सहभागी होणं पसंत केलं. परंतु या नवीन गटांमध्ये तिघींनाही सुवर्णपदक मिळवता आलं नाही. जपानी कुस्तीपटूंपुढे त्यांना हार पत्करावी लागली आणि रौप्यपदकांवरच समाधान मानावं लागलं.

अर्थात आशियाई स्पर्धेमध्ये रौप्यपदक मिळवणं हीसुद्धा सोपी गोष्ट नाही. पारितोषिक वितरणाच्यावेळी त्या तिघींच्याही डोळ्यांत अश्रू चमकत होते. पण ते आनंदाश्रू मात्र नव्हते. आपण घरी परत गेल्यावर आपल्यावर कोणतं संकट ओढवणार आहे, या विचारांनी त्यांच्या डोळ्यांत अश्रू आले होते.

"गीता जेव्हा सुवर्णपदक जिंकू शकली नव्हती, तेव्हा ताऊजी तिच्यावर किती संतापले होते, हे आम्ही पाहिलं होतं. रौप्यपदक मिळवून येणं म्हणजे त्यांच्या लेखी पराभूत होऊन येण्यासारखंच होतं. बँकॉकला जाण्याआधी मी कुस्तीच्या एकाही स्पर्धेत हरले नव्हते.

त्यामुळे अंतिम सामन्यात हार पत्करावी लागल्यावर माझ्यावर जणू काही आभाळच कोसळलं. त्यात आता ताऊजींची काय प्रतिक्रिया होणार याविषयी काळजी मनात होतीच. त्यामुळे अंतिम सामना संपल्यावर या सर्व अतिरिक्त मानसिक ताणामुळे मी रडू लागले. प्रियांका आणि रितू याही अंतिम सामना हरल्या होत्या. त्याही रडत होत्या,'' विनेश सांगते.

"आम्ही अशा लहान मुलांप्रमाणे रडू लागल्यावर तिथले सर्व अधिकारी, आमचे कोच आणि उपस्थित असलेले भारताचे समर्थक, असे सर्वच पुढे होऊन आमची समजूत घालू लागले. रौप्यपदक प्राप्त करूनसुद्धा आम्ही अशा का रडतो आहोत, हे त्यांच्यातल्या कुणालाच कळत नव्हतं. आम्ही किती मोठं यश मिळवलं आहे, हेच ते सर्व जण आम्हाला सांगत होते. आमच्या रडण्यामागचं खरं कारण कुणालाच ठाऊक नव्हतं,'' ती सांगते, ''आम्हाला आमच्या ताऊजींची काय प्रतिक्रिया होणार आहे, याची भीती वाटत असल्याचं आम्ही त्यांना सांगितलं. 'आम्ही तुमच्या ताऊजींना समजावून सांगू,' असं ते लोक म्हणाले. पण त्याचा काहीही उपयोग होणार नव्हता, याची आम्हाला पूर्ण कल्पना होती.''

त्या रात्री त्या तिघी मुलींना झोपच लागली नाही. त्या अंथरुणावर तळमळत पडून होत्या. घरी गेल्यावर काय होणार, हाच विचार सतत त्यांच्या डोक्यात होता. "आम्ही त्यानंतरचा पूर्ण दिवस बँकॉकमध्ये होतो; पण आम्ही खोलीच्या बाहेर पडलो नाही. ताऊजी आता काय करतील, हा एकच विचार मनात होता,'' विनेश सांगते, ''नुसतं रागावून सोडून देतील, की काठीनं बदडून काढतील? आता जे काय होईल ते होईल असं म्हणून मन घट्ट करून आम्ही भारतात पोचलो. पण थेट बलालीला जाण्याऐवजी आम्ही वाटेत आमचे काका सज्जन सिंग यांच्या घरी भिवानीला थांबलो. पुढचे काही दिवस त्यांच्याकडेच मुक्काम करण्याचं आम्ही ठरवलं. कोणत्याही स्पर्धेनंतर आम्ही नेहमी थेट बलालीला आमच्या घरी जात असू. घरी न जाता वाटेत दुसरीकडे मुक्काम करण्याची ही आमची पहिलीच वेळ होती.''

या मुली तत्काळ घरी न येता आपल्या भावाकडे का थांबल्या आहेत, हे महावीर सिंगजींना कळून चुकलं. मग ते स्वतः गाडी घेऊन भिवानीला गेले. त्या मुलींना घरी घेऊन येण्यासाठी. "त्यांच्यासोबत घरी परत जायला आम्ही कचरत होतो. आता परत गेल्यावर ते आपल्याला कुठली कडक शिक्षा देतील, या विचारांनी भीती वाटत होती. आमच्या घरात नेहमी त्यांचाच शब्द अखेरचा असतो. ते जे काही करतील, त्याला कुणीच कधी हरकत घेत नाही. त्यामुळे ते आम्हाला आणायला आल्यावर त्यांना कोण थांबवणार? आम्हाला नाइलाजानं त्यांच्याबरोबर निघावंच लागलं.''

त्या दिवशी कारमध्ये बसून बलालीला परत निघाल्यावर सगळेच कसे गप्प होते, कशी शांतता पसरली होती, याची विनेशला आजही आठवण आहे. "आमची तर एक शब्दही बोलण्याची हिंमत नव्हती. आता कुठल्या क्षणी ते आमच्यावर कडाडतील, याची आम्ही श्वास रोखून वाट पाहत होतो. पण ते एक शब्दही न बोलता गाडी चालवत होते. गेली कित्येक वर्षं आमच्याशी वागत असताना ते वडिलांच्या भूमिकेत कमी आणि कोचच्या भूमिकेत जास्त असत. त्यामुळे ताऊजींची आज्ञा पाळण्याव्यतिरिक्त त्यांच्यात आणि आमच्यात कोणताही संवाद घडत नसे. आजही परिस्थिती अशीच आहे.''

वाटेत चरखी दादरी येथील एका मोठ्या मिठाईच्या दुकानासमोर महावीर सिंगजींनी जेव्हा गाडी उभी केली, तेव्हा मुलींना काही समजेना. "आम्ही बुचकळ्यात पडलो होतो- यांनी गाडी इथं का बरं थांबवली? आजवर त्यांनी आम्हाला मिठाईच्या दुकानात कधीच नेलं नव्हतं. अगदी आम्ही सुवर्णपदक जिंकून आल्यावरसुद्धा. तिथं त्यांनी आम्हा सर्वांसाठी लस्सी आणि मिठाई मागवली. आम्ही आश्चर्यचकित झालो. अजूनसुद्धा ते काहीही बोलले नव्हते. आम्ही कारमध्ये परत येऊन बसल्यावर मात्र मनातून अस्वस्थ झालो. पण त्यानंतरही ते काहीच बोलले नाहीत. आम्ही सुखरूपपणे घरी पोहोचल्यावर देवाचे आभार मानले,'' विनेश सांगते.

परंतु मुलींच्या मार्गातला अडथळा काही दूर झालेला नव्हता.

महावीर सिंगजी आपल्याला काहीही न रागावता तसंच सोडून देतील, असं मुलींना अजिबात वाटत नव्हतं. ते गप्प बसल्यामुळे मुलींच्या मनातली अस्वस्थता वाढतच चालली होती. दुसऱ्या दिवशी सकाळी मुली लवकर उठून रोजच्यासारख्या ट्रेनिंगसाठी तयार झाल्या, पण त्यांच्या पोटात प्रचंड भीती होती.

त्यांचे प्रशिक्षक अजूनही अगदी गप्प होते. मुलींनी एकमेकींकडे बघत रोजच्यासारखा व्यायाम केला. प्रत्येकीच्या चेहऱ्यावर बुचकळ्यात पडल्याचा भाव होता.

"अखेर आम्ही घरी परत आल्यावर तब्बल दोन दिवसांनी ताऊजींनी आपलं मौन सोडले. आम्ही अंतिम सामना का हरलो, आणि आम्हाला त्या जपानी कुस्तीपटूंची मनातून भीती वाटत होती का, हे त्यांना जाणून घ्यायचं होतं. आम्हाला तर काय बोलावं ते सुचेना. आम्ही त्यांना काय सांगणार होतो?" विनेश सांगते.

अखेर मुलींना त्या वेळी महावीर सिंगजींची बोलणी खावी लागली नाहीत. त्यामुळे त्या अधिकच गोंधळून गेल्या. "इतक्या वर्षांत पहिल्यांदाच त्यांनी आम्हाला काहीच शिक्षा न करता सोडलं होतं. खरं सांगायचं, तर त्यांची बोलणी खाण्याची आम्हाला इतकी सवय झाली होती, की ते असे काहीच न बोलता, रागावता गप्प बसल्यावरच आम्हाला अस्वस्थ वाटलं," विनेश हसून सांगते.

एशियन कॅडेट चँपियनशिप पार पडल्यावर महावीर सिंगजींनी आपलं लक्ष २०१०मध्ये होणाऱ्या राष्ट्रकुल स्पर्धांवर केंद्रित केलं. या स्पर्धेची सर्व जण फार वाट पाहत होते, कारण या वेळी प्रथमच 'महिला कुस्ती' या खेळाला या स्पर्धेत जागा मिळणार होती.

ट्रेनिंग कँप

दहा वर्षांपूर्वी महावीर सिंगजींनी आपल्या घरच्या मुलांना जेव्हा कुस्ती या खेळाची ओळख करून दिली, तेव्हा मुलांनी या क्षेत्रात आंतरराष्ट्रीय पातळीवर कामगिरी करून दाखवावी, असंच त्यांचं स्वप्न होतं. एक प्रशिक्षक म्हणून या क्षेत्रात त्यांना स्वतःला म्हणावा तसा अनुभव नव्हता, प्रशिक्षण कसं द्यावं त्याचं तंत्रही अवगत नव्हतं. पण ते स्वतः एक उत्कृष्ट कुस्तीपटू होते आणि आपल्या मुलांना जर आंतरराष्ट्रीय पातळीवर चमकायचं असेल, तर त्यांना प्रचंड मेहनत करण्यावाचून दुसरा पर्याय नाही, हे मात्र त्यांना मनोमन पटलेलं होतं. गेली कित्येक वर्षं हाच हमखास यश मिळवण्याचा गुरुमंत्र त्यांनी जपला आहे आणि याच मंत्रानं त्यांना भरघोस यश मिळवून दिलेलं आहे.

कोणत्याही आंतरराष्ट्रीय स्पर्धेत उतरण्यापूर्वी मुली प्रोफेशनल कोचिंग क्लासमध्ये भरती होऊन तिथं स्पर्धेची तयारी करत. परंतु या ट्रेनिंग कँपमध्ये जशा प्रकारचं प्रशिक्षण देण्यत येतं होतं, त्यावर महावीर सिंगजी अजिबात समाधानी नव्हते. त्यांच्या मते या कँप्समध्ये शिस्तीचा अभाव होता. कुस्तीपटूंकडून जेवढी कडक अंगमेहनत करून घेणं गरजेचं असतं, तेवढी काही या कँपमध्ये करून घेण्यात येत नव्हती. त्यामुळे २०१० सालच्या राष्ट्रकुल स्पर्धेपूर्वी मुलींचा नॅशनल कोचिंग कँपमध्ये सराव चालू असताना, त्या कँपचे शेवटचे काही दिवस राहिलेले असताना, आपल्या मुलींच्या ट्रेनिंगच्या बाबतीत आपणच काहीतरी हालचाल केली पाहिजे, असं महावीर सिंगजींनी

ठरवलं. बबिता आणि गीता यांना या शेवटच्या दिवसांत तरी आपण आपल्या हाताखाली धडे गिरवायला लावायचे, असं त्यांच्या मनात होतं.

अर्थात, ही गोष्ट बोलायला जितकी सोपी वाटते, तितकी सोपी नव्हती. मुलींच्या ऑफिशियल कोचिंग टीममध्ये महावीर सिंगजींचा समावेश नव्हता. त्यामुळे त्या कँपच्या ठिकाणी स्वतः जाऊन आपल्या मुलींना ट्रेनिंग देणं शक्य नव्हतं. पण महावीर सिंग गप्प बसणारे नव्हते. काहीही करून आपल्या मुलींना आपणच प्रशिक्षण द्यायचं, असं त्यांनी मनाशी ठाम ठरवलं होतं. मग ते तेवढ्यासाठी बलालीहून पतियाळाला, ट्रेनिंग कँपच्या शहरात येऊन राहिले. पतियाळा हे शहर बलालीपासून २५० किलोमीटर अंतरावर होतं. या राष्ट्रकुल स्पर्धेत आपल्या मुलींनी सुवर्णपदक जिंकावं, अशी त्यांची इच्छा होती. त्यांचं ते स्वप्न पूर्ण करण्यासाठी कुटुंबानं आता मदतीसाठी पुढे यावं, असं त्यांचं म्हणणं होतं.

''मला नॅशनल इन्स्टिटयूट ऑफ स्पोर्ट्सच्या अगदी जवळच भाड्यानं राहण्याची जागा मिळाली. मग माझ्या अख्ख्या कुटुंबाला घेऊन मी तिथं मुक्काम ठोकला,'' महावीर सिंग म्हणाले, ''असं करण्यामागे दोन उद्देश होते, एक तर रिकाम्या वेळात मुलींच्या ट्रेनिंगमध्ये मी स्वतः लक्ष देणार होतो आणि गीता व बबिता यांना घरचं जेवण मिळणार होतं.''

पतियाळाला सहा ते सात महिने जाऊन राहण्याबद्दल जेव्हा महावीर सिंग यांनी आपल्या पत्नीजवळ बोलणं केलं, तेव्हा ते एकटेच जाणार आहेत, असा तिचा समज झाला. पण तिलाही त्यांच्या सोबत जावं लागणार आहे, हे जेव्हा तिला कळलं, तेव्हा ती मोठ्याच संकटात सापडली. अशी दोन बिऱ्हाडं सांभाळायची, हे फारच कठीण काम होतं. अर्थात ते अशक्य मात्र नव्हतं. शिवाय आपणच गाव सोडून गेल्यावर आपल्या गाईगुरांकडे कोण बघणार, असंही तिच्या मनात आलं.

''मी महावीर सिंगजींना कायम साथ दिलेली आहे. त्यांच्या

प्रशिक्षणाच्या बाबतीत मी कधीही हस्तक्षेप केला नाही. पण सगळा बाडबिस्तरा गुंडाळून थेट पतियाळाला जाऊन सात महिने राहण्याचा त्यांचा तो बेत ऐकून मात्र मी मनातली काळजी त्यांना बोलून दाखवली. घरची इतर मुलं बलालीच्या शाळेत शिकत होती. पतियाळाला जाऊन राहण्यानं त्यांच्या शिक्षणात खंड पडणार होता. बरं, मुलं इतकी लहान होती, की त्यांना बलालीलाच ठेवून मी एकटीनं जाण्याचा प्रश्नच नव्हता. आमचा सर्वांत धाकटा मुलगा दुष्यंत तेव्हा फक्त सात महिन्यांचा होता. मी महावीर सिंगजींचं मन वळवण्याचा खूप प्रयत्न केला. 'जर इतकंच असेल, तर तुम्ही एकटेच जाऊन राहा,' असंही त्यांना सुचवून पाहिलं. पण ते करायला त्यांची तयारी नव्हती. अखेर मीच हार मानली आणि आम्ही सर्व जण पतियाळाला जाऊन राहिलो,'' दया कौर जुन्या आठवणी सांगतात, ''त्याच वेळी घरच्या जनावरांची काळजी घ्यायला कुणी नसल्यामुळे आम्ही ती विकून टाकली. दुसरा काही पर्यायच नव्हता.''

२००९ सालापर्यंत महावीर सिंगजींच्या हाताखाली तयार होत असलेल्या इतर तीन मुली- त्यांची स्वतःची मुलगी रितू आणि दोन पुतण्या विनेश आणि प्रियांका – याही आंतरराष्ट्रीय पातळीवर पदकं मिळवू लागल्या होत्या. आपल्या अनुपस्थितीत त्यांच्या प्रशिक्षणामध्ये खंड पडू नये म्हणून त्यांनी त्या तिघींनाही स्वतःबरोबर पतियाळाला नेलं. गीता व बबितासोबत त्यांचंही प्रशिक्षण सुरू राहील, असा त्यांचा विचार होता.

''मी कँपच्या जवळपास मुक्काम ठोकून राहण्याची ही काही पहिली वेळ नव्हती. याआधीसुद्धा मी कँपच्या जवळ राहिलो होतो, पण तेव्हा ते कँप्स काही आठवड्यांच्या कालावधीचे असल्यामुळे मी एकटाच गेलो होतो. पण या वेळचा कँप जास्त मुदतीचा होता. शिवाय इथं राष्ट्रकुल स्पर्धेतल्या कामगिरीचा प्रश्न होता. त्यामुळे त्यांच्या ट्रेनिंगमध्ये जरासुद्धा खोट राहू नये, यासाठी माझी ही सगळी धडपड होती,'' महावीर सिंग स्पष्ट करून सांगतात.

''माझ्या आठवणीनुसार २००५-६ सालची ज्युनियर एशियन

चँपियनशिप हिसार येथे आयोजित करण्यात येणार होती. तेव्हासुद्धा मी तिकडे जाऊन राहिलो होतो. तो कँप फक्त २५ दिवसांचा होता. मग मी हिसारमधलाच एक स्वयंपाकी ठेवला होता. मुलींना घरचं जेवण मिळावं, यासाठी हा सगळा आटापिटा होता. त्या वेळीसुद्धा मी कँपच्या अगदी जवळच खोली भाड्यानं घेतली होती. त्यामुळे एकतर मुली जेवायला तिथं येत, नाहीतर मी त्यांच्या होस्टेलवर जेवणाचा डबा घेऊन जात असे. एशियन कॅडेट चँपियनशिपच्या आधी सिमल्याच्या जवळ शिलारू येथे स्पोर्ट्स ऑथॉरिटी ऑफ इंडियातर्फे 'हाय अल्टिट्यूड ट्रेनिंग' सेंटरमध्ये भरवण्यात आलेल्या कँपसाठी गीता आणि बबिता गेल्या, तेव्हा त्यांच्याबरोबर मीही तिथं जाऊन राहिलो होतो. शिलारू कँपमध्ये राहण्याची उत्तम सोय आहे. तिथं मला माझ्या खर्चानं होस्टेलवर खोली घेऊन राहण्याची परवानगी मिळाली. आता खुद्द भारताकडे राष्ट्रकुल स्पर्धांचं यजमानपद होतं. अशा वेळी मी माझ्या मुलींना एकटं कसं सोडणार?''

मुलींना घरचं जेवायला मिळण्याचा आनंद तर होताच, पण त्याचबरोबर महावीर सिंगजींच्या मनाप्रमाणे त्या मुलींचं प्रशिक्षण होणार होतं.

''कँपमध्ये त्यांचं सकाळचं ट्रेनिंग सुरू होण्यापूर्वी पहाटे त्यांच्याकडून व्यायाम करून घ्यावा, असं माझ्या मनात होतं. हे असं इतरांपेक्षा दुप्पट प्रशिक्षण सहन करण्याचा मुलींना कंटाळा येतो, याची मला कल्पना होती. परंतु एक तर खरंच ना, 'सोना तपने पर ही कुंदन बनता है!' (सोन्याला तापवल्याशिवाय त्यावर झळाळी चढत नाही.)''

कँपचं प्रशिक्षण सुरू होण्याआधी भल्या पहाटे आपण आपल्या मुलींना जादा प्रशिक्षण द्यायचं ठरवलं, तरी कँपच्या संचालकांकडून आपल्याला तशी परवानगी कदापि मिळू शकणार नाही, याची महावीर सिंगजींना कल्पना होती. मग महावीर सिंगजींनी चतुराईनं तेव्हाचे चीफ नॅशनल कोच सोंधी यांच्याकडे जाऊन आपल्या मुलींच्या सकाळच्या ट्रेनिंगच्या वेळी तिथं उपस्थित राहण्याची परवानगी मागितली. आपल्या मुलींच्या ट्रेनिंगमध्ये थोडा हातभार लावण्याची आपली इच्छा असल्याचं

त्यांनी सांगितलं. आजवर आपल्या मुलींच्या यशासाठी महावीरजींनी प्रयत्नांची कशी शर्थ केली होती, त्यांनी किती संकटांचा सामना केला होता, हे एव्हाना सर्वश्रुत होतंच. त्यामुळे कोच सोंधी यांनी ही विनंती मान्य केली. पण त्यांनी एक अट घातली. त्यानुसार महावीर सिंगजींना फक्त सकाळच्या प्रशिक्षणाच्या वेळी हॉलमध्ये उपस्थित राहता येणार होतं.

"या ट्रेनिंग कँपच्या वेळी आमच्या प्रशिक्षण वर्गाचे जे तंत्र आणि मंत्र होते ते त्यांनी व्यवस्थित समजावून घेतले. आणि आमची त्या गोष्टीला काहीच हरकत नव्हती. कुस्तीसाठी उत्तम खेळाडूंना घडवण्याचं कार्य त्यांनी हाती घेतलेलं होतं. स्त्रियांनी ऑलिम्पिक्स स्पर्धा गाजवाव्यात यासाठी ते झटून प्रयत्न करत होते. येथे पाहिलेली तंत्रं आणि मंत्रं ते आपल्या इतर विद्यार्थ्यांना शिकवतील, याची आम्हाला कल्पना होती, आणि त्याला आमची काहीच हरकत नव्हती," कोच सोंधी सांगतात, "शिवाय येथे तयार होत असलेल्या खेळाडूंच्या पालकांनी आमच्या प्रशिक्षण वर्गाला हजेरी लावावी, आपल्या मुली इथं कशा प्रकारचं ट्रेनिंग घेतात, किती मेहनत करतात, हे पालकांनी स्वतःच्या डोळ्यांनी पाहावं, असं मला नेहमीच वाटे. अशा प्रकारे आपल्या मुलींची मेहनत, त्यांची चिकाटी आणि जिद्द पालक जेव्हा प्रत्यक्ष पाहतात, तेव्हा त्या गोष्टीचा त्यांच्या मनावर आणि त्यांच्या पाल्यांच्या मनावर सकारात्मक परिणाम होतो, हे मी स्वतःच पाहिलं आहे. "

त्यामुळेच कोच सोंधी यांनी महावीर सिंगजींना ट्रेनिंग हॉलमध्ये येण्याची परवानगी दिली. पण शेवटी व्हायचं तेच झालं. आपल्या मुलींनी ऑलिम्पिक्स स्पर्धेत नेत्रदीपक कामगिरी करून दाखववी, या दुर्दम्य इच्छेपोटी ते आमच्या ट्रेनिंगच्या वेळापत्रकात ढवळाढवळ करू लागले. त्यांच्या मनात मुलींच्या अंगचं कौशल्य आणि साहस या दोन गोष्टींना इतकं जास्त महत्त्व होतं, की मुलींचं कँपमधलं ट्रेनिंग संपल्यावर ते स्वतः आपल्या दोघी मुलींना ट्रेनिंग देऊ लागले. त्यामुळे दोघी मुलींवरचा ताण प्रचंड वाढला. अखेर कोच सोंधी आणि महावीर सिंग यांच्यात मतभेद झाले.

महावीर सिंग जेव्हा कँपमधलं ट्रेनिंग संपल्यावर स्वतःच्या मुलींकडून जबरदस्त मेहनत करून घेऊ लागले, तेव्हा त्या मुलींचा दुसऱ्या दिवशी सकाळच्या कँपमधल्या ट्रेनिंगवर परिणाम होऊ लागला. कँपच्या ट्रेनिंगमध्ये त्या १०० टक्के कामगिरी करून दाखवू शकत नव्हत्या. पण महावीर सिंगजी काही ऐकून घ्यायला तयारच नव्हते.

''महावीर सिंग हे जुन्या मताचे आहेत. त्यांच्या मते तुम्ही जितकी जास्त कसरत कराल, अंगमेहनत कराल, तितकं तुमचं शरीर अधिकाधिक बळकट होत जातं. आणि तुमच्या अंगात किती ताकद आहे, त्यावरच मॅटवरचा तुमचा खेळ अवलंबून असतो. परंतु आधुनिक काळात कुस्तीची नवीन तंत्र विकसित झालेली आहेत. केवळ ताकद वाढवण्यापेक्षा तंत्र आणि ताकद या दोन्हीचा योग्य मिलाफ हा जास्त परिणामकारी असतो, हे सिद्ध झालेलं आहे. कँपचा प्रशिक्षण वर्ग चालू असताना महावीर सिंग त्यात कधीही ढवळाढवळ करत नसत. परंतु कँपमधलं ट्रेनिंग संपल्यानंतर ते त्यांच्या मुलींना जे जास्तीचं ट्रेनिंग देत असत, त्याची आम्हाला काळजी वाटू लागली होती. आमचं ट्रेनिंग संपल्यानंतर गीता आणि बबिता स्वतःच्या वडिलांच्या हाताखाली आणखी ट्रेनिंग घेतात हे जेव्हा आम्हाला समजलं, तेव्हा आम्ही त्या दोघींशी बोललो. अशा प्रकारे जरुरीपेक्षा जास्त ट्रेनिंग घेणं त्यांच्या प्रकृतीला हानीकारक ठरू शकतं, हे आम्ही त्यांना समजावून सांगितलं. मुलींना आमचा मुद्दा व्यवस्थित समजला होता. पण त्या स्वतः या बाबतीत काहीच करू शकत नव्हत्या, कारण त्यांच्या बाबतीतले सर्व निर्णय त्यांचे वडीलच घेत. अखेर स्वतःची जुन्या पद्धतीची विचारप्रणाली त्यांनी आपल्या मुलींवर लादू नये यासाठी आम्ही त्यांना आमच्या ट्रेनिंग हॉलमध्ये उपस्थित राहण्यास मनाई केली. एवढंच काय, पण आमचं ट्रेनिंग सेशन संपल्यानंतर आम्ही हॉलच्या दरवाजाला कुलूप घालण्यास सुरुवात केली,'' सोंधी जुनी आठवण सांगतात.

''स्वतःच्या मुलींना आंतरराष्ट्रीय पातळीवर स्पर्धेत भाग घेण्यायोग्य कुस्तीपटू बनवण्यामध्ये महावीर सिंगजींनी अत्यंत महत्त्वाची भूमिका बजावली आहे, हे तर निःसंशय आहे. खरंतर महिलांना कुस्तीच्या

क्षेत्रात मानाचं स्थान मिळवून देण्यासाठी त्यांनी जे अथक प्रयत्न केले आहेत, ते खरोखरच लक्षणीय आहेत. उत्तर भारतातील, विशेषतः ग्रामीण भागातील स्त्रियांना कोणत्या बंधनांमध्ये जगावं लागतं, हे आपण सर्व जण जाणतो. स्त्रियांना स्वतःचे निर्णय स्वतः घेण्याचं स्वातंत्र्यही नसतं. महावीर सिंगजींनी या कुस्तीच्या खेळासाठी जे काही योगदान दिलेलं आहे, समाजातील स्त्रियांसाठी जे उदाहरण घालून दिलेलं आहे, त्याबद्दल आम्हाला अत्यंत आदर वाटतो. परंतु स्वतःच्या मुलींच्या ट्रेनिंगची जबाबदारी स्वतः घेणं, स्वतःच्या मनाप्रमाणे त्यांना ट्रेनिंग देणं, अशा गोष्टी कँपमध्ये करण्याची आम्ही त्यांना कशी काय परवानगी देणार होतो?'' सोंधी सांगतात, ''पण महावीर सिंगजींनीसुद्धा आमच्या या निर्णयाला हरकत घेतली नाही. आमची बाजू त्यांच्या लक्षात आली.''

आत्ता याक्षणी आपलं ध्येय जास्त महत्त्वाचं आहे, त्यासाठी काही गोष्टी आपल्या मनाविरुद्ध घडल्या तरी चालेल, हे महावीर सिंगजींना कळून चुकलं. आपल्याला ट्रेनिंग हॉलमध्ये जाण्यास बंदी करण्यात आली आहे, ही गोष्ट त्यांनी स्वीकारली; परंतु त्यातूनही त्यांनी मार्ग काढलाच. गेली कित्येक वर्षं ध्येयसिद्धीच्या मार्गात उभ्या ठाकलेल्या अनंत अडचणींमधून विनातक्रार मार्ग काढणं आता त्यांच्या अंगवळणीच पडलं होतं. ही गोष्ट तर त्यामानानं फारच लहानशी होती. ''या कँपमधील कोच माझा हस्तक्षेप जास्त काळ सहन करू शकणार नाहीत, याची मलाही कल्पना होतीच. पण मुलींना राष्ट्रकुल स्पर्धेसाठी तयार करणं हेच माझं ध्येय होतं. त्यामुळे जेव्हा ट्रेनिंग हॉलमध्ये उपस्थित राहण्यास मला बंदी करण्यात आली, तेव्हा मी माझं संपूर्ण लक्ष त्यांच्या व्यायामावर केंद्रित केलं, आणि तंत्र आणि मंत्र त्यांनी कँपमध्येच शिकलेलं बरं, असा मनाशी विचार केला,'' महावीर सिंग म्हणतात.

कँपमध्ये सकाळचा प्रशिक्षण वर्ग पहाटे ५.३०ला सुरू होत असे. पण गीता आणि बबिता यांचं महावीर सिंगजींच्या हाताखाली पहाटे चार वाजता ट्रेनिंग सुरू होई. कँपमध्ये राहत असलेल्या इतर

मुली सकाळच्या व्यायामासाठी बाहेर पडण्यापूर्वीच गीता आणि बबिता यांची आपल्या वडिलांच्या हाताखाली व्यायामाची एक फेरी पूर्ण झालेली असायची. त्यामुळेच इतर मुली जेव्हा सकाळच्या ट्रेनिंग सेशनला उत्साहानं सळसळत हजर असायच्या, तेव्हा गीता आणि बबिता थकलेल्या असायच्या.

"आमच्या वडिलांबरोबर दीड तास व्यायाम करणं ही सोपी गोष्ट नाही," गीता सांगते, "व्यायाम करण्यासाठी ते पटांगणात आमच्या आधीच हजर असायचे. त्यामुळे आम्ही तिथं पोहोचताक्षणीच आमच्या व्यायामाला सुरुवात व्हायची. आम्ही आधी जॉगिंगनं सुरुवात करायचो. त्यानंतर काही वेळ स्प्रिंट्स आणि त्यानंतर शारीरिक ताकद वाढवण्यासाठी व्यायाम करायचो. खरं सांगायचं तर कँपचे प्रशिक्षक आमच्याकडून सकाळच्या वर्गात जेवढी मेहनत करून घ्यायचे, त्यापेक्षा कित्येक पटींनी जास्त मेहनत पपा या वेळी आमच्याकडून करून घेत. कधीकधी आम्ही अतिशय थकून जायचो. पण तरीसुद्धा कँपच्या प्रशिक्षण वर्गात आम्ही १०० टक्के मेहनत करत होतो. आमच्या प्रशिक्षकांनी आम्हाला भारतीय संघात सहभागी होण्यासाठी पात्र समजावं यासाठी आम्ही प्रयत्नांची पराकाष्ठा करत असू. पण कसं कोण जाणे, आमच्या कोचना आमच्या या भल्या पहाटेच्या ट्रेनिंगबद्दल समजलं. मग आम्ही सकाळी उठून अशाप्रकारे ट्रेनिंग घेऊ नये म्हणून त्यांनी आमचं मन वळवण्यास सुरुवात केली. आम्ही जर प्रशिक्षण वर्ग सुरू होण्याआधीच इतकं थकून गेलो, तर वर्गात शिकवण्यात येणारे तंत्र आणि मंत्र आम्ही व्यवस्थित आत्मसात करू शकणार नाही, आमचं शरीर आणि मन त्यासाठी आम्हाला सहकार्य करणार नाही, असं त्यांनी आम्हाला समजावून सांगितलं. पण आमचे कोच आणि आमचे वडील या दोघांमध्ये समतोल राखणं आमच्यासाठी खूप महत्त्वाचं होतं."

परंतु थोड्याच काळात वडिलांच्या हाताखाली भल्या पहाटे ट्रेनिंग आणि त्यानंतर लगेच कँपमधल्या ट्रेनिंग सेशनमध्ये तंत्र आणि मंत्र शिकायला जाणं या दोन्हीचा समतोल सांभाळणं फोगाट भगिनींना

अवघड होत चाललं होतं. कँपमधील ट्रेनिंग चुकवणं तर कधीच शक्य नव्हतं. मग त्या दोघी बहिणी काहीतरी युक्ती करून आपल्या वडिलांच्या भल्या पहाटे चालू होणाऱ्या ट्रेनिंगला बुट्टी मारू लागल्या.

"हा प्रसंग नक्की कधीचा आहे, ते काही मला नीटसं आठवत नाही. पण एकदा एका अत्यंत कठीण अशा ट्रेनिंग सेशनमुळे आम्ही दोघीही फार दमलो होतो. आता परत दुसऱ्या दिवशी सकाळी उठून पपांच्या हाताखाली ट्रेनिंग घेण्याची आमची अजिबात इच्छा नव्हती. मग आम्ही त्या रात्री झोपण्याआधी आमचे मोबाईल फोन बंदच करून ठेवले. दुसऱ्या दिवशी भल्या पहाटे फोन करून पपांनी आम्हाला उठवू नये, यासाठी ही तजवीज होती," गीता हसून सांगते.

परंतु महावीर सिंग पहिल्यापासूनच स्वतःच्या मुद्द्याला किती ठाम होते, त्यांच्या अंगी किती प्रचंड चिकाटी होती याचा त्या मुलींना बहुदा विसर पडला असावा. पण लवकरच त्यांना त्याची प्रचिती आली.

"दुसऱ्या दिवशी सकाळी पपांनी पटांगणावर आमची जरा वेळ वाट पाहिली. आम्ही पोहोचलो नाही हे पाहून ते थेट आमच्या होस्टेलच्या प्रवेशद्वाराशी येऊन पोहोचले आणि त्यांनी तिथल्या रखवालदाराच्या हाती आम्हाला बोलावणं पाठवलं. ते स्वतः आमच्या होस्टेलपाशी येऊन हजर राहतील, अशी आम्ही कल्पनाच केली नव्हती. आम्हाला वाटलं होतं, ते आमच्या एखाद्या लहान बहिणीच्या हाती आम्हाला बोलावून घेतील. आम्हाला ते काय करतील याची आधी कल्पना असती, तर आम्ही त्या रखवालदाराला आधीच पढवून ठेवलं असतं. पण तो रखवालदार जेव्हा आम्हाला बोलवायला आला, तेव्हा 'आमच्या खोलीला कुलूप असल्याचं आमच्या वडिलांना जाऊन सांगा' अशी आम्ही त्याला विनवणी केली. नशिबानं त्यानं आमचं ऐकलं आणि त्यांच्या रागापासून आम्ही वाचलो. शिवाय आम्हाला त्या दिवशी थोडं जास्त वेळ झोपून राहण्याचं सुख अनुभवायला मिळालं."

"दुसऱ्या दिवशी आमची आणि पपांची सकाळच्या वेळात भेट झाल्यावर आम्ही सकाळी कुठे गायब होतो, याची त्यांनी चौकशी

केली. ते आम्हाला असं विचारणार याची कल्पना असल्यामुळे आमचं उत्तर तयारच होतं, 'आदल्या दिवशी रात्री खूप छान हवा पडल्यामुळे आम्ही होस्टेलच्या गच्चीवर झोपायला गेलो होतो, त्यामुळे आमच्या खोलीला कुलूप होतं. पण रखवालदाराला ही गोष्ट माहीत नसल्यामुळे त्याला आम्ही सापडलो नाही.' अर्थात आमचं ट्रेनिंग चुकलं, ही गोष्ट पपांना अजिबातच रुचली नसती याची आम्हालाही कल्पना असल्यानं, आम्ही आणखी एक लोणकढी ठेवून दिली. आम्हाला सकाळी पाच वाजता जाग आल्यावर आम्ही ताबडतोब पटांगणावर नेहमीच्या जागी गेलो होतो, परंतु ते तिथं नव्हते. तरीही आम्ही थोड्या स्प्रिंट्स आणि पुशअप्स काढून नंतर आमच्या कॅंपच्या ट्रेनिंगसाठी गेलो असल्याचं आम्ही त्यांना सांगितलं. आमची ती कथा त्यांना पटली होती की नाही, देव जाणे. पण एक खरं, की पपा त्या वेळी आम्हाला काही बोलले नाहीत. आम्ही कधीकधी आमचे फोन मुद्दाम बंद करून झोपायचो, हे त्यांना अजूनही माहीत नाहीये. आमचे फोन चार्जिंगला लावायला विसरल्याचं आम्ही अत्यंत निरागसपणे त्यांना सांगायचो. त्यांच्या हाताखाली भल्या पहाटे धडे गिरवायला लागू नयेत, म्हणून आम्ही या सगळ्या पळवाटा शोधल्या होत्या, हे त्यांना कोण सांगणार?'' ती म्हणते.

बबितापण तिचं मत मांडते. ती म्हणते, ''आम्ही मधूनमधून अशा प्रकारे पपांचं ट्रेनिंग चुकवण्याचा प्रयत्न करायचो, हे जरी खरं असलं, तरी आम्ही लहानपणापासून त्यांच्याच हाताखाली तयार झालो होतो. अशा तऱ्हेच्या अंगमेहनतीची आणि अवघड ट्रेनिंगची आम्हाला लहानपणापासून सवय होती. अगदी क्वचित आम्ही ट्रेनिंग चुकवत होतो. पण वारंवार अशा प्रकारे पपांचं ट्रेनिंग चुकवण्याची आमची मुळीच प्राज्ञा नव्हती. आम्ही होस्टेलच्या गच्चीवर वेट ट्रेनिंगसाठी वजनं नेऊन ठेवली होती. फावल्या वेळात इतर मुलींशी गप्पागोष्टींमध्ये वेळ घालवण्याऐवजी आम्ही गच्चीवर जाऊन वेट ट्रेनिंगचा सराव करायचो.''

महावीर सिंगजी पतियाळाला सात-आठ महिने वास्तव्य करून

राहिले होते ते केवळ आपल्या मुलींच्या ट्रेनिंगवर लक्ष केंद्रित करण्यासाठीच. त्या वेळी खरंतर त्यांच्या हातात थोडेफार रिअल इस्टेटचे व्यवहार होते. पण त्या कामात जास्त लक्ष घालणं त्यांना शक्य नव्हतं. आपल्या मुलींची जास्तीत जास्त तयारी कशी करून घेता येईल, त्यांचा खेळ आणखी कसा सुधारता येईल, हाच विचार त्यांच्या मनात सदासर्वकाळ घर करून असायचा. पण कधीतरी कामानिमित्त त्यांना पतियाळा सोडून बाहेरगावी जाणं भाग पडायचं. अशा वेळी मुलींच्या ट्रेनिंगवर लक्ष ठेवण्याची जबाबदारी त्यांचा पुतण्या हरविंदर हा घेत असे.

एकीकडे गीता आणि बबिता तर अपार मेहनत करतच होत्या; पण विनेश, प्रियांका, रितू यांचीसुद्धा पतियाळाच्या मुक्कामात ट्रेनिंगपासून सुटका नव्हती. रोज पहाटे चार वाजता गीता आणि बबिता यांच्या जोडीनं त्या तिघींनाही व्यायाम करावा लागे. शिवाय कँपच्या प्रशिक्षण वर्गांना हजर राहण्याची त्या तिघींना परवानगी मिळाली होती. त्यामुळे त्या तिघींचा दिनक्रमसुद्धा जवळपास गीता आणि बबिता यांच्याप्रमाणेच होता.

''ताऊजी कधीकधी कामासाठी बाहेरगावी जात. परत आल्यावर ते गीता आणि बबिताच्या ट्रेनिंगविषयी आमच्याकडे चौकशी करत. त्यामुळे आमची परिस्थिती मोठी कठीण होऊन बसे. आम्ही आमच्या बहिणींबद्दल जर ताऊजींना खरं खरं सांगितलं असतं, तर आम्ही चहाडखोर ठरलो असतो. पण आम्ही ताऊजींपासून सत्य लपवलेलं जर त्यांच्या लक्षात आलं असतं, तर त्यांनी आम्हाला चौदावं रत्न दाखवलं असतं. एक गोष्ट आम्हाला माहीत होती, आम्ही गीता आणि बबिता यांची कशीतरी समजूत घालून त्यांना शांत करून शकलो असतो, पण ताऊजींच्या समोर जर का आमचं खोटं उघडकीला आलं असतं, तर आमची काही खैर नव्हती. शिवाय ताऊजींचं व्यक्तिमत्त्व असं तेजस्वी आहे, की आम्ही त्यांच्यासमोर खोटं बोलायचं ठरवलं, तरी बोलू शकत नाही,'' विनेश सांगते.

महावीर सिंग आपल्या मुलींच्या बाबतीत खूप कडक शिस्तीचे

होते, ही गोष्ट जरी खरी असली, तरीही मुलींच्या भल्यासाठी ते कितीही त्याग करण्यासाठी तयार असत. मुलींच्या ट्रेनिंगसाठी अशा प्रकारे भाड्यानं जागा घेऊन परगावी राहायचं म्हणजे कुटुंबाला आर्थिक झळ सोसावी लागत असे. पण त्यांनी ते मनावर घेतलं नाही. त्यांच्या या निर्णयामुळे त्यांच्या मुलांची शाळा बुडत असे. पण त्याचाही त्यांनी फार विचार केला नाही. "मी एक विशिष्ट उद्दिष्ट ठेवून पतियाळाला जाऊन राहिलो होतो आणि ते उद्दिष्ट माझ्या दृष्टीनं सर्वांत महत्त्वाचं होतं," महावीर सिंग शांतपणे सांगतात.

महावीर सिंगजींकडे पतियाळामध्ये मुलींना कडक ट्रेनिंग दिल्याच्या आठवणी तर आहेतच, पण त्याचबरोबर आणखीही काही आठवणींचा साठा त्यांच्याकडे आहे. पतियाळा येथे त्यांनी जेव्हा जागा भाड्यानं घेऊन राहायला सुरुवात केली, तेव्हा तिथल्या घरमालकांच्या आग्रहावरून त्यांनी जवळच्या शॉपिंग मॉलला भेट दिली. तो अनुभव सांगताना ते म्हणतात, "मी तोपर्यंत कधीच शॉपिंग मॉल कसा असतो, ते पाहिलेलं नव्हतं. तिथे विकण्यात येणाऱ्या सर्व गोष्टी किती महाग असतात, याची मला काहीच कल्पना नव्हती. त्या मॉलमधून आमच्या घरमालकांबरोबर एक फेरफटका मारत असताना मला एका स्पोर्ट्सवेअरच्या दुकानात एक ट्रॅकसूट दिसला. मला तो खूप आवडला. त्यावर माझ्या घरमालकांनी मला तो विकत घेण्यासाठी भरीला घातलं. तो मला खूप शोभून दिसेल, असं त्यांचं म्हणणं पडलं. मी त्यासोबत एक टी-शर्टसुद्धा घेतला. त्या सर्व कपड्यांचं बिल भरण्याची वेळ आली, तेव्हा बिलाची रक्कम ऐकून मी दचकलोच. मी १०,००० रुपयांची खरेदी केली होती. मी आयुष्यात कधीच कपड्यांवर एवढे पैसे उधळलेले नव्हते. आता केवळ कपड्यांच्या दोन सेट्ससाठी एवढे जास्त पैसे घालवणं मला मुळीच योग्य वाटेना. मी त्या वेळी एकटाच असतो, तर मी ते कपडे कधीच खरेदी केले नसते. पण मी घरमालकांच्या सोबत गेलो असल्यामुळे नाइलाजानं मी ते कपडे विकत घेतले. मी आजवरच्या आयुष्यात खरेदी केलेले ते सर्वांत महाग कपडे आहेत," महावीर सिंगजी मान हलवून हळहळ व्यक्त करत

सांगतात. त्यांना नेहमी कुर्ता-पायजमा अशी साधीसुधी वेशभूषा करायला आवडते. शर्ट आणि पँट ते अगदी क्वचितच घालतात.

फोगाट कुटुंबीयांचं पतियाळा येथील वास्तव्य लवकरच संपुष्टात आलं. राष्ट्रकुल स्पर्धेत सहभागी होणाऱ्या खेळाडूंची नावं घोषित करण्यात आली. कुस्तीच्या क्षेत्रात पुरुषांच्या आणि महिलांच्या विभागात हरियाणा राज्याचं वर्चस्व होतं. कुस्तीमध्ये सहभागी होणाऱ्या सात खेळाडूंच्या महिला संघाची जेव्हा घोषणा करण्यात आली, तेव्हा सातपैकी पाच महिला हरियाणाच्या होत्या. त्यात अर्थातच गीता आणि बबिता या दोघींचाही समावेश होता. राहिलेल्या दोन महिला उत्तर प्रदेशातून आलेल्या होत्या.

बघता बघता सप्टेंबर महिना उजाडला. पुढच्याच महिन्यात राष्ट्रकुल स्पर्धांना सुरुवात होणार असल्यामुळे सगळा संघ दिल्लीला रवाना झाला. भारताच्या कुस्ती खेळाच्या इतिहासात लवकरच एक पान नव्यानं लिहिलं जाण्याची वेळ आली होती.

राष्ट्रकुल स्पर्धा

७ ऑक्टोबर २०१०चा दिवस. के. डी. जाधव स्टेडियमच्या आखाड्याभोवती खुर्च्यांमध्ये बसलेले प्रेक्षक एकसाथ उठून उभे राहिले. त्यांच्या टाळ्यांच्या कडकडाटानं आणि जयघोषानं अवघं स्टेडियम दुमदुमून गेलं. गीता फोगाट आखाड्यात आपली प्रतिस्पर्धी ऑस्ट्रेलियाची एमिली बेनस्टेड हिच्यासमोर पवित्र्यात उभी होती. प्रथम फेरीत अक्षरशः विजेच्या वेगानं हालचाल करणाऱ्या गीतानं बेनस्टेडचा उजवा पाय पकडून तिला मॅटवर आपटलं आणि या फेरीमध्ये एक गुण प्राप्त केला. प्रेक्षक आता आनंदानं बेभान झाले होते. गीतानं आक्रमक पवित्रा धारण केला होता. तिनं आता आपल्या ऑस्ट्रेलियन प्रतिस्पर्धी एमिलीचे दोन्ही गुडघे आपल्या हातांच्या विळख्यात घट्ट पकडले आणि तिला उलटं करून पाडलं. आता तिला आणखी तीन गुण प्राप्त झाले. त्यानंतर तिची विजयाच्या दिशेनं वाटचाल सुरू झाली. ती एका मागोमाग एक गुण मिळवू लागली. खेळ तिच्या मायभूमीवरच चालू होता. प्रेक्षकांच्या घोषणा आणि टाळ्यांचा कडकडाट गगनाला भिडत चालला होता. अखेर गुणसंख्या सात विरुद्ध शून्य अशी झाली. पंचांनी जेव्हा सामना संपला असून गीता विजयी झाल्याचं घोषित केलं, तेव्हा अखखं प्रेक्षागार उठून उभं राहिलं! तिनं ते करून दाखवलं होतं. राष्ट्रकुल स्पर्धेत प्रथमच भारताच्या महिला कुस्तीपटूनं सुवर्णपदक प्राप्त करून इतिहास घडवला होता. आणि ही कुस्तीपटू दुसरी तिसरी कुणी नसून महावीर फोगाट यांची कन्या गीता फोगाट ही होती.

त्या ठिकाणी टाळ्यांच्या गजरात सर्व प्रेक्षकांबरोबर महावीर सिंग फोगाटही उठून उभे राहिले होते. त्यांची नजर आपल्या मुलीवर खिळलेली होती. त्यांच्या डोळ्यांत तिच्याविषयीचा अभिमान स्पष्ट चमकत होता. त्यांना १९८८ सालच्या त्या हिवाळ्यातील सकाळ आठवली. त्या दिवशी लहानग्या गीताला हातात घेऊन ते म्हणाले होते, "माझी ही मुलगी एक ना एक दिवस आमच्या घराण्याचं नाव रोशन करेल."

हे शब्द म्हणजे आपल्या नवजात बाळाला पहिल्या प्रथम जवळ घेतल्यावर एका पित्याच्या मनात ज्या भावना उचंबळून येतात, त्यांचा आविष्कार होता, हे तर खरंच आहे. परंतु त्यांना मुलगी झाली हे ऐकून त्यांच्या कुटुंबामध्ये जो नाराजीचा सूर उमटला होता, त्याला हे प्रत्युत्तर होतं. एके काळी घरी कुणाला नकोशा वाटलेल्या त्यांच्या या मुलीनं आज संपूर्ण देशाला आपल्या नेत्रदीपक कामगिरीनं थक्क करून सोडलं होतं. इतकंच नव्हे, तर आजवर या देशात एकाही स्त्रीला जे कर्तृत्व दाखवता आलं नाही, ते तिनं दाखवलं होतं. ती मुलगी हरियाणा राज्याची लेक होती. स्त्री-भ्रूणहत्येबद्दल कुविख्यात असलेल्या या हरियाणा राज्यात तिचा जन्म झालेला असूनही, तिनं आज जी कामगिरी केली होती, ती एक विशेष बाब होती.

या २१व्या शतकातसुद्धा मुलगे आणि मुलींच्या प्रमाणाच्या बाबतीत आणि साक्षरतेच्या बाबतीत देशातील इतर राज्यांपेक्षा हरियाणा राज्य फारच मागासलेलं आहे. इथला समाज पुरुषांचं वर्चस्व शिरोधार्य मानणारा आहे. या शेतीप्रधान राज्यातील घराघरांमध्ये अजूनही मुलाचा जन्म होणं ही भाग्याची गोष्ट मानली जाते. स्त्रिया कुस्तीच्या क्षेत्रात चमकू शकतात, त्यासाठी त्यांना संधी मिळण्याची आवश्यकता आहे, हे आपलं मत महावीर सिंग फोगाट यांनी जेव्हा जेव्हा मांडलं, तेव्हा त्यांना कशाप्रकारे टीकेला, निंदा-नालस्तीला आणि हेटाळणीला सामोरं जावं लागलं याच्या सुरस चमत्कारिक कथा ऐकल्या की याची प्रचिती येते.

१९८० ते १९९० या दशकात जेव्हा महावीर सिंग फोगाट

यांच्या घरात मुलींनी जन्म घेतला तेव्हा प्रत्येक मुलीच्या जन्मानंतर महावीर सिंगजींच्या मनाची स्थिती कशी होत असेल याची कल्पना आपल्याला सहज करता येईल; कारण मुलीचा जन्म म्हणजे कुटुंबावर पडलेलं ओझं, असंच त्या काळी समजलं जात असे. पण इथं एक गोष्ट नमूद करण्यासारखी आहे. आपलं पहिलं अपत्य हा मुलगा असावा ही इच्छा मात्र महावीर सिंगजींची नसून त्यांची पत्नी दया कौर यांची होती. परंतु आपल्याला पहिली मुलगी झाली असल्याचं तरुण दया कौरच्या लक्षात येताच तिच्या अंगावर त्या हिवाळ्याच्या दिवशी सकाळी सरसरून काटा उभा राहिला. भीतीचा काटा. तिच्या मनातली निराशा तिच्या चेहऱ्यावर स्पष्ट उमटली होती. याउलट महावीर सिंगचा आनंद गगनात मावत नव्हता. आपल्या पत्नीच्या आणि घरच्यांच्या चेहऱ्यावरची नाराजी पाहून तो थक्क झाला. त्याचा स्वतःच्या डोळ्यांवर विश्वासच बसेना. आपल्याला मुलगा झाला पाहिजे अशी आपल्या पत्नीची आणि घरच्यांची इतकी जबरदस्त इच्छा असेल, याची त्याला कल्पनाच नव्हती. त्यानं स्वतः आयुष्यात कधीच स्त्री आणि पुरुष असा भेदभाव केलेला नव्हता. त्यानं आपली पत्नी दया हिला कायम आदरानं वागवलं होतं, तिला योग्य तो मान-सन्मान दिला होता. त्यांच्या संसारात तिला स्वतःचं मत व्यक्त करण्याचा अधिकार होता. तिच्या मतांचा तो आदर करत असे. मग आताच तिला मुलगी झाल्याचं दुःख का बरं होत होतं?

एकीकडे आपल्या नवजात कन्येला पहिल्यांदा हातात घेऊन तिच्याकडे बघताना महावीरचा आनंद गगनात मावत नव्हता, तर दुसरीकडे पत्नीच्या आणि जमलेल्या नातेवाइकांच्या चेहऱ्यावरचं दुःख पाहून त्याच्या मनाला फार यातना होत होत्या. अशा द्विधा मनःस्थितीत त्यानं जाहीर केलं – "ही माझी मुलगी एक ना एक दिवस आपल्या घराण्याच्या अभिमानाचा विषय ठरेल." त्या बाळाचं तर अजून नामकरणसुद्धा झालं नव्हतं. या प्रसंगाची आठवण सांगताना महावीर सिंगजी म्हणतात, "माझ्या पोटी कन्या जन्माला आली म्हणून नाराज झालेल्या सर्वांना मी त्याच वेळी ठणकावून सांगितलं होतं, 'एक ना

एक दिवस तुम्ही सगळे हिच्या सन्मानार्थ उठून उभे राहाल.' राष्ट्रकुल स्पर्धेत गीतानं प्राप्त केलेल्या त्या दणदणीत यशानंतर माझे ते शब्द खरेच ठरले.''

गीतानं राष्ट्रकुल स्पर्धेत नेत्रदीपक यश मिळवण्याच्या त्या घटनेला आज सहा वर्षं लोटली आहेत. पण आजही तो क्षण त्यांच्या मनावर जणू कोरून ठेवल्यासारखा आहे. ती घटना जशी काही कालच घडली असावी, अशी त्यांना आठवते, ''तिनं त्या वेळी मिळवलेला विजय हा मी माझ्या आयुष्यात मिळवलेला अत्युच्च विजय होता.'' त्या आठवणीनं आजही त्यांच्या चेहऱ्यावर हसू उमटतं आणि आनंदानं त्यांचा चेहरा चमकू लागतो. गीता आणि बबिता जेव्हा दिल्लीहून आमच्या गावात परत आल्या, तेव्हा तिच्या स्वागतासाठी गावातील प्रत्येक मुलगा आणि प्रत्येक मुलगी उभी होती. आजवर गीता आणि बबिता यांची टिंगलटवाळी करणारे लोक आज त्यांचे समर्थक बनले होते, चाहते बनले होते.''

~

२०१० सालच्या राष्ट्रकुल स्पर्धा ३ ऑक्टोबर ते १० ऑक्टोबर या कालावधीत दिल्ली येथे आयोजित करण्यात आल्या होत्या. आजपर्यंत आयोजित करण्यात आलेल्या राष्ट्रकुल स्पर्धांमध्ये या स्पर्धा सर्वांत जास्त भव्य आणि व्यापक स्वरूपाच्या होत्या. भारतात एवढ्या मोठ्या प्रमाणात आंतरराष्ट्रीय क्रीडास्पर्धा याआधी कधीच आयोजित करण्यात आल्या नव्हत्या. नाना देशांचे, नानाविध भाषा बोलणारे प्रतिनिधी यात सहभागी झाले होते. ३ ऑक्टोबर रोजी या स्पर्धांचा उद्घाटन सोहळा पार पडला आणि स्पर्धांना सुरुवात झाली. महिला कुस्ती स्पर्धा ७ आणि ८ ऑक्टोबर रोजी होत्या.

कुस्ती स्पर्धेच्या पहिल्या दिवशी चार मुली, निर्मला देवी (४८ किलो), गीता फोगाट (५५ किलो), सुमन कुंदा (६३ किलो) आणि अनुशा तोमर (७२ किलो) सुवर्णपदक जिंकण्याची जिद्द मनात बाळगून रिंगणात उतरल्या. निर्मला देवी या हरियाणा राज्यातून आलेल्या मुलीनं ४८ किलोच्या गटात अंतिम फेरी गाठली. दुर्दैवानं

अंतिम फेरीत कॅनडाच्या कॅरोल ह्यूआन या २००८ सालच्या बीजिंग ऑलिम्पिक्स स्पर्धेतील सुवर्णपदक विजेत्या महिला कुस्तीपटूकडून तिला पराभव पत्करावा लागला. निर्मला देवीला त्यामुळे रौप्यपदकावर समाधान मानावं लागलं. तिच्या पराभवानंतर साहजिकच साऱ्या देशाचं लक्ष गीताकडे लागून राहिलं होतं. शिवाय स्त्रियांच्या कुस्ती स्पर्धेच्या आधी झालेल्या पुरुषांच्या ग्रीक-रोमन स्पर्धेत भारतीय मल्लांनी चार सुवर्ण, एक रौप्य आणि एक ब्राँझपदक पटकावलं होतं. ही विजयाची पताका अशीच फडकावत ठेवण्याची जबाबदारी आता महिला कुस्तीपटूंच्या खांद्यावर विसावली होती.

या राष्ट्रकुल स्पर्धांच्या आधीच्या सात ते आठ महिन्यांमध्ये गीता आणि बबिता या फोगाट भगिनींनी विशेष प्रशिक्षण घेतलं होतं. त्याशिवाय २००९मध्ये जालंधर येथे झालेल्या राष्ट्रकुल स्पर्धेत त्यांनी दोघींनीही सुवर्णपदक प्राप्त केलं होतं. त्यामुळे आता गीता आणि बबिता आपापल्या गटात अंतिम फेरीपर्यंत बाजी मारणार, अशी सर्वांना जवळजवळ खात्रीच होती. गीतासुद्धा देशवासीयांच्या या अपेक्षेस पात्र ठरली. तिनं अंतिम फेरीत सुवर्णपदक प्राप्त करून दाखवलं. ती हा खेळ ज्या पद्धतीनं खेळली, त्यामुळे तिच्या आजवरच्या यशोगाथेत नव्या सन्मानाची भर पडली.

राष्ट्रकुल स्पर्धेच्या अनुभवाविषयी गीता उत्साहानं सांगते, ''या स्पर्धेचं यजमानपद भारताकडे असल्यामुळे त्यासाठीची पूर्वतयारी दोन वर्षं आधीपासूनच सुरू झाली होती. भारतीय क्रीडा क्षेत्राच्या इतिहासात प्रथमच देशभरात जागोजागी, खेळाडूंची खास तयारी करून घेण्यासाठी विशेष कँप्स आयोजित करण्यात आले होते. यापूर्वी कधीही असे स्पोर्ट्स कँप आयोजित केले गेले, तरी ते अगदी कमी मुदतीचे असत. शिवाय फक्त आंतरराष्ट्रीय विजेतेपदाच्या तयारीपुरते मर्यादित असत. परंतु त्या वर्षी राष्ट्रकुल स्पर्धांसाठी सोनीपत येथे स्पोर्ट्स ॲथॉरिटी ऑफ इंडिया सेंटरमध्ये पुरुष मल्लांच्या प्रशिक्षणाचं आयोजन केलं होतं. त्याचबरोबर महिला कुस्तीगीरांचं प्रशिक्षण नॅशनल इन्स्टिट्यूट ऑफ स्पोर्ट्स, पतियाळा इथं आयोजित करण्यात आलं होतं.

सप्टेंबर महिन्यात त्या प्रशिक्षणाचा शेवटचा टप्पा संपला. मग आम्हाला मुद्दाम दिल्लीला हलवण्यात आलं. कारण याच ठिकाणी स्पर्धा होणार होत्या, त्यामुळे आम्हा खेळाडूंना त्याची सवय होणं गरजेचं होतं."

२००८ सालापर्यंत जे खेळाडू सुवर्णपदक प्राप्त करू शकतील असं सर्वांना वाटत होतं, त्यात गीताच्या नावाचा समावेश नसे. खरंतर भारताच्या संघातही तिचं नाव तात्पुरतं घालण्यात आलं होतं. ते पक्कं नव्हतं. त्याउलट तिची लहान बहीण बबिता हिच्यावरच सर्वांच्या आशा एकवटलेल्या होत्या. ती नक्कीच सुवर्णपदक पटकावणार, असं सर्वांना वाटत होतं. याचं महत्त्वाचं कारण असं की २००८ सालच्या उत्तर प्रदेशातील गोंडा येथे भरवण्यात आलेल्या महिला राष्ट्रीय कुस्ती विजेतेपदाच्या स्पर्धेत बबितानं ५१ किलोच्या गटात सुवर्णपदक मिळवलेलं होतं. पण त्याच वेळी त्या स्पर्धेत गीता विशेष चमकली नव्हती.

"त्याच वर्षी मी ज्युनियर गटातून बाहेर पडून सीनियर गटात प्रवेश केला होता. मी आधी ५५ किलोच्या गटात भाग घेत असे. परंतु माझ्या चुकीच्या खाण्यापिण्याच्या सवयींचा परिणाम माझ्या वजनावर होऊ लागला आणि माझं वजन वाढू लागलं. मी जेव्हा सीनियर गटात खेळण्यासाठी वयानं पात्र झाले, तेव्हा मी चांगलीच वजनदार झाले होते. वजनावर नियंत्रण आणण्याचा मी आटोकाट प्रयत्न करत होते. पण आपण जास्त वजनाच्या गटात समाविष्ट होऊन तिथं उत्कृष्ट कामगिरी करून दाखवू शकतो, या विचारानं मी माझा गट सोडून ६३ किलो वजनाच्या गटात गेले," गीता स्पष्ट करून सांगते.

त्या स्पर्धेत ती ६३ किलो फ्रीस्टाईल कुस्तीचा सामना अनुभवी कुस्तीपटू गीतिका जाखर हिच्याविरुद्ध खेळली आणि गीतिकानं तिला पराभूत केलं. फोगाट भगिनींचा कुस्तीच्या क्षितिजावर उदय होण्यापूर्वी भारतातील कुस्तीची मशाल या गीतिकाच्या हाती होती. भारतातील मानाचा अर्जुन पुरस्कार प्राप्त करणारी ती पहिली महिला कुस्तीपटू होती. या पराभावानंतर आपण आपला वजनाचा गट बदलला पाहिजे,

असं गीताला वाटू लागलं. परंतु या ५८ किलोच्या गटातली जागा आणखी एका अनुभवी महिला कुस्तीपटूला- अलका तोमर हिला देण्यात आली होती. त्यामुळे गीता परत आपल्या ५५ किलो वजनगटामध्ये दाखल झाली.

"२००८ सालच्या राष्ट्रीय कुस्तीस्पर्धा झाल्यानंतर लगेच मी जालंधर येथील मानहाना गावी एका दंगलमध्ये सहभागी झाले. मी जास्त वजनाच्या गटामध्ये खेळण्यासाठी पात्र नाही, हे मला त्या वेळी लक्षात आलं. मग मी वजन कमी करून माझ्या पूर्वीच्या गटात भाग घ्यावा, असं मला माझ्या कोचनं सांगितलं. त्यानुसार मी ५५ किंवा ५८ किलोच्या गटात भाग घेण्याचं ठरवलं. पण ५८ किलोच्या गटात अलका तोमर होती, त्यामुळे मी ५५ किलोच्या गटात परतले. मी ५५ किलोच्या गटातच भाग घ्यावा, असं माझ्या वडिलांचं आधीपासूनच मत होतं. परंतु त्या वेळी मी त्यांच्या त्या सल्ल्याला फारसं महत्त्व दिलं नाही. मलासुद्धा जास्त वजनाच्या गटात खेळून पाहायचं होतं. पण मग या सर्व अनुभवानंतर आता वजन कमी करून आपल्या जुन्या ५५ किलोच्या गटात परतण्याचा मी निर्णय घेतला."

"वजन कमी करणं ही काही सोपी गोष्ट नव्हती. पपांच्या हाताखाली कित्येक वर्षं ट्रेनिंग घेतलेलं असल्यामुळे मला शारीरिक मेहनतीची, कसरतीची सवय होती. त्यामुळे काही आठवड्यांच्या कालावधीत मी वजन कमी केलं. त्यानंतर २००९च्या आशियाई चँपियनशिप ट्रायल्समध्ये मी ५५ किलोच्या गटात भाग घेतला. तेथे भारतीय संघात समाविष्ट करण्यासाठी माझ्या नावाची निवड झाली. जालंधर येथे झालेल्या राष्ट्रकुल चँपियनशिपमध्ये मी सुवर्णपदक प्राप्त केलं. त्यानंतर २०१०च्या राष्ट्रकुल स्पर्धांसाठीसुद्धा त्याच गटात खेळायचं मी ठरवलं."

"राष्ट्रकुल स्पर्धेत सुवर्णपदक प्राप्त झालं तेव्हा मला काय वाटलं ते मला आजही शब्दांत सांगता येणार नाही. इतरांसाठी ते फक्त एक सुवर्णपदक असेल, पण आमच्यासाठी मात्र तो आयुष्याला कलाटणी देणारा क्षण होता. भारतामधल्या आमच्या हरियाणा राज्यासारख्या राज्यातील महिलासुद्धा जगातील कुठल्याही पुरुषांपेक्षा कमी नाहीत,

हेच आम्ही जगाला दाखवून दिलं होतं,'' गीता हसून म्हणते.

"अर्थातच माझं हे सर्व यश, हे सुवर्णपदक... सगळं काही माझ्या वडिलांमुळे शक्य झालं. त्यांनी जर आमच्यावर इतका विश्वास टाकला नसता, तर आम्हीही आमच्या गावातल्या इतर मुलींसारख्याच झालो असतो. गावातल्या प्रत्येक मुलीच्या नशिबात १८व्या वर्षी लग्न करून सासरी जाणंच लिहिलेलं असतं. आमचंही तेच झालं असतं. माझं पदक म्हणजे एका वडिलांनी आपल्या मुलींच्या कर्तृत्वावर दाखवलेल्या गाढ विश्वासाचं प्रतीक आहे.''

राष्ट्रकुल स्पर्धांसाठी आपल्या खेळाडूंची तयारी करून घेण्याच्या उद्देशानं, प्रशिक्षण आणि स्पर्धेचा सराव ही दोन्ही उद्दिष्टं डोळ्यांसमोर ठेवून भारतानं जपानच्या टीमला २०१०च्या ऑगस्ट महिन्यात तीन आठवड्यांसाठी भारतात येऊन राहण्याचं निमंत्रण दिलं. ऑलिम्पिक्स स्पर्धेतील पदकं जिंकण्याचा इतिहास बघता जपानी महिला कुस्तीपटूंची टीम जगात पहिल्या क्रमांकावर आहे. २००४मध्ये कुस्ती या खेळाचा परिचय ऑलिम्पिक्सच्या माध्यमातून जगाला करून देण्यात आला. तेव्हापासून जपाननं एकंदर १८ पैकी ११ सुवर्णपदकं जिंकलेली आहेत. याखेरीज त्यांच्याकडे तीन रौप्य आणि दोन कांस्यपदकंही आहेत. ऑलिम्पिक्समध्ये भाग घेतलेल्या अगदी थोड्या महिला कुस्तीपटू वगळता बाकी सर्वांनीच कोणतं ना कोणतं तरी पदक जिंकलेलंच आहे.

जपानच्या टीमबरोबर केलेल्या या सरावाचा भारतातील महिला कुस्तीच्या भविष्यासाठी खूप फायदा झाला. फोगाट भगिनींसोबतच २०१६मध्ये रिओ येथे झालेल्या ऑलिम्पिक्स स्पर्धेत कांस्यपदक प्राप्त करणाऱ्या साक्षी मलिकनंही या प्रशिक्षण शिबिरात भाग घेतला.

"पतियाळामध्ये आमचं या कँपमध्ये ट्रेनिंग चालू असताना माझे वडील आणि चुलत भाऊ हरविंदर हे दोघंही आम्हाला आधार देण्यासाठी पतियाळाला येऊन राहिले होते,'' गीता आठवण सांगते. "तिथं सलग १०-१२ दिवस आमचं जपानी महिला कुस्तीपटूंसोबत

ट्रेनिंग चालू होतं. आमच्या संपूर्ण संघाला याचा खूप फायदा झाला. जपानी महिला कुस्तीपटू जगात सर्वोत्कृष्ट आहेत. त्या केवळ आंतरराष्ट्रीय स्तरावरच विजय मिळवून दाखवतात असं नाही, तर जी कुठली लढत देतील, त्यात विजयी होतात. खरं सांगायचं तर, त्यांना भेटल्यानंतरच मी माझ्या करिअरचा गांभीर्याने विचार करू लागले. अत्यंत ख्यातनाम असलेली साओरी योशिडा ही वजनानं माझ्याच गटात मोडते. त्यामुळे मी तिच्याबरोबर काही सामने खेळले. तिच्याबरोबर खेळल्यानंतर आता जगातला कोणताही प्रतिस्पर्धी येऊ दे, त्याच्याशी सामना करण्याची माझ्या मनाची तयारी झाली. मला काही कळायच्या आतच राष्ट्रकुल स्पर्धेत सुवर्णपदक पटकावण्याची माझी तयारी पूर्ण झाली. राष्ट्रीय पातळीवरील खेळात मी फारसा काही प्रभाव पाडू शकले नव्हते. त्यामुळे पपा माझ्यावर नाराज होते. त्यामुळे आता मला काही झालं तरी जिंकून दाखवायचंच होतं. त्या वेळी त्यांची माझ्यापेक्षा बबिताकडून कितीतरी जास्त अपेक्षा होती; कारण तिचा खेळ माझ्यापेक्षा जास्त चांगला होता. पण तिचं सुवर्णपदक अगदी थोडक्यात हुकलं.''

जपानी कुस्तीपटूंबरोबरचं ट्रेनिंग संपल्यावर भारतीय महिला कुस्तीपटूंचा संघ, तसंच इतर संघ स्पर्धेपूर्वीच्या शेवटच्या टप्प्यातील ट्रेनिंगसाठी नवी दिल्ली येथील 'कॉमनवेल्थ गेम्स व्हिलेज'मध्ये राहण्यासाठी गेले. या ठिकाणी संपूर्ण संघ, कोच आणि इतर कर्मचाऱ्यांसाठी तीन-तीन खोल्यांचे दोन फ्लॅट्स त्यांना देण्यात आले होते. स्पर्धा सुरू होण्यासाठी आता फारच थोडे दिवस उरलेले होते. परंतु खास राष्ट्रकुल स्पर्धांसाठी बनवण्यात आलेलं हे क्रीडाग्राम हा मोठाच वादग्रस्त विषय बनला होता. त्यामुळे या शेवटच्या टप्प्यात येथे पत्रकारांना आणि माध्यम प्रतिनिधींना प्रवेश करण्यास मनाई करण्यात आली होती.

या क्रीडास्पर्धेच्या शुभारंभाच्या दिवशी संध्याकाळी हे क्रीडाग्राम गजबजून गेलं होतं. भारतीय संघ जिथे वास्तव्य करून राहिला होता, त्या ठिकाणी काही मंडळी देवाची प्रार्थना करताना दिसत होती, काही लगबगीनं कुठंतरी चालली होती, काही शेवटच्या काही मिनिटांमध्ये

जमेल तितका सराव करत होती. भारतीय संघातील महिला कुस्तीपटूंच्या मनावर अतिरिक्त ताण होता. या खेळाडू कुस्तीच्या सामन्यांमध्ये भाग घ्यायला घाबरत होत्या किंवा स्पर्धेच्या कल्पनेनं त्यांचे हात-पाय गळून गेले होते, असं मात्र मुळीच नाही. त्यांना जो पोशाख परिधान करण्यास सांगितला होता, त्यामुळे त्या फार गोंधळून गेल्या होत्या. शुभारंभाच्या सोहळ्याला त्यांना साडी नेसावी लागणार होती. पण त्यांच्यातल्या बऱ्याच मुलींनी या आधी आयुष्यात कधीच साडी नेसलेली नव्हती. ही साडी नेसण्याचा प्रश्न मोठा गुंतागुंतीचा बनला होता- अगदी शब्दशः!

"आमच्यातील एक-दोन मुली सोडल्या तर महिला संघातील बाकी कुणीच या अशा प्रकारच्या क्रीडास्पर्धेत यापूर्वी भाग घेतला नव्हता. त्यामुळे शुभारंभाच्या सोहळ्यात सहभागी होण्याची आम्हा सर्वांनाच प्रचंड उत्सुकता होती. पण हे साडी नेसण्याचं प्रकरण आमच्यासाठी एक आव्हानच ठरलं होतं. आमच्यातली कुस्तीपटू अलका तोमर हिनं अर्जुन पुरस्कार सोहळ्याच्या निमित्तानं २००८मध्ये साडी नेसली होती. त्यामुळे आमच्यामधली त्यातल्या त्यात अनुभवी तीच होती. परंतु आमच्या सात मुलींच्या कुस्ती संघामधील अलका आणि निर्मला या दोघी वगळता इतर कुणीच आयुष्यात कधी साडी नेसलेली नव्हती. मीसुद्धा नव्हती! समारंभाच्या आधी आपण एकदा तरी ती साडी नेसून चालण्याचा सराव केला पाहिजे, सर्वांसमोर समारंभाच्या वेळी साडीत पाय अडकून पडता कामा नये, असं माझ्या मनात आलं. पण मी स्वतःच्या मनानं साडी नेसण्याचा प्रयत्न केला; आणि माझी चांगलीच फजिती झाली," गीता जोरात हसत सांगते. "नशिबानं आमच्या संघाची फिजिओथेरपिस्ट पेरीविंकल कौर माझ्या मदतीला धावून आली."

"या संपूर्ण क्रीडास्पर्धेच्या काळात माझ्या मनावर दडपण फक्त याच वेळी, आणि या एवढ्याच कारणामुळे आलं होतं. हा एक साडीचा किरकोळ मुद्दा वगळता बाकी आम्ही संपूर्ण जगाचा सामना करण्यासाठी तयारच होतो," ती पुढे सांगते, "अखेर तो शुभारंभाचा

सोहळा जेव्हा खरोखर झाला, तेव्हा मात्र आम्हा सर्वांना खूप मजा आली. राष्ट्रकुल स्पर्धेत सहभागी झालेल्या देशांच्या उत्कृष्ट क्रीडापटूंशी आमची भेट झाली. सुरुवातीला आमचा संबंध इतर देशांच्या केवळ कुस्तीपटूंशीच आला किंवा कधीतरी पूर्वी पतियाळाच्या कॅंपमध्ये पाहिलेल्या, कुस्ती सोडून इतर कुठल्यातरी क्षेत्रातील निष्णात खेळाडूंशी इथं परत गाठ पडली. या स्पर्धेच्या आणि या शुभारंभाच्या सोहळ्याच्या प्रतीक्षेत आम्ही गेली दोन वर्षं काढली होती. आणि आज त्या प्रतीक्षेचं सार्थक झालं होतं.''

~

गेल्या काही वर्षांत देशभरातून, आणि मुख्य म्हणजे तिच्या स्वतःच्या हरियाणा राज्यातून गीताला तिच्या कुस्तीमधील करिअरसाठी खूप पाठिंबा मिळाला आहे. २००३ सालच्या एशियन कॅडेट चॅंपियनशिपमध्ये तिनं पहिल्यांदा आंतरराष्ट्रीय पातळीवर खेळून सुवर्णपदक पटकावलं. त्यानंतर तिच्या चाहत्यांचा एक मोठा वर्ग तयार झाला आहे. त्यामुळेच या राष्ट्रकुल स्पर्धेत तिचा सामना सुरू होण्याच्या काही वेळ आधी सुमारे १०० समर्थक प्रेक्षकांमध्ये उपस्थित होते. या १०० माणसांनी कुर्ता-पायजमा किंवा धोतर आणि कुर्ता असा खास हरियाणवी ढंगाचा पेहराव केला होता. हे सर्व जण आमच्या बलाली गावातून १२५ किलोमीटरचा प्रवास करून, एक नवा इतिहास घडवणाऱ्या आपल्या गावच्या या कन्येला प्रोत्साहन देण्यासाठी आले होते. जेव्हा महावीर फोगाट यांनी आपल्या मुली आणि पुतण्यांना कुस्तीच्या आखाड्यात उतरवण्याचा निर्णय घेतला होता, तेव्हा याच लोकांनी त्यांची कुचेष्टा केली होती, त्यांच्या या वागण्याला नाकं मुरडली होती. पण आता सगळं चित्र पालटलं होतं. आज हीच सगळी माणसं फोगाट भगिनींची समर्थक बनून स्टेडियमवर हजर झाली होती.

''आमचा जन्म खेड्यातला. आम्ही तिथंच लहानाचे मोठे झालो. आमचं सगळं बालपण खेड्यात गेलं. वाढीच्या वयात मागासलेल्या भागात आमचं वास्तव्य होतं. त्यामुळे जगभरात क्रीडा क्षेत्रात महिलांनी

किती मोठी कामगिरी करून दाखवली होती, याची आम्हाला काहीच कल्पना नव्हती. म्हणून सुरुवातीला महावीर सिंगच्या कल्पनेला आम्ही विरोध केला. आखाड्यात उतरणं हे तरुण पोरांचं, पुरुषांचं काम आहे, असं आम्हाला वाटायचं,'' बलाली गावात राहणारे राजबीर सिंग सांगतात. ''पण या राष्ट्रकुल स्पर्धांना उपस्थित राहिल्यावर जगभरातील महिला कुस्तीपटूंना आम्ही पाहिलं. नशिबानं आमच्या या मागासलेल्या विचारसरणीपुढे महावीरनं हार मानली नाही आणि तो स्वतःच्या मुलींची तयारी करून घेतच राहिला. त्यानं जर असं केलं नसतं, तर आज आमच्या बलालीला कुणीच विचारलं नसतं. ते भिवानीतलं एक उपेक्षित खेडेगावच राहिलं असतं. पण आता मात्र आमच्या बलाली गावाला लोक गीता-बबिताचं गाव म्हणून ओळखतात.''

महावीर सिंगजींना त्या जुन्या आठवणी निघाल्यावर हसू येतं, ''भारतामध्ये राष्ट्रकुल क्रीडा स्पर्धांसारखा आंतरराष्ट्रीय पातळीवरचा उपक्रम होणार आहे हे कळल्यावर आमच्या गावच्या कुणालाच त्यातली गीता-बबिता यांची कामगिरी प्रत्यक्ष डोळ्यांनी पाहण्याची संधी चुकवायची नव्हती. अनेक लोकांनी आमच्याकडे त्यांच्या तिकिटांची व्यवस्था करण्याची मागणी केली. आम्हाला केवळ ३०-३५ तिकिटंच मिळू शकली. बाकीच्या गावकऱ्यांनी आपापली तिकिटं स्वतः काढली. अखेर माझे कुटुंबीय आणि गावकरी असे मिळून सुमारे १०० लोक गावातून नवी दिल्ली येथे स्पर्धेच्या ठिकाणी हजर झाले.''

''कुस्तीचे सामने ज्या आखाड्यात होणार होते, त्याच्या जवळ आम्ही जेव्हा पोहोचलो, तेव्हा आश्चर्यानं थक्क झालो. मी एवढा मोठा कुस्तीचा आखाडा उभ्या आयुष्यात पाहिला नव्हता. तिथं सगळं इतकं नीटनेटकं आणि जिथल्या तिथे होतं. इतकं आखीव, रेखीव आणि सुंदर होतं. अगदी बसण्याच्या जागी प्रवेश करण्यापासून ते स्वतःच्या आसनावर आम्ही जाऊन बसेपर्यंत सर्वत्र शिस्तीचं वातावरण होतं. सुरुवातीला तिथं गेल्यावर मला आणि माझ्या बरोबरच्या गावकऱ्यांना जरासं दडपून गेल्यासारखं झालं. हे सगळं वातावरण आम्हाला नवीन

होतं. पण एकदा सामना सुरू होताच आम्ही त्यात पुरते गुंगून गेलो,'' महावीर सिंगजी म्हणतात.

आखाड्याच्या सभोवताली मांडलेल्या खुर्च्यांच्या रांगा प्रेक्षकांनी भरून गेल्या होत्या. पुढे काय होणार या उत्सुकतेनं लोक श्वास रोधून बसले होते. भारतीय कुस्तीपटूंनी बाजी मारावी आणि पदकं जिंकावी म्हणून सर्व जण मनोमन देवाची प्रार्थना करत होते. या दाटीवाटीनं बसलेल्या, सामना पाहण्यासाठी अधीर होऊन चुळबुळणाऱ्या प्रेक्षकांचं दृश्य महावीर सिंगजींना तसं काही नवीन नव्हतं, पण या इतक्या मोठ्या प्रमाणावर आयोजित करण्यात असलेल्या स्पर्धा त्यांनी आज प्रथमच पाहिल्या होत्या.

''केवळ गीता आणि बबिता यांनीच नव्हे, तर सहभागी होणाऱ्या प्रत्येक भारतीय खेळाडूनं सुवर्णपदक जिंकावं, अशीच आमची सर्वांची इच्छा होती. भारतानं सर्वाधिक पदकं प्राप्त करावीत, असं आम्हाला वाटत होतं. ४८ किलो वजनाच्या गटात अंतिम फेरीत निर्मलाचा पराभव झाल्यावर जमलेल्या प्रेक्षकांमधला प्रत्येक भारतीय दुःखी झाला. तिनं आपल्या प्रतिस्पर्धी महिला कुस्तीपटूशी अत्यंत निकरानं लढा दिला. पण ती कुस्तीपटू ऑलिम्पिक विजेती होती. त्यामुळे निर्मलास रौप्यपदकावर समाधान मानावं लागलं. तिच्या पराभवानंतर गीता काय कामगिरी करून दाखवते याकडे आम्हा सर्वांचे डोळे लागले,'' महावीर सिंगजी जुनी आठवण सांगतात.

अखेर राष्ट्रकुल स्पर्धेतील गीताच्या सामन्याच्या पहिल्या फेरीचा प्रारंभ झाला. तिनं पहिला सामना अगदी सहजपणे जिंकला. या सामन्यात तिनं नॉन ईव्हान्स या वेल्समधून आलेल्या प्रतिस्पर्धी कुस्तीपटूचा लीलया पराभव केला. ही स्पर्धक राष्ट्रकुल स्पर्धांमध्ये कुस्ती, वेटलिफ्टिंग आणि ज्युदो या तीन खेळांमध्ये सहभागी होण्यासाठी आलेली एक आघाडीची खेळाडू होती.

गीता जुन्या आठवणींमध्ये रममाण होत पुढे सांगू लागते, ''पहिला सामना मी अगदी सहजपणे जिंकला आणि माझ्या मनात जिंकण्याची ईर्षा निर्माण झाली. परंतु उपान्त्य फेरीत माझा सामना नायजेरियाच्या

लोव्हिना ओडोही एडवर्ड हिच्याशी होणार होता. ती आमची लढत फार आव्हानात्मक ठरणार होती. एकदा जर आपण हिचा पराभव करू शकलो, तर पुढे जाऊन सुवर्णपदक जिंकण्यापासून आपल्याला कुणीच थांबवू शकणार नाही, अशी माझ्या मनाची खात्रीच होती. परंतु प्रत्यक्ष सामना सुरू झाल्यावर पहिल्या फेरीत मला हार मानावी लागली. माझा निर्धार डळमळीत झाला. मन खट्टू झालं. पण पहिली फेरी संपल्यावर दुसरी फेरी सुरू होण्याआधी थोडासा विश्रांतीचा काळ होता. त्या छोट्याशा काळात मी माझा गमावलेला आत्मविश्वास परत मिळवून पुन्हा नव्या जोमानं लढत देण्यास सिद्ध झाले. पुढच्या दोन्ही फेऱ्यांमध्ये तिला एकसुद्धा गुण मिळवण्याची संधी न देता मी दोन्ही फेऱ्या जिंकले. आता भारताच्या कुस्तीच्या क्षेत्रात नवा इतिहास रचण्याचा क्षण माझ्या अगदी समीप येऊन ठेपला होता.''

महावीर सिंग प्रेक्षागारातील आपल्या खुर्चीत बसून गीताची प्रत्येक हालचाल आणि प्रत्येक डावपेच बारकाईनं न्याहाळत होते. गीताची नजर प्रेक्षकांच्या गर्दीत बसलेल्या आपल्या वडिलांना शोधत होती. आत्ता तिला त्यांच्या आधाराची नितांत गरज होती, ''मी उपान्त्य फेरीतील सामना जिंकू शकले, तो केवळ प्रेक्षकांनी दिलेल्या पाठिंब्यामुळे. खरंतर माझ्या खेळाची सुरुवातच जरा कमकुवत झाली होती. पण त्यांनी तिथं बसून मला प्रचंड पाठिंबा दिला, नवा जोम आणि प्रेरणा दिली, प्रोत्साहन दिलं. ते सर्व समर्थक तिथे उपस्थित नसते, तर या स्पर्धेचा अंतिम निकाल काहीतरी वेगळाच लागला असता. पण माझा सामना चालू असताना मला माझे वडील कुठंच दिसत नव्हते. ते त्या गर्दीत कुठं हरवले होते देव जाणे. माझी नजर सतत त्यांचा शोध घेत होती. पण ते मला दिसतच नव्हते,'' ती जुनी आठवण सांगते.

अंतिम सामन्यात गीता जेव्हा ऑस्ट्रेलियाच्या एमिली बेनस्टेडशी टक्कर देत होती तेव्हा प्रचंड मोठ्या गर्जना करून तिला प्रोत्साहन देणाऱ्या जमावात तिचे वडीलसुद्धा बसले होते. त्या क्षणी त्यांची नजर फक्त गीताची प्रत्येक हालचाल टिपत होती. आजूबाजूला बसलेले

गीताचे चाहते मोठमोठ्या घोषणा देत होते, आरडाओरडा करत होते. तरीही महावीर सिंगजींचं मन जराही विचलित होत नव्हतं. आता हे सुवर्णपदक मिळवण्यासाठी तिनं पुढचा डाव कुठला टाकायला हवा, हे त्यांना अगदी मनोमन माहीत होतं.

सामन्यातील पहिली फेरी तशी अटीतटीची झाली. गीतानं आपल्या प्रतिस्पर्धी कुस्तीपटूवर केवळ एका गुणानं मात केली. दुसऱ्या फेरीत मात्र गीतानं आक्रमक पवित्रा घेतला. गीतानं जेव्हा आपल्या प्रतिस्पर्धी खेळाडूला जमिनीवर लोळवलं, तेव्हा आपल्या मुलीच्या अत्यंत चपळ, आक्रमक खेळाच्या पद्धतीमुळे तिच्या मगरमिठीतून स्वतःची सुटका करून घेणं एमिली बेनस्टेड हिला शक्यच होणार नाही, अशी महावीर सिंगजींची खात्रीच पटली. प्रत्येक वेळी गीतानं प्रतिस्पर्धी महिलेला लोळवल्यावर सर्व प्रेक्षक आपापल्या जागी उठून उभे राहून तिचा जयजयकार करत. अखेर गीतानं अंतिम सामना जिंकून सुवर्णपदक प्राप्त केलं.

"दुसऱ्या दिवशी ५१ किलोच्या गटात फ्रीस्टाईल कुस्तीचा सामना खेळून सुवर्णपदकाकडे पाऊल टाकण्याची बबिताची पाळी होती. गीताच्या सामन्याच्या वेळी जसं वातावरण भारलेलं होतं, तसंच ते आत्ताही होतं. आदल्याच दिवशी गीतानं आखाडा गाजवून नेत्रदीपक यश मिळवलेलं आम्ही पाहिलेलंच होतं. आता बबितासुद्धा असंच सुवर्णपदक प्राप्त करून दाखवेल, अशी आम्हाला आशा वाटत होती. दुसऱ्या फेरीत तिनं प्रतिस्पर्धी कुस्तीपटूपेक्षा एक गुण जास्त मिळवला होता. पण शेवटच्या क्षणी तिनं एक डावपेच असा काही टाकला, की त्यात ती स्वतःच अडकली. त्या फेरीत तिला हार पत्करावी लागली. कदाचित कुणीतरी दोघींच्या गुणातील फरकांकडे तिचं लक्ष वेधण्याचा प्रयत्न करण्यासाठी काहीतरी खूण केली असेल. तिचा त्यामुळे गैरसमज झाला असेल, आपली माघार होत असल्याचं तिला वाटलं असेल," महावीरजी म्हणतात, "अंतिम फेरी संपल्यावर ती खूप रडली. शेवटी नशिबानं तिला साथ दिली नाही."

२०१४मध्ये ग्लासगो येथे परत एकदा राष्ट्रकुल स्पर्धा भरवण्यात

आल्या. या वेळी बबिता ५५ किलोच्या गटात सहभागी झाली होती. तिनं गेल्या खेपेचं अपयश धुऊन काढत या स्पर्धेत सुवर्णपदक पटकावलं. अशा प्रकारे राष्ट्रकुल स्पर्धांमध्ये लागोपाठ दोन पदकं जिंकणारी ती पहिली भारतीय महिला ठरली. परंतु त्या वर्षी गीताच्या गुडघ्याला दुखापत झाल्यामुळे तिच्या पायाची शस्त्रक्रिया झाली होती. राष्ट्रकुल स्पर्धेला थोडेच दिवस राहिलेले असताना हे घडल्यामुळे तिचा भारतीय संघात समावेश होऊ शकला नव्हता.

परंतु तरीही भारतीय संघात दोन फोगाट भगिनी होत्याच. महावीर सिंग यांचे बंधू कै. राजपाल सिंग यांची मुलगी विनेश ही त्या वर्षी प्रथमच राष्ट्रकुल स्पर्धेत सहभागी झाली. त्याच वर्षी तिनं ४८ किलोच्या गटात सुवर्णपदक पटकावून स्वतःच्या नावाचा ठसा उमटवला. फोगाट घराण्याच्या मुलींनी मिळवलेल्या पदकांमध्ये आणखी एका पदकाची भर पडली.

"मी ग्लासगो इथं जरी सुवर्णपदक जिंकलं असलं, तरीसुद्धा दिल्ली येथील स्पर्धेत ते मला मिळवता आलं नसल्याची खंत अजूनही माझ्या मनात आहे. आपल्या घरच्या, गावच्या, देशाच्या लोकांसमोर सुवर्णपदक जिंकण्याचा आनंद काही वेगळाच असतो. तेच पदक परदेशात जाऊन मिळवणं वेगळं. खरंतर दिल्लीच्या स्पर्धेच्या आधी मला उत्कृष्ट ट्रेनिंग मिळालेलं होतं आणि मला या स्पर्धेत पहिलं स्थान मिळण्याची खात्री होती. पण ते त्या वेळी माझ्या नशिबात नव्हतं," बबिता सांगते.

"त्या वेळी दिल्लीची स्पर्धा पाहण्यासाठी अनेक गावकऱ्यांना बरोबर घेऊन पपा दिल्लीला आले होते. त्या सर्वांच्या समोर हार पत्करावी लागली, याचा माझ्या मनावर खूप ताण आला. अंतिम सामना मी जेव्हा हरले, तेव्हा ते मला काही बोलले नाहीत; परंतु केवळ रौप्यपदकावर समाधान मानणं त्यांना मुळीच मान्य नाही याची आम्हाला कल्पना आहे. आम्हाला अगदी लहानपणी जेव्हा त्यांनी ट्रेनिंग देण्यास सुरुवात केली, तेव्हापासून त्यांनी एक गोष्ट आम्हाला अनेकदा सांगितली होती, 'तुम्ही सुवर्णपदकच जिंकायला हवं. त्यापेक्षा

खालचं काहीही चालणार नाही.' अर्थात ते स्वतः एक खेळाडू आहेत. जय आणि पराजय हा स्पर्धेत भाग घेणाऱ्या प्रत्येक खेळाडूच्या आयुष्याचा अविभाज्य भाग असतो, याची त्यांना कल्पना आहे. त्यामुळे आम्ही पायात मोजे चढवून पुढच्या स्पर्धेत भाग घेण्याच्या तयारीला लागलो,'' बबिता म्हणते.

यशोकीर्ती

२०१० सालच्या राष्ट्रकुल स्पर्धांनंतर फोगाट भगिनींचं आयुष्यच बदलून गेलं. विशेषतः गीता आणि बबिता यांचं. एका रात्रीत त्या दोघी 'स्टार' झाल्या. या विजयानंतर त्या दोघींच्या नावाची कीर्ती फक्त यांच्या गावापुरतीच न राहता आजूबाजूच्या परिसरातही पसरली. इतकंच नव्हे, तर देशभरात त्यांचं नाव ज्याच्या-त्याच्या तोंडी झालं. देशातील स्त्रियांच्या सबलीकरणाच्या चळवळीसाठी गीता आणि बबिता आदर्श बनल्या. त्यांचे परिश्रम आणि त्यांच्या संघर्षाच्या गाथा लोकांपर्यंत पोहोचल्या. आजपर्यंत अनेक स्त्री क्रीडापटूंनी, त्याचप्रमाणे स्त्री कुस्तीपटूंनी आंतरराष्ट्रीय पातळीवर यश प्राप्त केलेलं होतं; परंतु फोगाट कुटुंबाची कथा फार विलक्षण होती- एका वडिलांनी आपल्या मुलींना आणि पुतण्यांना आंतरराष्ट्रीय पातळीवरचं विजेतेपद मिळवण्यास पात्र बनवण्यासाठी जो काही संघर्ष केला, अगणित संकटांचा सामना केला, ते ऐकून लोकांचं मन द्रवलं. या कहाणीनं जणू त्यांच्या काळजाला स्पर्श केला. या कहाणीमुळे प्रसारमाध्यमांचं लक्ष फोगाट कुटुंबीयांकडे वेधलं गेलं. केवळ राष्ट्रीयच नव्हे, तर आंतरराष्ट्रीय माध्यमांचासुद्धा यात समावेश होता. त्यामुळे फोगाट घराण्याचं नाव जगाच्या नकाशावर जाऊन पोचलं.

भारतातील कुस्ती या क्रीडाप्रकाराची मशाल आता फोगाट भगिनींच्या हाती होती. या राष्ट्रकुल स्पर्धांच्या निमित्ताने स्त्रियांच्या कुस्तीला नव्याने मानसन्मान प्राप्त झाला. हे असं होण्याची फार आवश्यकता होती. मास्टर चंदगी राम यांनी ९०च्या दशकाच्या मध्यावर कधीतरी आपल्या

देशाला महिला कुस्तीचा परिचय करून दिला. त्यांनी आपल्या मुली दीपिका आणि सोनिका कालिरामन यांना कुस्तीचं शास्त्रशुद्ध प्रशिक्षण दिलं. १९९८मध्ये पहिल्या सीनियर विमेन्स नॅशनल चँपियनशिपचं आयोजन करण्यात आलं. परंतु फोगाट भगिनींनी आंतरराष्ट्रीय पातळीवर भरघोस यश मिळवेपर्यंत महिला कुस्ती हा प्रकार आपल्या देशात सर्वमान्य झालेला नव्हता.

"आजपर्यंत आपल्या देशातील महिलांनी आंतरराष्ट्रीय पातळीवर पदकं प्राप्त केलीच नव्हती, अशातला भाग नाही. परंतु राष्ट्रकुल स्पर्धेत सुवर्णपदक प्राप्त करण्याला विशेष महत्त्व होतं," गीता सांगते. प्रत्येक वेळी या फोगाट भगिनी परदेशातून पदकं मिळवून आपल्या गावी परत यायच्या, त्या वेळी गावात मोठ्या धूमधडाक्यात त्यांचं स्वागत व्हायचं. परंतु राष्ट्रकुल स्पर्धांमधील फोगाट भगिनींच्या विजयानंतर जेव्हा महावीर सिंग फोगाट आपल्या मुलींना घेऊन घराकडे येत होते तेव्हा त्यांच्या बलाली गावापासून तब्बल १७ किलोमीटर दूर असलेल्या चरखी दादरी येथील चौकात लोक त्यांच्या स्वागतासाठी तिष्ठत थांबले होते. ते जेव्हा बलाली गावात पोचले, तेव्हा तर शेकडो लोक मिरवणुकीत सामील झाले होते. त्यांच्या गावामध्ये याआधी कधीही इतक्या मोठ्या प्रमाणात कुणाचंही स्वागत झालेलं नव्हतं.

"राष्ट्रकुल स्पर्धेचं सुवर्णपदक इतक्या मोठ्या जनसमुदायासमोर, के.डी. जाधव स्टेडियममधील व्यासपीठावर उभं राहून स्वीकारतानासुद्धा माझा हा विजय किती महत्त्वाचा आहे, याची कल्पना मला आली नव्हती. पण आमच्या बलाली गावात पोहोचल्यावर त्याचं महत्त्व माझ्या लक्षात आलं," गीता म्हणते.

हरियाणातील ग्रामीण भागात अजूनही जातिभेद आणि लिंगभेद अस्तित्वात आहे. परंतु राष्ट्रकुल स्पर्धेत विजय प्राप्त केलेल्या महिलेचा आदर करण्यासाठी गावच्या सर्व जाती-धर्मांचे, सर्व वयोगटांतील लोक गावच्या वेशीपाशी जमा झाले होते. एका मुलीने अक्षरशः एका रात्रीत त्यांच्या गावाचं नाव जगाच्या नकाशावर अधोरेखित करून ठेवलं होतं. त्या मुलीविषयी त्यांना कौतुक वाटत होतं, आदर वाटत होता.

"माझ्या आयुष्यातला तो एक फार मोठा क्षण होता," महावीर सिंग अभिमानानं सांगतात, "मी तर त्या वेळी खरोखर अवाक झालो होतो. आमच्या स्वागतासाठी जो काही जनसमुदाय समोर उभा होता, तो पाहून माझ्या तोंडचे शब्दच हरपले होते. आजसुद्धा तो क्षण माझ्या मनात कोरलेला आहे. तो अनुभवच इतका विलक्षण होता, की त्याचं वर्णन करण्यासाठी शब्द अपुरे पडतील. तो अनुभव स्वतःच घ्यायला हवा. राष्ट्रकुल स्पर्धेपूर्वी गीता आणि बबिता यांना लोक माझ्या मुली म्हणून ओळखत. पण राष्ट्रकुल स्पर्धेनंतर लोक मला फोगाट भगिनींचा पिता म्हणून ओळखू लागले. जणू काही देवानेच माझ्यावर हा कृपेचा वर्षाव केला होता."

नंतरच्या काही दिवसांत फोगाट भगिनींच्या सन्मानाप्रीत्यर्थ हरियाणामधील खेड्यापाड्यांमध्ये, त्याचप्रमाणे देशातील इतर राज्यांमध्ये समारंभ आयोजित करण्यात आले. गावच्या खाप पंचायती खरंतर त्यांच्या जातीयवादी, कर्मठ विचारसरणीबद्दल प्रसिद्ध आहेत; पण त्या पंचायतींनीसुद्धा पुढे येऊन फोगाट भगिनींचा सन्मान केला. बलाली गावात तसंच आजूबाजूच्या खेड्यांमध्ये संगवान गोत्राच्या लोकांचं प्राबल्य आहे. यामध्ये चरखी दादरी परिसरातील ४४ खेड्यांचा समावेश होतो. या सर्व गावांनी एकत्र येऊन बलालीच्या जवळच्या संगूधाम नामक धार्मिक स्थळी गीता आणि बबिता यांच्या सन्मानार्थ एक मोठा सोहळा आयोजित केला. या प्रसंगी हजारो लोकांनी उपस्थिती लावली. गीता आणि बबिता या दोघींना हनुमानाचं अस्त्र असलेली गदा भेट देण्यात आली. गदा हे कुस्तीपटूंच्या अभिमानाचं आणि सन्मानाचं प्रतीक आहे. दादरी परिसरातील १९ गावांमध्ये फोगाट घराण्यातील लोक राहतात. त्यांनीसुद्धा एकत्र येऊन आपल्या कुळाच्या या लेकींचा बहुमान करण्यासाठी कौतुकसोहळा आयोजित केला.

गीता आणि बबिता यांच्या सन्मानार्थ जे जे सोहळे आयोजित करण्यात आले होते, ते गीताला अजूनही स्पष्टपणे आठवतात, "प्रत्येकानं आमच्या सन्मानासाठी समारंभ आयोजित करताना अपार मेहनत घेतली. माझे वडील राजकारणात सक्रिय असल्यामुळे अनेक

ग्रामपंचायतींनी आम्हाला निमंत्रण दिलं. आम्हीसुद्धा आमच्यासाठी आयोजित करण्यात आलेल्या प्रत्येक समारंभाला आवर्जून उपस्थित राहिलो. जर एखाद्या दिवशी एकापेक्षा जास्त समारंभांना निमंत्रण आलं, तर आम्ही आमच्या वेळापत्रकात आवश्यक ते बदल घडवून तारखा पुढे मागे करूनसुद्धा त्या ठिकाणी उपस्थित राहत असू.''

गीता आणि बबिता यांच्या विजयामुळे एक अत्यंत महत्त्वपूर्ण बदल घडून आला. "देशाच्या मागासलेल्या, ग्रामीण, अविकसित भागात राहत असलेल्या मुलींच्या आई-वडिलांना आमच्या यशामुळे प्रेरणा मिळाली. त्यांनी आपल्या मुलींना खेळात प्रगती करण्यासाठी प्रोत्साहन देण्यास सुरुवात केली. बलालीपासून दूर असणाऱ्या खेड्यापाड्यांमधून आणि जिल्ह्याच्या ठिकाणांहून प्रवास करून लोक मुद्दाम बलालीला माझ्या वडिलांची भेट घेण्यासाठी येऊ लागले. आपल्या मुलींनी क्रीडा क्षेत्रात नाव कमवावं, यासाठी नेमकं काय केलं पाहिजे, असा सल्ला ते माझ्या वडिलांना विचारू लागले. मुली या मुलांपेक्षा कमजोर असतात, त्यांना क्रीडा क्षेत्रात काहीच भविष्य नाही, अशासारखे जे गैरसमज समाजात पसरलेले होते, ते दूर होण्यास आमच्या या विजयामुळे मोठी मदत झाली. स्त्रियांना आपल्या समाजात जी दुय्यम दर्जाची वागणूक देण्यात येत होती, त्यात बदल घडून आला आणि हे काम करण्यात आमची अप्रत्यक्षपणे मदत झाली याचा मला फार आनंद वाटतो. आता मुली केवळ प्रेक्षक म्हणून मागे न राहता प्रकाशात आल्या आहेत, त्यांनी स्वतःचं एक स्थान निर्माण केलेलं आहे,'' गीता अभिमानानं सांगते.

आपल्या मुलींना अचानक इतकं मोठं यश प्राप्त झाल्यानंतरसुद्धा त्यांच्या वडिलांनी त्यांना ट्रेनिंग देणं थांबवलेलं नाही. "अगदी त्या दिवसांमध्ये, विजय प्राप्त केल्यानंतर लगेचच्या काळातसुद्धा, आमची काही ट्रेनिंगपासून सुटका नव्हती. २०००मध्ये पहिल्यांदा आम्हाला कुस्ती या खेळाची ओळख करून देण्यात आली. तेव्हापासून भल्या पहाटे ट्रेनिंगनंच आमच्या दिवसाची सुरुवात होते. राष्ट्रकुल स्पर्धा संपल्यानंतर पुन्हा आमचा हाच दिनक्रम सुरू झाला. आमच्यासाठी

कितीही कौतुक सोहळे आयोजित करण्यात आले असले, तरीही त्या प्रत्येक सोहळ्याला उपस्थित राहून घरी परत आल्यावर आम्हाला मॅटवर कुस्तीचा सराव करावाच लागे," गीता सांगते.

राष्ट्रकुल स्पर्धेच्या यशानंतर अत्यंत अनपेक्षित घटना घडू लागल्या. संपूर्ण देशभरात घरोघरी, जेवता-खाताना लोक या भगिनींची यशोगाथा एकमेकांना सांगू लागले. एक दिवस अचानक बॉलीवूडचे नामवंत दिग्दर्शक नितेश तिवारी गीताला भेटण्यासाठी पतियाळा इथं दाखल झाले.

"२०११मध्ये पतियाळा येथे भरवण्यात आलेल्या नॅशनल कँपमध्ये भाग घेण्यासाठी गेले असताना नितेश तिवारी मला भेटायला आले. आमच्या जीवनावर आधारित एक चित्रपट बनवण्याची त्यांची इच्छा असल्याचं त्यांनी मला सांगितलं. ते ऐकून क्षणभर मी आश्चर्यानं थक्क झाले. काय बोलावं तेच मला कळेना. खरंच आमच्या जीवनावर एखादा चित्रपट बनवण्याएवढी आमची कहाणी स्फूर्तिदायक असेल का, असा मला प्रश्न पडला. काही क्षणांतच मी त्या धक्क्यातून सावरले आणि त्यांच्या प्रस्तावाला होकार दिला. मला वाटतं त्याच सुमारास कधीतरी आम्हाला 'सत्यमेव जयते' या टीव्ही शोकडून फोन आला. परंतु त्या वेळी काही कारणानं त्या शोचं काही जमलं नाही. नंतर पुढे २०१४-१५ सालात जेव्हा हा शो परत सुरू झाला, तेव्हा त्यात आम्हाला पुन्हा निमंत्रण आलं आणि आम्ही ते स्वीकारलं. २०११मध्ये आम्ही ज्या चित्रपटाबद्दल बोलणी केली होती तो २०१५मध्ये प्रत्यक्षात उतरण्याची वेळ आली. अखेर लवकरच आमची कहाणी रुपेरी पडद्यावर पाहायला मिळेल. आमच्या पपांची भूमिका आमीर खान करणार आहेत," गीता उत्साहानं, आनंदानं सांगते.

या स्पर्धांमुळे फोगाट भगिनींना बरीच रोख बक्षिसंसुद्धा मिळाली. त्यामुळे त्यांना आर्थिक स्वातंत्र्य प्राप्त झालं. त्याचबरोबर त्यांच्या कुटुंबाची आर्थिक व सामाजिक पातळीसुद्धा उंचावली. राष्ट्रकुल स्पर्धा

आणि त्यानंतरचे मानसन्मान या सर्वांचा एकत्रित विचार करता फोगाट भगिनींना एकूण सव्वा कोटी रुपयांची बक्षिसं मिळाली. त्यानंतर किंचितही विचलित न होता, या मुलींनी ती सर्व रक्कम आपल्या पित्याच्या हाती सोपवली. महावीर सिंग यांनी त्यातूनच आपल्या घराच्या समोरच कुस्तीचा एक सुसज्ज हॉल बांधला. त्यासाठी त्यांना सुमारे ३० लाख रुपये खर्च आला. यामध्ये आंतरराष्ट्रीय स्टँडर्डच्या मॅट्स आणि सुसज्ज, अत्याधुनिक जिम आहे.

"पूर्वी आम्ही मोकळ्यावर आखाड्यात कुस्तीचा सराव करत होतो. आर्थिक अडचणींमुळे चांगल्या दर्जाच्या मॅट्स आम्हाला सरावासाठी उपलब्ध नव्हत्या. आमच्या कॉलेजनं दिलेल्या मॅट्स आम्ही वापरत होतो," बबिता सांगते, "आम्हाला बक्षीस म्हणून एवढी रक्कम मिळाल्यानंतर आम्ही उघड्यावरच्या आखाड्याच्या जागी सुसज्ज हॉल बांधला, त्यात अत्याधुनिक सामग्रीनं सज्ज अशी जिमसुद्धा बनवली."

बलाली आणि भोवतालच्या परिसरातील कोणत्याही गावात आखाडा नव्हता. गेली कित्येक वर्षं आपल्या गावात कुस्तीसाठी सुसज्ज हॉल बनवण्याचं महावीर सिंगजींचं स्वप्न होतं. या खेळात ज्या कुणाला रस असेल त्याला हा हॉल सरावासाठी वापरता आला पाहिजे, असं त्यांना वाटे. शिवाय उघड्यावर कुस्तीचा सराव करताना अनेक अडचणी येत. मुख्य अडचण हवामानाची असे. पावसाळ्यामध्ये मॅट्सचं नुकसान होत असे. हिवाळ्यात लवकर अंधार होत असल्यामुळे संध्याकाळच्या ट्रेनिंगला वेळ अपुरा पडत असे.

"कित्येक वर्षांपासून कुस्तीसाठी एक हॉल बांधण्याचं माझं स्वप्न होतं. राष्ट्रकुल स्पर्धेतील बक्षिसं आणि त्यानंतर जनतेकडून रोख रकमेच्या रूपानं आलेले पुरस्कार यांमधून जी मोठी रक्कम जमा झाली, त्यातील काही रकमेचा वापर करून आम्ही हा हॉल बनवला. थोड्याच दिवसांत आमच्या आउटडोअर आखाड्याचं इनडोअर आखाड्यात परिवर्तन झालं. आमच्या मुलींबरोबरच आमच्या गावच्या, तसंच आजूबाजूच्या खेड्यांमधल्या मुलांच्या ट्रेनिंगसाठी हा हॉल उपलब्ध झाला. या ठिकाणी सराव करण्यासाठी येणाऱ्या प्रत्येकाला इथं मोफत

प्रवेश आहे. अट फक्त एकच आहे, सराव करणाऱ्या प्रत्येकानं येथील नियमांचं पालन केलं पाहिजे. सरावाला अनुपस्थित राहणं किंवा नेमून दिलेली वेळ न पाळणं, इथं अजिबात खपवून घेतलं जात नाही,'' कडक शिस्तीचे महावीर सिंग सांगतात.

या पैशांच्या वर्षावानंतर फोगाट कुटुंबाच्या राहणीमानातही आमूलाग्र बदल घडून आला. पूर्वी ज्या मुली मोडकळीला आलेल्या बसमधून प्रवास करत होत्या, त्यांच्या सुविधेसाठी मारुती एसएक्सफोर ही गाडी आली. उंची ब्रँडचे कपडे खरेदी करणं मुलींना आता शक्य झालं.

पूर्वी जेव्हा या मुली एसटी बसनं प्रवास करत, तेव्हाची एक गमतीदार गोष्ट बबिता सांगते. २००९ सालची गोष्ट आहे. त्या वर्षीचा महिला खेळाडूंसाठी आयोजित करण्यात आलेला नॅशनल कँप संपल्यावर बबिता आपल्या गावी परत येण्यासाठी पतियाळाहून निघाली. तिचे वडील चरखी दादरी येथील बस स्थानकावर तिची वाट बघत थांबले होते. परंतु बबिता चुकीच्या बसमध्ये चढली. ती बस चरखी दादरीऐवजी उत्तर प्रदेशातील एका वेगळ्याच दादरीला जायला निघाली होती. बबिता जेव्हा ठरलेल्या वेळी बसमधून येऊन पोचली नाही, तेव्हा नेमकं काय घडलं असावं, याचा त्यांना अंदाज आला. मग त्यांनी त्या बस रूटवरील एका महत्त्वाच्या स्थानकाजवळ, म्हणजे यमुनानगरपाशी राहत असलेल्या आपल्या नातेवाइकाशी संपर्क साधला.

बबिता हसून त्या प्रसंगाविषयी सांगते, ''ही बस दादरीला जाते ना, असं मी त्या बस कंडक्टरला विचारलं होतं. त्यानंही मान हलवून होकार दिला होता. त्या दिवशी सकाळी आमचं इतकं कडक ट्रेनिंग झालं होतं, की मी फार थकले होते. बस सुरू होताच मी झोपून गेले. बस जेव्हा यमुनानगरच्या बसस्थानकावर जाऊन थांबली, तेव्हा मला जाग आली आणि आपण भलत्याच बसमध्ये चढल्याचं माझ्या लक्षात आलं. पण तेव्हा माझ्याकडे मोबाईल फोन नसल्यामुळे पपांशी संपर्क साधणं शक्य नव्हतं. नशिबानं पपांनी आधीच यमुनानगरमध्ये राहणाऱ्या आमच्या एका नातेवाईकांशी संपर्क साधला होता. ते मला यमुनानगर बसस्थानकावर न्यायला आले होते.''

आता फोगाट भगिनींच्या बाबतीत असा काही गोंधळ होण्याची शक्यता नाही. राष्ट्रकुल स्पर्धेतील यशानंतर हे जुने दिवस पालटले आहेत.

"पहिल्या दिवसापासून प्रत्येक बाबतीत आमचे वडील सतत आमच्या पाठीशी उभे राहिले आहेत. आमच्यासाठी त्यांना जे जे करणं शक्य होतं, ते त्यांनी नेहमीच केलं. पण आता या राष्ट्रकुल स्पर्धेनंतर आमच्या आयुष्यात आणखी मोठा बदल झाला. तो म्हणजे आमच्या प्रवासासाठी गाड्या," गीता हसून सांगते.

आता जरी लखनौसारख्या शहरात ट्रेनिंग कँपला जाण्याची वेळ आली तरी गीता, बबिता किंवा घरच्या इतर मुलींना तिकडे जाण्यासाठी घरची गाडी असते.

भविष्याचा वेध

गीता ही फोगाट भगिनींमधली पहिली तर आहेच, पण तिच्या बाबतीत अशा पहिल्यांदाच घडलेल्या अनेक गोष्टीसुद्धा आहेत. २०१०मध्ये ती राष्ट्रकुल स्पर्धेत कुस्तीच्या खेळात सुवर्णपदक पटकावणारी पहिली भारतीय महिला ठरली. त्यानंतर दोन वर्षांनी, म्हणजे २०१२ सालच्या एप्रिल महिन्यात तिने भारतीय महिला कुस्तीच्या क्षेत्रात आणखी एक नवा इतिहास घडवला. युनायटेड वर्ल्ड रेसलिंगतर्फे घेण्यात आलेल्या स्पर्धेत तिने सुवर्णपदक प्राप्त करून लंडन ऑलिम्पिक्स स्पर्धेतील आपलं स्थान नक्की केलं. कझाकिस्तान येथील अलमॅटी येथे ही एशिया कॉंटिनेंटल चॅंपियनशिप स्पर्धा घेण्यात आली होती. या यशामुळे ऑलिम्पिक्स स्पर्धेत सहभागी होणारी ती देशातील पहिली महिला कुस्तीपटू बनली.

२०००मध्ये जेव्हा महावीर सिंग फोगाट यांनी आपल्या घरच्या मुलामुलींना कुस्ती या खेळाचा परिचय करून दिला, तेव्हा आपल्या घरातून एकतरी ऑलिम्पिक्स विजेता निर्माण झालाच पाहिजे, अशी जिद्द त्यांनी मनाशी बाळगली होती. २००४मध्ये ऑलिम्पिक्स स्पर्धेत महिला कुस्तीचा समावेश करण्यात आला. परंतु २००४मध्ये तसंच त्यानंतर २००८मध्ये भरवण्यात आलेल्या ऑलिम्पिक्समध्ये भारताकडून एकाही महिला कुस्तीपटूचा सहभाग नव्हता. २०१२ सालच्या ऑलिम्पिक्स स्पर्धेत गीताचा सहभाग जेव्हा निश्चित झाला, तेव्हा भारतात महिला कुस्तीच्या क्षेत्रात एक नवीन पान उलटण्यात आलं.

याउलट १९२०मध्ये ऑलिम्पिक्स स्पर्धेला सुरुवात झाल्यापासून

आजपर्यंत भारतातून पुरुष मल्ल या स्पर्धेत सहभाग घेत आहेत. (अपवाद फक्त १९२४ ते १९३२ या कालावधीत झालेल्या तीन एडिशन्सचा). १९५२मध्ये स्वतंत्र भारताचं पहिलं ऑलिम्पिक्स पदक के.डी. ऊर्फ खाशाबा जाधव या कुस्तीपटूनं मिळवलं. ५२ किलोच्या गटामध्ये वैयक्तिक कांस्यपदक त्यांना प्राप्त झालं. २००८मध्ये बीजिंग ऑलिम्पिक्स स्पर्धेत ६६ किलो गटामध्ये सुशील कुमार यांना कांस्यपदक प्राप्त झालं. त्यामुळेच आता लंडन येथे होणाऱ्या ऑलिम्पिक्स स्पर्धेत भारतीय मल्लांकडूनही खूप मोठ्या अपेक्षा होत्या. २०११ सालच्या वर्ल्ड रेसलिंग चॅंपियनशिपमध्ये गीतानं जी कामगिरी करून दाखवली होती, त्यामुळे सर्वांचं लक्ष तिच्याकडे लागून राहिलं होतं. गीता या लंडन ऑलिम्पिक्समध्ये नक्कीच काहीतरी नेत्रदीपक काम करून दाखवील असं महावीर सिंग यांना वाटत होतं.

"२०११च्या वर्ल्ड चॅंपियनशिपमध्ये मला जरी पदक मिळालं नसलं, तरी माझा खेळ उत्तम होता आणि मला सातवं मानांकन मिळालं होतं. पहिल्याच फेरीत मी २००८मध्ये बीजिंग ऑलिम्पिक्समध्ये पदक जिंकलेल्या स्पर्धकाला हरवल्यामुळे कुस्ती या खेळाच्या चाहत्यांना आणि निरीक्षकांना लंडन ऑलिम्पिक्समध्ये माझ्याकडून बऱ्याच अपेक्षा होत्या," गीता सांगते, "परंतु त्या अपेक्षा मी पूर्ण करू शकले नाही. पुढच्या सामन्याच्या पहिल्या फेरीत तोन्या व्हर्बिक या माझ्या केनेडियन कुस्तीपटू प्रतिस्पर्धी महिलेनं मला हरवलं. पुढे सुवर्णपदकही तिलाच प्राप्त झालं. ऑलिम्पिक्स स्पर्धेत खेळण्याची माझी ती पहिलीच वेळ असल्यामुळे माझ्या मनावर त्याचा अतिरिक्त ताण होता," गीता विषादानं सांगते.

"मी लंडनमध्ये बसले असताना मला माझ्या वडिलांची खूप आठवण येत होती. ते घरी टीव्हीसमोर बसून असतील. माझ्या पराभवामुळे ते फार निराश झाले असतील, असं मला वाटत होतं. आपल्या एकातरी मुलीनं ऑलिम्पिक्स स्पर्धेतून पदक जिंकून आणावं, ही इच्छा त्यांनी गेली कित्येक वर्षं उराशी बाळगली होती. माझी ऑलिम्पिक्स स्पर्धेसाठी जेव्हा निवड झाली, तेव्हा त्यांच्या आशा

उंचावल्या होत्या.''

त्या वेळी गीता २४ वर्षांची होती. त्या काळी हरियाणा राज्यातील प्रथा विचारात घेता, तिचं लग्नाचं वयसुद्धा उलटून गेलेलं होतं. आता लवकरात लवकर तिचं लग्न उरकून टाकण्याचा तिच्या कुटुंबीयांवरचा ताण वाढतच चालला होता. परंतु लंडनमध्ये तिला पराभव पत्करावा लागल्यामुळे तिचे वडील महावीर सिंगजी इतके अस्वस्थ झाले, की तिचं लग्न जमवण्याचे तिच्या घरी शिजत असलेले सगळे बेत त्यांनी हाणून पाडले. २०१६मध्ये रिओ येथे भरवण्यात येणाऱ्या ऑलिम्पिक्स स्पर्धांपर्यंत तिच्या लग्नाचा मुळीच विचार करायचा नाही, असा निर्णय त्यांनी घेऊन टाकला. ''लग्न थांबू शकतं, ऑलिम्पिक्स नाही,'' असं त्यांनी घोषित करून टाकलं.

राष्ट्रकुल स्पर्धांमध्ये महिला कुस्तीच्या क्षेत्रात सुवर्णपदक प्राप्त करणारी पहिली भारतीय महिला, तसंच ऑलिम्पिक्स स्पर्धेत सहभागी होणारी पहिली भारतीय कुस्तीपटू म्हणून २०१२मध्ये गीताला देशातील क्रीडा क्षेत्रात सर्वोच्च समजला जाणारा 'अर्जुन पुरस्कार' प्रदान करण्यात आला. पण तरीही ऑलिम्पिक्स स्पर्धेतील तिच्या अपयशाबद्दलची महावीर सिंग यांच्या मनातली नाराजी काही कमी झाली नाही.

''लंडनहून परत आल्यावर मी माझ्या ट्रेनिंगला पुन्हा सुरुवात केली; कारण त्यानंतर काही दिवसांतच विश्व विजेतेपदाच्या स्पर्धा होणार होत्या,'' गीता सांगते. ''लंडनमध्ये जे काही घडलं, त्याबद्दल त्या वेळी पपा जरी काही बोलले नसले, तरी त्यांची नाराजी मला कळलीच होती. त्यानंतर पुढे कधीतरी त्यांनी त्यांच्या भावना शब्दांत व्यक्तसुद्धा केल्या. लंडनच्या ऑलिम्पिक्स स्पर्धेत भाग घेण्यासाठी पुरेशी तयारी मी केलेलीच नव्हती, असं त्यांचं स्पष्ट मत होतं.'' तुम्ही जितकी जास्त मेहनत कराल, तितका तुमचा खेळ जास्त सुधारतो, असं महावीर सिंगजींचं स्पष्टच मत होतं. गीतानं पुरेसा वेळ मेहनत न केल्यामुळेच तिचा ऑलिम्पिक्समधला खेळ निष्प्रभ ठरला, असंच त्यांना वाटत होतं.

''पण आता त्या बाबतीत काहीच करणं शक्य नव्हतं. मग

लवकरच कॅनडामध्ये होत असलेल्या विश्व विजेतेपदाच्या स्पर्धेवर आम्ही लक्ष केंद्रित केलं. नशिबानं या स्पर्धेत आम्ही आमच्या वडिलांना निराश केलं नाही,'' या स्पर्धेत गीता आणि बबिता या दोघींनी कांस्यपदकं मिळवली. अशा प्रकारे एकाच वेळी या स्पर्धेच्या ठिकाणी आपापल्या गटात पदकं प्राप्त करणाऱ्या त्या पहिल्याच भारतीय भगिनी होत्या. ''ही वर्ल्ड चँपियनशिपची स्पर्धा प्रचंड मोठ्या प्रमाणावर आयोजित करण्यात आली होती. या स्पर्धेत पदकं जिंकून संपूर्ण जगासमोर व्यासपीठावर उभं राहून त्या सन्मानाचा स्वीकार करणं, ही मोठीच गोष्ट होती. त्यामुळेच मी माझा गमावलेला आत्मविश्वास परत मिळवला,'' गीता म्हणते.

कॅनडा येथील सामन्याला सुरुवात झाल्यावर पहिल्या फेरीत गीतानं रशियाच्या मारिया गुरोव्हावर तीन विरुद्ध एक गुणांनी मात केली. तिचा पुढचा सामना जपानच्या साओरी योशिडाशी होता. या साओरीनं आजवर अनेक मोठमोठ्या स्पर्धांमध्ये पदकं जिंकलेली होती. त्यामुळे गीताला पाच विरुद्ध शून्य गुणांनी हार पत्करावी लागली. जपानी स्पर्धक योशिडा हिची सुवर्णपदक जिंकण्याच्या दिशेनं जोरदार वाटचाल सुरू झाली. परंतु गीताला एका खास नियमाआधारे (याला repêchage round* असे म्हणतात.) कांस्यपदकासाठी लढत देण्याची संधी देण्यात आली. या लढतीमध्ये पहिल्याच फेरीत तिनं कझाकिस्तानच्या अकझिया दॉटबेयेव्हा हिचा तीन विरुद्ध एक असा पराभव करून बाजी मारली आणि पुढे युक्रेनच्या नटाल्या सिनीशिन हिच्याशी लढत देऊन कांस्यपदक प्राप्त केलं.

बबितानं पहिल्या सामन्यात तैपेई येथून आलेल्या सिंग ज्यू चिऊ हिला हरवलं आणि पुढील सामन्यात जपानच्या रिसाको कावाई हिला हरवलं. (पुढे रिओ येथे २०१६मध्ये झालेल्या ऑलिम्पिक्स स्पर्धेत याच रिसाकोनं सुवर्णपदक प्राप्त केलं.) यापुढील सामन्यांमध्ये मात्र

---

* अंतिम फेरीमध्ये पात्र ठरण्यासाठी एखाद्या खेळाडूला फारच थोडे गुण कमी पडले असतील तर त्याला या नियमाद्वारे आणखी एक संधी देण्यात येते.

बबिता टिकू शकली नाही आणि उपान्त्य सामन्यात तिला कॅनडाच्या जेसिका ॲना मारी मॅकडोनल्ड हिच्याविरुद्ध हार पत्करावी लागली. पुन्हा एकदा repêchage round मध्ये विशेष नियमाआधारे तिला कांस्यपदक जिंकण्यासाठी खेळण्याची संधी मिळाली. या सामन्यात रशियाच्या विश्वविजेत्या झमीरा रखमानोव्हा या महिलेवर मात करून बबितानं कांस्यपदक प्राप्त केलं.

गेली कित्येक वर्षं या मुलींनी अत्यंत कठोर मेहनत केली होती व कठीण ट्रेनिंग घेतलं होतं. त्यामुळे त्या कुस्तीसाठी मजबूत झाल्या होत्या. "या मुलींनी भारतामध्ये कुस्ती या खेळाचा पोतच बदलून टाकला आहे. फोगाट भगिनींनी आपल्या नेत्रदीपक कामगिरीमुळे या खेळाचे मापदंड फार उंचीवर नेऊन ठेवले आहेत. हा खेळ आता फार स्पर्धात्मक झाला आहे. मी या मुलींना २००८-०९ मध्ये खास राष्ट्रकुल स्पर्धांमधल्या स्पर्धकांना प्रशिक्षण देण्यासाठी भरवण्यात आलेल्या राष्ट्रीय शिबिरात प्रथम भेटलो. त्यांच्या अंगची प्रचंड ताकद आणि क्षमता या दोन्ही गोष्टींनी मी प्रभावित झालो. परंतु त्यांचा भर कुस्ती या खेळाचं तंत्र आणि शास्त्र याहीपेक्षा ताकदीवर जास्त होता. मग हळूहळू त्यांना तंत्र आणि मंत्र शिकून घ्यावे लागले. आता शक्तीबरोबरच त्या दोघींनी तंत्र आणि मंत्रसुद्धा आत्मसात केलेले असल्यामुळे आखाड्यात त्यांच्यासमोर प्रतिस्पर्धी म्हणून उभं राहणं, ही काही सोपी गोष्ट राहिलेली नाही," कोच पी.आर. सोंधी सांगतात.

मुली परतल्यावर त्यांच्या या स्पर्धेतील यशावर महावीर सिंग अर्थातच खूश होते. परंतु त्यांचं अंतिम लक्ष्य पुढच्या ऑलिम्पिक्स स्पर्धेत सुवर्णपदक प्राप्त करणं हेच होतं.

~

गीताला अर्जुन पुरस्कार तर प्राप्त झालाच होता, शिवाय हरियाणाच्या राज्य पोलीस दलामध्ये प्रशिक्षक म्हणून तिची नियुक्तीसुद्धा करण्यात आली. परंतु पोलिस खात्यामध्ये गीतापेक्षाही कमी मानसन्मान प्राप्त केलेले, तिच्यापेक्षा फार कमी कामगिरी करून दाखवलेले अनेक खेळाडू डेप्युटी सुपरिटेंडंट ऑफ पुलीस या हुद्द्यावर आधीपासूनच

होते. गीताची श्रेणी त्यांच्याहून खालची होती. तिला ही गोष्ट रुचली नाही. ''मी इन्स्पेक्टरच्या हुद्द्यावर काम करताना नाराज होते,'' गीता सांगते, ''वर्ल्ड चँपियनशिपमध्ये सहभाग घेण्यासाठी निघण्यापूर्वी मी हरियाणा पोलीस कोच अनुप धुपिया यांची भेट घेतली. ते स्वतःसुद्धा डी.एस.पी. या पदावरच आहेत. मी जर या वर्ल्ड चँपियनशिपमध्ये पदक मिळवून आणलं, तर मला डी.एस.पी.चं पद देण्यात येईल का, असं मी त्यांना विचारलं.''

''तसं जर झालं तर तुम्हाला डी.एस.पी. बनण्यापासून कुणीच थांबवू शकणार नाही,'' असं त्यांनी मला सांगितलं. परंतु मी पदक जिंकून परत आल्यावरसुद्धा हरियाणा सरकारनं माझ्या तक्रारीची दखल घेतली नाही. अशी दोन वर्षं गेली, तरीही सरकारकडून माझ्या बाबतीत काहीच हालचाल झाली नाही. अखेर मी कायद्याच्या मार्गानंच हा प्रश्न धसास लावायचं ठरवून पंजाब आणि हरियाणाच्या वरिष्ठ न्यायालयाकडे धाव घेतली. अखेर न्यायालयानंच हस्तक्षेप केल्यावर २०१६ सालच्या ऑक्टोबर महिन्यात, म्हणजे तिच्या विवाहाच्या एक महिना आधी तिला डी.एस.पी.चं पद मिळालं. तिचा विवाह ग्लासगो राष्ट्रकुल स्पर्धेत पदकं प्राप्त केलेला नामवंत कुस्तीपटू पवन कुमार याच्याशी झाला आहे.

एका नॅशनल कँपमध्ये गीता आणि पवन कुमार यांची भेट झाली. त्याचा सरळ, साधा स्वभाव तिला आवडला. तिनं आपल्या आई-वडिलांना त्याच्याविषयी सांगितलं. पवन हा मूळचा सोनीपत येथील असून गीताच्या आई-वडिलांना जावई म्हणून तो योग्य वाटला.

''मी माझ्या मुलींना अशा पद्धतीनं वाढवलं आहे, की स्वतःसाठी योग्य काय, अयोग्य काय, याचा निर्णय घेण्यास त्या सक्षम आहेत. त्यांनी जर स्वतःसाठी एखादा जोडीदार पसंत केला असेल, तर तो पूर्ण विचारांतीच केलेला असणार, असा मला विश्वास वाटतो. जर आपल्या पसंतीचा जीवनसाथी निवडण्याचं स्वातंत्र्य मुलांना मिळतं, तर ते मुलींना का नको?'' गीताच्या आई दया कौर सांगतात.

फोगाट घराण्यातील सर्वच मुलींनी आंतरराष्ट्रीय पातळीवर इतकी भरघोस कामगिरी करून दाखवलेली आहे, की आता देशामध्ये 'फोगाट भगिनी' हा एक वेगळाच ब्रँड बनलेला आहे. इतके दिवस फोगाट घराण्यातील गीता आणि बबिता या मुलींनीच भरीव यश मिळवून नाम कमावलं होतं; पण आता त्यांची चुलत बहीण विनेश हीसुद्धा या क्षेत्रात चमकू लागली आहे. तिनं २०१४च्या ग्लासगो राष्ट्रकुल स्पर्धेत सुवर्णपदक मिळवलं, त्यानंतर २०१४च्या आशियाई स्पर्धांमध्येसुद्धा भरीव कामगिरी करून दाखवली. २०१६मध्ये रिओ येथील ऑलिम्पिक्स स्पर्धेतही ती नक्कीच सुवर्णपदक जिंकणार, अशी सर्वांची खात्रीच होती; पण अनेपिक्षतपणे तिच्या गुडघ्याला दुखापत झाल्यामुळे हे सुवर्णपदक अंतिम क्षणी तिला हुलकावणी देऊन गेलं. कॅडेट आणि ज्युनियर गटात महावीर सिंग यांची तिसरी मुलगी रितू हिनंसुद्धा असंख्य पदकं प्राप्त केली आहेत. २०१६मध्ये गोंडा येथे भरवण्यात आलेल्या सीनियर नॅशनल चँपियनशिप स्पर्धेत रितूनं सुवर्णपदक पटकावलं.

वरिष्ठ गटामध्ये विनेशची २४ वर्षीय बहीण प्रियांका हिनंसुद्धा नाव कमावलं आहे. २०१६च्या आशियाई विजेतेपद स्पर्धेत तिनं कांस्यपदक मिळवलं आहे. या सर्व मुलींमध्ये १८ वर्षीय संगीता ही सर्वांत लहान आहे. तिनंसुद्धा तिच्या वयोगटात असंख्य पदं पटकावली आहेत. महावीर सिंग यांनी आपल्या घरच्या सर्व मुला-मुलींना कुस्तीचं प्रशिक्षण देण्यास सुरुवात केली, तेव्हा संगीता फक्त दोन वर्षांची होती. त्या वेळी ती फारच लहान असल्यामुळे महावीर सिंगजींच्या कडक शिस्तीच्या ट्रेनिंगमधून तिची सुटका झाली. परंतु २०११मध्ये आठव्या इयत्तेची वार्षिक परीक्षा झाल्यावर त्यांनी तिलाही बहिणींबरोबर मॅटवर ट्रेनिंग देण्यास सुरुवात केली.

"जोपर्यंत मी स्वतः कुस्तीच्या ट्रेनिंगला जात नव्हते, तेव्हा मोठ्या बहिणींना पपांच्या हातचा मार खाताना पाहून मला मोठी मजा यायची. मला कुस्तीचं प्रशिक्षण घ्यावं लागत नाही, हे माझं केवढं भाग्य आहे, असं माझी आईसुद्धा मला सांगायची," संगीता लहानपणची

आठवण सांगते. खरंतर संगीता अभ्यासात खूपच हुशार होती. तिनं आठवीच्या वार्षिक परीक्षेत ९४ टक्के गुण मिळवले असूनसुद्धा तिनं कुस्तीच्या क्षेत्रातच करिअर घडवलं पाहिजे, असं तिच्या घरच्यांनी ठरवलं.

"सुरुवातीला मला असं वाटलं, अभ्यासापेक्षा कुस्ती खेळणं सोपं जाईल. अभ्यासात चांगले गुण मिळवायचे असले, तर वर्गात नीट लक्ष द्यावं लागतं. शिवाय घरीसुद्धा भरपूर अभ्यास करावा लागतो. पण कुस्ती म्हणजे काय, नुसता मातीत लोळून दंगा करायचा, म्हणजे धमालच असणार. माझी ही समजूत किती चुकीची होती, हे मला थोड्याच दिवसांत कळून चुकलं. पपांच्या अत्यंत कडक नियमांचं पालन करणं, ही मुळीच सोपी गोष्ट नव्हती. त्यामानानं शाळा, अभ्यास हे सगळं कितीतरी छान होतं. पण ही गोष्ट जेव्हा मला नीट समजली, तेव्हा फारच उशीर झाला होता. आठव्या इयत्तेनंतर मी शाळा सोडली आणि दहावीची बोर्डाची परीक्षासुद्धा मी घरी अभ्यास करूनच दिली. माझ्या कुस्तीच्या ट्रेनिंगमुळे मला काही त्या परीक्षेत खूप चांगले गुण मिळवता आले नाहीत, पण पुढे बारावीच्या परीक्षेत मात्र मी ६७ टक्के गुण मिळवले."

संगीतानं राष्ट्रीय पातळीवरील स्पर्धेत भाग घेण्याआधीच आंतरराष्ट्रीय पातळीवर पदक मिळवून दाखवलं. ही गोष्ट खरंच नवल करण्यासारखी आहे. "२०१४मध्ये एशियन कॅडेट चँपियनशिप स्पर्धा होणार होत्या. त्याच्या चाचणीत भाग घेण्याची मला परवानगी मिळाली. त्यामुळे भारतीय संघात माझा समावेश झाला. पुढे त्या चँपियनशिप स्पर्धेत मला रौप्यपदक मिळालं. ही एशियन चँपियनशिप स्पर्धा मे महिन्यात झाली. त्यानंतर लगेच ३१ जून ते ३ जुलै २०१४ या काळात राष्ट्रीय विजेतेपद स्पर्धा आयोजित करण्यात आल्या होत्या. त्यामध्ये मी माझं पहिलं सुवर्णपदक मिळवलं."

आता संगीताचं लक्ष्य सीनियर संघात स्थान मिळवणं हे आहे.

गीता जेव्हा बोलू लागते, तेव्हा तिच्या आवाजातला सार्थ अभिमान जाणवतो. ती म्हणते, "लोक कदाचित आमच्यातील प्रत्येकीला नावाने

ओळखणारही नाहीत, पण ते आम्हा सर्व जणींना 'फोगाट भगिनी' म्हणून ओळखतात.''

रिओ ऑलिम्पिक्स स्पर्धेत कांस्यपदक मिळवून आणणारी साक्षी मलिक सांगते, ''रिओ ऑलिम्पिक्स स्पर्धेच्या पूर्वतयारीसाठी जेव्हा आम्ही सोनीपत येथील कँपमध्ये ट्रेनिंग घेत होतो, तेव्हा प्रशिक्षणार्थींमध्ये फोगाट आडनावाच्या व्यक्तींचंच बहुमत होतं. मीच तिथं परकी होते.'' या स्पर्धेच्या पूर्वतयारीमध्ये सराव करताना साक्षी मलिकची प्रतिस्पर्धी संगीता फोगाट हीच होती.

इंडियन प्रीमियर लीगच्या (आयपीएल) धर्तीवर प्रो-रेसलिंग लीग स्थापन करण्यात आली आहे. यामध्ये विविध खेळाडूंच्या नावाचा लिलाव करण्यात येऊन त्यानुसार वेगवेगळे संघ बनवण्यात आले आहेत. या प्रो-रेसलिंग लीगच्या उद्घाटन सोहळ्याच्या वेळी झालेल्या सामन्यांमध्ये फोगाट भगिनींनी त्यांच्या घराण्याच्या शिरपेचात आणखी एक तुरा खोवला. कुस्तीच्या क्षेत्रात पहिल्यांदाच या फोगाट भगिनींनी आंतरराष्ट्रीय पातळीवर ख्यातनाम ठरलेल्या या लीगमध्ये सहभाग घेतला. फोगाट भगिनी – गीता (वय २८), बबिता (वय २७), प्रियांका (वय २४), विनेश (वय २२) आणि रितू (वय २२) यांनी आपापल्या संघातर्फे स्पर्धेत भाग घेतला.

या उपक्रमांमध्ये पुरुष आणि महिला कुस्तीपटूंना एकंदर ११ कोटी रुपयांची कमाई झाली. यांपैकी जवळपास दहा टक्के रक्कम (१.१७ कोटी) फोगाट परिवाराला मिळाली. त्यांपैकी बबिताला ३४ लाख (यूपी वॉरियर्स संघाकडून), गीताला ३३ लाख (पंजाब रॉयल्स संघाकडून), विनेशला २९ लाख (दिल्ली वीर संघाकडून), रितूला १४ लाख (मुंबई गरुडा संघाकडून) आणि प्रियांकाला ७ लाख (पंजाब रॉयल्स संघाकडून) मिळाले.

या फोगाट परिवाराचं आणखी एक वैशिष्ट्य म्हणजे- या कुटुंबातून कुस्ती या एकाच क्रीडा प्रकारात ऑलिम्पिक्समध्ये सहभागी होण्यासाठी तयार झालेले स्पर्धक खूप मोठ्या संख्येने आहेत. गीता ही २०१२च्या लंडन ऑलिम्पिक्समध्ये सहभागी झाली होती, तर बबिता आणि

विनेश या २०१६च्या रिओ ऑलिम्पिक्समध्ये सहभागी झाल्या होत्या.

याशिवाय या कुटुंबाविषयी अभिमानानं सांगण्यासारख्या आणखीही काही गोष्टी आहेत. भारतातील खेळाच्या क्षेत्रात अत्युच्च समजला जाणारा अर्जुन पुरस्कार या कुटुंबातल्या एकूण तीन व्यक्तींना मिळाला आहे, तर कोचिंगबद्दल देण्यात येणारा द्रोणाचार्य पुरस्कार एका व्यक्तीला प्राप्त झाला आहे. आजपर्यंत देशात अर्जुन पुरस्कार प्राप्त करणाऱ्या फक्त सहा महिला कुस्तीपटू असून, त्यांतल्या तीन महिला फोगाट परिवारातील आहेत. २०१२मध्ये महावीर फोगाट यांच्या विद्यार्थ्यांपैकी गीताला अर्जुन पुरस्कार प्राप्त झाला. २०१५मध्ये बबिताला आणि २०१६मध्ये विनेशला अर्जुन पुरस्कारानं सन्मानित करण्यात आलं. राष्ट्रपती प्रणव मुखर्जी यांच्या हस्ते विनेशला जेव्हा हा पुरस्कार प्रदान करण्यात आला, तेव्हा प्रेक्षागृहात टाळ्यांचा प्रचंड कडकडाट झाला. हा सोहळा रिओ ऑलिम्पिक्स स्पर्धांच्या समाप्तीनंतर अगदी थोड्याच दिवसांत झाला. त्या वेळी विनेशच्या गुडघ्यावर नुकतीच शस्त्रक्रिया करण्यात आली होती. विनेशला या सोहळ्यासाठी व्हीलचेअरवरून आणण्यात आलं होतं.

विनेशचा जेव्हा या सोहळ्यात अर्जुन पुरस्कारानं सन्मान करण्यात आला, त्याच वेळी तिचे कोच असलेल्या तिच्या ताऊजींचा, म्हणजेच महावीर सिंग फोगाट यांचाही द्रोणाचार्य पुरस्कारानं सन्मान करण्यात आला. फोगाट परिवारासाठी हा एक अत्यंत अभिमानाचा क्षण होता. "खरंतर आम्हा सर्व खेळाडूंची आंतरराष्ट्रीय पातळीवरची गेल्या काही वर्षांतली कामगिरी पाहता, पपांना हा द्रोणाचार्य पुरस्कार त्याच्याही दोन-तीन वर्षं आधीच मिळायला हवा होता. या अशा गोष्टी जेव्हा आपल्याकडे घडतात, तेव्हा आमच्या मनाला त्याचा त्रास होतो. पण पपांच्या मनावर असल्या गोष्टींचा काहीच परिणाम होत नाही. त्यांना स्वतःसाठी कधीच काही नको असतं. त्यांना फक्त आम्ही आयुष्यात यशस्वी व्हावं, इतकंच वाटतं," बबिता म्हणते.

आपल्या या शिष्यांनी मिळवलेल्या यशाविषयी बोलताना कोच म्हणतात, "या पुरस्कार वितरण सोहळ्याच्या आदल्या दिवशी पंतप्रधान

नरेंद्र मोदी यांनी सर्व पुरस्कार विजेत्यांना आपल्या निवासस्थानी निमंत्रित केलं होतं. आम्ही जेव्हा पंतप्रधानांना भेटलो, त्याच वर्षी 'बेटी बचाओ, बेटी पढाओ' या अभियानाचा त्यांनी आरंभ केला होता. पण मी स्वतः तर या गोष्टीला सुमारे २५ वर्षांपूर्वीच सुरुवात केली होती. मी त्यांच्याशी बोलताना त्या गोष्टीचा उल्लेख केला. माझ्या हाताखाली तयार होत असलेल्या सहाच्या सहा मुली आंतरराष्ट्रीय पातळीवर खेळणाऱ्या कुस्तीपटू आहेत. त्यांतल्या चार मुलींनी पदवी संपादन केली असून, दोघी उच्च शिक्षण घेत आहेत.''

वर्ल्ड चँपियनशिपची स्पर्धा, कॅडेट स्पर्धा, कुठल्याही वयोगटाची स्पर्धा, राष्ट्रकुल स्पर्धा किंवा आशियाई क्रीडा स्पर्धा असो, महावीर सिंगजींच्या हाताखाली तयार होत असणाऱ्या मुलींनी या प्रत्येक स्पर्धेत वेगवेगळ्या वेळी पदकं जिंकून दाखवलेली आहेत. आता फक्त महावीर सिंगजींनी इतकी वर्षं हृदयात जपलेलं स्वप्न तेवढं पूर्ण होण्याचं बाकी आहे. या मुलींनी जिंकून आणलेल्या पुरस्कारांच्या कॅबिनेटमध्ये फक्त ऑलिम्पिक्सच्या पदकाची भर पडण्याची गरज आहे. २०२०मध्ये टोकियो येथे होणार असलेल्या ऑलिम्पिक्समध्ये हेही स्वप्न पूर्ण होईल, अशी त्यांना आशा वाटते.

''मी मुलींना या कुस्तीच्या क्षेत्रात आणलं, ते त्यांनी आपल्या देशासाठी ऑलिम्पिक्स स्पर्धेत पदक जिंकून आणावं या उद्देशानंच. ती गोष्ट घडून येईपर्यंत माझं जीवनकार्य अपूर्णच राहील,'' असं म्हणून महावीर सिंगजी फोगाट माझी रजा घेतात. आता त्यांच्या डोळ्यांसमोर केवळ एकच लक्ष्य आहे- ते म्हणजे २०२० सालच्या ऑलिम्पिक्स स्पर्धा.

◆

उपसंहार

महावीर सिंगजी फोगाट यांनी साध्यासुध्या खेड्यात जन्म घेतलेल्या आपल्या मुली आणि पुतण्यांना स्वतः प्रशिक्षण देऊन, आंतरराष्ट्रीय पातळीवर नाव मिळवणारे कुस्तीपटू घडवण्याचं ठरवलं, तेव्हा आपल्या या संघर्षाची लोकविलक्षण कहाणी केवळ फोगाट परिवारातील पुढच्या पिढ्यांसाठीच नव्हे, तर संपूर्ण देशभरातील लोकांसाठी प्रेरणादायी ठरेल, त्यांच्या आयुष्यावर परिणाम घडवणारी ठरेल, याची त्यांना यत्किंचितसुद्धा कल्पना नव्हती.

हरियाणा राज्याच्या उत्तर भागामध्ये स्त्रियांच्या लोकसंख्येचं प्रमाण पुरुषांच्या संख्येच्या तुलनेत फारच कमी आहे, (२०११ मध्ये झालेल्या जनगणनेनुसार हरियाणा राज्यात दर एक हजार पुरुषांमागे केवळ ८७९ स्त्रिया आहेत.) ही गोष्ट तर सर्वांनाच माहीत आहे. नवजात अर्भकांच्या बाबतीत तर हे प्रमाण दिवसेंदिवस आणखी चिंतेचं कारण बनत चाललं आहे. (दर हजार मुलांमागे फक्त ८३४ मुली.) या राज्यातील समाजमनावर पुरुषांचं इतकं वर्चस्व आहे की, प्रत्येक मुलीवर लग्नाची सक्ती करण्यात येते आणि मुलगी विशीला पोहोचण्याआधीच तिचं सक्तीनं लग्न लावलं जातं.

एखादा माणूस या अशा पुरुषप्रधान समाजव्यवस्थेत जन्माला येतो, लहानाचा मोठा होतो; परंतु त्याची विचारसरणी मात्र त्या समाजव्यवस्थेच्या विचारसरणीच्या अगदी विरुद्ध टोकाची बनते; त्याची तत्त्वं, त्याचे आदर्श पूर्णपणे वेगळे असतात. इतकंच नव्हे, तर त्याच्या त्या मूल्यांना आणि पुरोगामी विचारसरणीला जेव्हा घरीदारी

सर्वत्र विरोध होऊ लागतो, तेव्हा खंबीरपणे त्या विरोधाला टक्कर देत आपण हाती घेतलेलं कार्य सुरू ठेवणं सोपं नाही; खूप धैर्याचं काम आहे हे.

महावीर सिंगजींनी कुस्ती या खेळाला आयुष्य वाहून घेतलेलं आहे. अत्यंत समर्पणाच्या वृत्तीनं त्यांनी आपलं काम सुरू ठेवलं आहे, त्याचमुळे देशात हा खेळ आता एकदमच प्रकाशझोतात आला आहे. महावीर सिंगजींनी घडवलेल्या महिला कुस्तीपटूंनी जेव्हा आंतरराष्ट्रीय पातळीवर नाव कमावलं, तेव्हा देशातील जनतेचं लक्ष या खेळाकडे वेधलं गेलं. हे असं होण्याचं कारण म्हणजे या मुलींसाठी ते स्वतःच कोच बनले. त्यांनी स्वतःसुद्धा अत्यंत कठोर नियमांचं पालन केलं आणि तेच नियम त्या मुलींनाही घालून दिले. त्यांच्याकडून योग्य तो सराव आणि आवश्यक ती शारीरिक कसरत नियमितपणे करून घेतली. कदाचित सर्व बाजूंनी त्यांना इतका विरोध होऊ लागला, छोट्या छोट्या गोष्टी साध्य करण्यासाठी इतका संघर्ष करावा लागला, त्यामुळेच त्यांचा हा निर्धार अधिक पक्का झाला. आपलं स्वप्न पूर्ण करण्यासाठी त्यांनी प्रयत्नांची पराकाष्ठा केली.

आपल्या घरच्या मुलींनी कुस्तीच्या क्षेत्रात आंतरराष्ट्रीय पातळीवर यश मिळवावं, हे महावीर सिंग फोगाट यांचं वैयक्तिक स्वप्न होतं. पण या स्वप्नामुळे हरियाणाच्या ग्रामीण भागात कुस्तीच्या क्षेत्रात क्रांती घडून येण्यास चालना मिळेल, याची त्यांना मुळीच कल्पना नव्हती. पुरुषप्रधान संस्कृतीचं वर्चस्व असलेल्या समाजामध्ये महिलांचं सक्षमीकरण होण्यास सुरुवात होईल, समाजात स्वतःची वेगळी ओळख निर्माण करण्याची त्या धडपड करू लागतील, याची खुद्द महावीर सिंगजींना तरी कुठं कल्पना होती? परंतु त्यांच्यामुळेच आज या समाजातील मुलींचा वर्तमानकाळ आशादायी बनला आहे. ज्या मुली अशी स्वप्नं बघण्याचं धाडस करतील, त्यांचा भविष्यकाळ नक्कीच उज्ज्वल आहे.

◆

फोटो सौजन्य

केशव सिंग
पृष्ठ क्र. ५३, ५४ (दोन्ही), ५८, १३१ (खालचा), १३२ (दोन्ही)

सॅम्युएल
पृष्ठ क्र. ५५ (दोन्ही), १३१ (वरचा)

करुण शर्मा
पृष्ठ क्र. ५६ (दोन्ही), ५७ (दोन्ही), १३३

दीपक गुप्ता
पृष्ठ क्र. १२९ (दोन्ही)

सिकंदर सिंग
पृष्ठ क्र. १३० (दोन्ही)

www.ingramcontent.com/pod-product-compliance
Lightning Source LLC
LaVergne TN
LVHW041706070526
838199LV00045B/1233
* 9 7 8 9 3 8 6 4 5 4 9 1 1 *